மரபினில் பூத்த மலர்கள்

Bouquet of Conventional Poems

पारंपरिक कविताओं का गुलदस्ता

AUTHOR
PROFESSOR DR. R. KASTHURI RAJA

TRANSLATION
ENGLISH: MR. R. MOHAN KUMAR &
MR. S. RAJESH KANNAN
HINDI: MR. K. RAMANATHAN

ISBN

Paperback ISBN : 9798896990628
Hardcase ISBN : 9798896990635

Contents

Book Details

Book Title	மரபினில் பூத்த மலர்கள்/ Bouquet of Conventional Poems/ पारंपरिक कविताओं का गुलदस्ता
Author	Prof. Dr. R. Kasthuri Raja
Publisher	Gnayiru Veliyidu
Copyright	Dr. B. Lavanya
Edition	First Edition, February 2025
Paper	Seshai White Paper
Book Size	6x9
Pagecount	554
Format	Paperback and Hardcase
Type	Black and White Printing
Publisher Address	5/3, Avadi Srinivasan Street Choolai, Chennai - 600 112
Order Fulfillment Centre	50 Main Road, Chettiyar Agaram Rd, Vanagaram, Chennai, Tamil Nadu - 600095
Author Address	5/3, Avadi Srinivasan Street Choolai, Chennai - 600 112
Paperback ISBN	9798896990628
Hardcase ISBN	9798896990635
Paperback MRP	₹ 600
Hardcase MRP	₹ 750
Phone Number	9840245550 / 9840928510
Font Size	11 pts
No. of copies	1200
Email ID	lavanmu@gmail.com

அன்புள்ள அம்மாவுக்கு
திருமதி இரா சுந்தராம்பாள் இராகவன்

பெற்றாய் உலகினில் பேறுபெற வைத்திட்டாய்

நற்றாள் வணங்குவேன் நான்

Birthed me on Earth, Blessed me to prosper

My respects to your feet, O Mother!

जन्म देकर कीर्ति प्राप्त करवाया संसार में

नमन करूंगा मैं तेरे चरण।

என்னுரை

மன்னா உலகில் மன்னுதல் குறித்து, வாழ்வியலுக்குப் பயன்படும் திருக்குறளை, சென்னைப் புரசைவாக்கத்தில் மூன்று மன்றங்களை வைத்துப் பரப்பி வருகிறேன். என்மனத்தில் மலர்ந்த கருத்துகளை மரபுப் பாக்களாக வடித்தேன். அந்நூலைப் (கஸ்தூரி ராஜாவின் குரலின் குறள்) படித்தவர், இந்நூல், உலகில் உள்ள அனைவருக்கும் பயன்படும் வகையில் உள்ளது. எனவே இந்நூலை ஆங்கிலம், இந்தியென இருமொழியிலும் மொழிபெயர்த்து, மும்மொழியிலும் வெளியிட்டால், உலகோர் பயனுறுவர் என்று விளம்பியதால், நானும் அனைவருக்கும் புரியும் வகையில் மரபினில் பூத்த மலர்கள் என்று பெயரிட்டு நூலை வெளியிட விரும்பினேன்.

என் விருப்பத்தை, என் மூத்தமகளிடம் (பேரா.பா.லாவண்யா) தெரிவிக்க, உடனே என் உள்ளக் கிடக்கையை ஏற்று, அதற்கான முழு ஒத்துழைப்பையும் நல்கினார். அவருக்கு என் வாழ்த்துகள். பீஷப் தார் கல்லூரியின் முன்னாள் முதல்வர், தமிழகஅரசின் டாக்டர் இராதாகிருஷ்ணன் விருது பெற்றவருமான, பேராசிரியர் ஏசுதாசன் அவர்கள் (திருவள்ளுவர் பைந்தமிழ் இலக்கிய மன்றத்தின் தலைவர்) இந்நூலுக்கு வாழ்த்துரை வழங்கி உள்ளார். அவர்களுக்கு என் வணக்கத்துடன் கூடிய நன்றி.

இருமொழி புலமையுள்ள, செம்மொழித் தமிழாய்வு மத்திய நிறுவனத்தில் முன்னாள்ப் பதிவாளராகவும், அரசுக் கல்லூரிகளில் பேராசிரியராக விளங்கியவரும், பல மன்றங்களில் பெரும் பொறுப்பிலிருந்து, இடையறாது தொண்டாற்றும், பேரா. முத்துவேலு அவர்கள், நல்லதோர் அணிந்துரை வழங்கியுள்ளார். அவருக்கு என் மனங்கனிந்த நன்றி.

புதுவைப் பல்கலைக் கழகத்தில் பதிவாளராகவும், ஆங்கிலத் துறையின் தலைவராகவும் விளங்கிய, பன்மொழிப் புலமையும் அயராது தமிழ் மொழியைப் பரப்பும் பேரறிஞர்.ப.மருதநாயகம் அவர்கள் அணிந்துரை நல்கியுள்ளார். அவர்களுக்கு என்றும் நன்றிக் கடப்பாடுடையேன்.

பாரதப் பிரதமர் ஆளுநர்கள், தமிழக முதல்வர்கள் மற்றும் பல்துறைச் சான்றோர் பெருமக்களால், பாராட்டப்படுகின்றவரும், செம்மொழித் தமிழாய்வு மத்திய நிறுவனத்தின் துணைத் தலைவராகவும், தமிழ்நாடு டாக்டர்.எம். ஜி.ஆர் மருத்துவப் பல்கலைக் கழகத்தின் துணை வேந்தராகவும் பணியாற்றியவரும், மேலும் பல பொறுப்புகளை ஏற்றுச் செம்மையாகப் பணியாற்றிவரும், பன்மொழிப் புலமையுடைய பேரா.மருத்துவர். சுதா

சேஷய்யன் அவர்கள் அணிந்துரை நல்கியுள்ளார். அவர்களுக்கு என் அன்பின் நன்றி.

பல்வேறு மொழிபெயர்ப்புப் பணிகளில் ஈடுபாடுள்ளவரும், மும்மொழிப் புலமையும் கொண்ட, பேரா.மா. கோவிந்தராசன் அவர்களின் வாழ்த்துரைக்கு நன்றி. எளிமையும், இனிமையும் அணிகலன்களாகக் கொண்ட, மனோன்மணியம் சுந்தரனார் பல்கலைக் கழகத்தில் (இந்தித் துறையில்) பேராசிரியர் மற்றும் துறைத்தலைவராகப் பணியாற்றிய பேரா. முனைவர். அ.பவானி அவர்கள் அணிந்துரை அளித்துள்ளார். அவருக்கு என் தனிப்பட்ட நன்றி.

இந்நூலை, அனைவரும் புரிந்துகொள்ளும் வகையில் ஆங்கிலத்தில் மொழிபெயர்த்த (அதி 1-22) திரு. சீ. இராஜேஷ் கண்ணன் அவர்களுக்கும், அடுத்துள்ள பகுதி முழுவதையும், சிறப்பாக, மொழியாக்கம் செய்த தமிழ்த்தொண்டர் அரசு மேல்நிலைப் பள்ளி (ப.நி) திரு.இரா.மோகன் குமார் அவர்களுக்கும் என் மனமார்ந்த நன்றிகள்.

இந்நூலை இந்தியில் மொழி பெயர்த்த, பல நூல்களை, நாள்தோறும் மொழிபெயர்த்துப், புலனத்தில் வெளியிடுகின்ற மொழியாசிரியர், திரு. கி.இராமநாதன் அவர்களுக்குத் தனிப்பட்ட நன்றி.

இந்நூல் வெளிவர, பெருமளவில் எனக்கு முழு ஒத்துழைப்பு நல்கிய எத்திராஜ் மகளிர் கல்லூரியின், இந்தித்துறையில், பேராசிரியராக விளங்கிய திருமதி. த.சாய்சுப்புலட்சுமி அவர்களுக்கும், திரு. பிரதீப்.பி.தாக்கர், பண்டிதர் ம.கௌதமர், வள்ளியம் சமுதாயக் கல்லூரியின் நிறுவனர் கவனகச் செம்மல் பேராசிரியர். கலை செழியன், பேராசிரியர். ப. தாமரைக் கண்ணன், திருமதி.ஆர் பார்வதி, என் கணவர் திரு.ஏ.பாலராஜா, பொறியாளர் பா.சங்கரநாராயணன், பொறியாளர் பா.காவியா மற்றும் என் குடும்பத் தார்க்கும், என் நலன் நாடும் நண்பர்களுக்கும், சிறப்பான முறையில் நூலாக்கம் செய்த நோஷன் பிரஸ்க்கும் என் உளங்கனிந்த நன்றியினைத் தெரிவித்துக் கொள்கிறேன்.

வாழ்த்துரை

பேரா. ப.ச. ஏசுதாசன்
முதல்வர், பிஷப் தார்ப் கல்லூரி
கைப்பேசி எண்: 99404 88548

கவிதாயினி போரா. கஸ்தூரி ராஜா அவர்கள் படைத்துள்ள 'மரபினில் பூத்த மலர்கள்' (மும்மொழியில்) என்னும் நூல், 'எண்ணிய எண்ணியாங்கு எய்துப' என்னும் வாக்கிற்கொரு சான்றாகக் காணப்படுகிறது.

இப்படைப்பு உருப்பெற்ற காலச் சூழலை எண்ணும்பொழுது போரா. கஸ்தூரி ராஜாவின் அரியதோர் ஆற்றலை, மனத்திண்மையை, மனந்தளரா நிலையை எண்ணி வியப்பின் எல்லைக்கே செல்கின்றேன்.

உலகம் முழுவதையும் ஆட்டிப் படைத்துக் கொண்டிருந்த 'தீநுண்கிருமி' யின் கொடுமை மனித குலம் அனைத்தையும் அச்சுறுத்திய நிலையில், வீட்டிற்குள்ளேயே அடைத்துப் போட்டிருந்த சூழலில் உடலும், உள்ளமும் தளர்ந்து சோர்வுற்ற அவலநிலையில், மனம் தளராமல் அயராது ஆற்றல்மிகு செயற்பாட்டினைச் செய்து வெற்றி பெற்ற உன்னதப் பாங்கினைப் பெரிதும் பாராட்டுகின்றேன், வாழ்த்துகின்றேன்.

செய்யுள் வேறு, கவிதை வேறு. செய்யுள் புலமைத் திறம்மிக்கவராலேயே செய்யப்படுவது. செய்யுள் யாப்பிலக்கண விதிகளுக்குட்பட்டு எழுதப்படுவது. தமிழ்ச் செய்யுள்வகையில் வெண்பா யாப்பு மிகுந்த கட்டுப் பாட்டிற்குட்பட்டது. அதிலும் 'குறள் வெண்பா' என்ற ஒன்றைத் தம் கையிலெடுத்து 'மரபினில் பூத்த மலர்கள் '(மும்மொழியில்) வெளிவந்துள்ளது.

உலக இலக்கியப் பெருமை பெற்ற திருக்குறளின் அமைப்பினை மட்டும் பின்பற்றி, அதனுடன் முப்பால்களையும் உடையதாய்த் திருக்குறளின் அதிகாரங்களைத் தன்நூலுக்குரியதாக்கி, அதிகாரங்களுக்கு எளிய விளக்கம் தந்து, 1330 குறள்களைக் கொண்டதாய் இந்நூல் விளங்குவது போற்றுதற்குரியது. இந்நூல் தனித்தன்மைகள் பலவும் கொண்டவொன்று. புதியநோக்கு, புதிய சிந்தனை, நடப்பியல், தனிமனித, சமுதாய, அரசியல் முதலியவற்றை நேர்மறை, எதிர்மறை, தனிநிலையாய் அணுகியமை என அவற்றைச் சுட்டலாம்.

பேரா. கஸ்தூரி ராஜா அவர்கள் முற்றிலும் புதியதொரு சிந்தனைப் போக்குடன் இந்நூலைத் தமிழ் உலகிற்கு அளித்துள்ளார். அவரது பேருழைப் பின் பெரும் பயன் இந்நூல். மனம் நிறைந்த வாழ்த்துகள்.

அன்புடன்

அணிந்துரை

பேராசிரியர் முனைவர் மு முத்துவேலு
முதல் பதிவாளர்
செம்மொழி தமிழ் ஆய்வு மத்திய நிறுவனம்
சென்னை, அலைபேசி: 98402 15985
மின்னஞ்சல்.muthuvelu_m@yahoo.com

வான்புகழ் வள்ளுவத்தைக் கற்றுத் தெளிந்தவர்கள் அதன் கருத்துகளை எல்லாம் எளிய தமிழில் எடுத்துரைக்க விரும்பினர். எனவே தம் உள்ளத்து உவகையே உலகிற்கு அறிவிக்க வேண்டி வள்ளுவத்திற்கு உரைகள் வழங்கினர். வள்ளுவத்திற்கு உரைகள் பெருகிய அதே நேரத்தில் வள்ளுவத்தை உலக அறிஞர்கள் கற்கும் சூழல் ஏற்பட்டது. உலகத்தார் அனைவரும் அறியும் வண்ணம் உலக மொழிகள் பலவற்றிலும் வள்ளுவம் வந்து அமைந்தது. இவ்வகையில் வள்ளுவத்திற்கு மொழிபெயர்ப்பு நூல்களும் பெருகின.

திருக்குறளுக்கு உரைகள் எழுந்ததும் அதன் பின் மொழிபெயர்ப்புகள் எழுந்ததும் வள்ளுவத்தின் சிறப்பை பறைசாற்றும் பணிகளாக அமைந்தன. பதினெண் கீழ்க்கணக்கு நூல்களில் திருக்குறளுக்கு அடுத்தடுத்த நூற்றாண்டுகளில் தோன்றிய அறநூல்களளான நாலடியார் நான்மணிக்கடிகை போன்ற நூல்களிலும், திரிகடுகம் சிறுபஞ்சமூலம் ஏலாதி போன்ற நூல்களிலும் திருக்குறளில் அமைந்திருந்த அதிகாரங்களின் பெயர்களும் இடம்பெற்றன. அறம், பொருள் என்னும் பிரிவுகளும் அமைந்திருப்பதை நாம் காண்கிறோம். ஆனால் இருபதாம் நூற்றாண்டிலும் இப்பொழுதும் திருக்குறளுக்கு பல்வேறு அறிஞர்கள் உரைகள் எழுதி வந்தார்களே அன்றி, திருக்குறளில் அமைந்திருக்கின்ற அதிகாரங்களை அப்படியே வைத்துக் கொண்டு, அவற்றிற்கு தம் உள்ளக் கருத்துகளைக் கொண்டு உயரிய நூல் ஒன்றை உருவாக்க வேண்டும் என்ற எண்ணம் எவர் மனத்திலும் எழவில்லை.

தண்டமிழ் பேராசிரியராகவும், கல்லூரி முதல்வராகவும், திருக்குறள் அமைப்புகளின் பொறுப்புகளில் உள்ளவராகவும், திருக்குறளோடு கடந்த 40 ஆண்டுகளுக்கு மேலாகத் தொடர்புடையவராகவும் விளங்கும் பேராசிரியர் கஸ்தூரிராஜா அவர்கள் திருக்குறளின் அமைப்பு அப்படியே உளம் கொண்டு அவற்றில் இருக்கின்ற அதிகாரங்களின் பெயரையே அமைத்துக் கொண்டு

ஒரு புது நூல் உருவாக்க வேண்டும் என்ற எண்ணத்தை உள்ளத்திலே பதிவு செய்திருக்கிறார். அவ்வாறு உள்ளத்தில் விழுந்த அந்த விதையை நல்லதோர் அறப்பயிராக விளைவித்து இன்று ஓர் அற நூலாக நமக்கு வழங்கி இருக்கிறார்.

"மரபினில் பூத்த மலர்கள்" என்னும் தலைப்பில் அமைந்த இந்நூல் திருக்குறள் அமைப்பினை அப்படியே கொண்டுள்ளது. அறம், பொருள், இன்பம் என்ற முப்பாலையும் 133 அதிகாரங்களையும் கொண்டுள்ளது. அந்தந்த அதிகார தலைப்பிற்குப் பொருத்தமான கருத்துகளைத் தன்னுடைய உள்ளத்தில் இருந்து உருவாக்கிக் கொடுத்துள்ளார். இந்த முயற்சி இதுவரை தமிழ் இலக்கிய வரலாற்றில் எவரும் செய்யக் கருதாத முயற்சியாகும். இவ்வகையில் பேராசிரியர் கஸ்தூரி ராஜா அவர்களின் இந்த முயற்சிக்கு நம் இனிய வாழ்த்துகளை எடுத்துக் கூறுகிறோம். இன்றைய சமுதாயத் தேவைக்கு ஏற்ப கருத்துகளை எடுத்துரைக்க வேண்டும் என்ற எண்ணத்தோடு பேராசிரியர் வடித்திருக்கும் இந்த நூலில் இருந்து சில எடுத்துக்காட்டுகளைக் காண்பது பொருத்தமாக இருக்கும். குறிப்பாக கல்வி என்ற அதிகாரத்தில்

<blockquote>
"அருள்கல்வி சேர அழியா துலகம்
இருளையும் போக்கும் எளிது "(394)
</blockquote>

என்னும் குறளைக் குறிப்பிடலாம். இன்று கல்வி கற்றோர் உள்ளத்தில் அருளுடைமை இல்லாத காரணத்தால் கற்றோர்கள் அனைவரும் சுயநலம் மிக்கவர்களாக வாழ்கிறார்கள். எனவே கல்வியோடு அருளும் சேர்ந்திருக்கு மானால் உலகில் நன்மை பெருகும் என்ற உயர்ந்த கருத்தைப் பேராசிரியர் குறட்பாவில் பதிவு செய்துள்ளார். கல்வியோடு கருணையும் சேர வேண்டும் என்கிற கருத்தை ஆழமாகப் பதிவு செய்துள்ளார். இதற்கான ஆங்கில ஆக்கமும் சிறப்பாக அமைந்துள்ளது.

<blockquote>
"The world would not perish, when grace and education join together
It is easy that it would remove darkness."
</blockquote>

பேராசிரியரின் அறநெறி கருத்திற்கு வாய்மை என்ற அதிகாரத்தி லிருந்து மற்றும் ஒரு குறட்பாவை எடுத்துக்காட்டலாம்.

<blockquote>
"அறத்தால் உயர்ந்தால் அணுகாதே அச்சம்
மறத்திற்கும் வாய்மையே மாண்பு." (293)
</blockquote>

வள்ளுவர் வாழ்ந்த காலத்தில் ஆணுக்கும் பெண்ணுக்கும் இடையிலே தோன்றுகின்ற ஊடலுக்குக் காரணங்கள் வேறாக இருந்திருக்கலாம்.

ஆனால் இன்றைய நாளில் கணவனுக்கும் மனைவிக்கும் இடையே ஊடல் தோன்றுவதற்கான காரணத்தை இன்றைய வாழ்வின் அடிப்படையில் எடுத்துரைக்கிறார் பேராசிரியர். இனிய மொழிகள் பேசி கணவனோடு இன்புற்று இருக்க வேண்டும் என்று விரும்புகிறாள் மனைவி. அவனோடு அளவளாவ வேண்டும் என்ற அந்த அன்பு மனைவி துடிக்கின்றாள். மனைவியின் விருப்பத்தை உணராமல் தன்னுடைய மனத்தை எல்லாம் கணிப்பொறியில் பதித்துவிட்டுக் கண்களைக் கூட மனைவியின் மீது திருப்பாமல் கணிப்பொறியைப் பார்த்தபடியே பதில் கூறிக் கொண்டிருக்கும் கணவனின் செயல் மனைவிக்கு ஊடலை உண்டாக்கி விடுகிறது" என்று இந்த அருமையான காட்சியைப் பேராசிரியர், ஊடலுக்குக் காரணமாக எடுத்துக் கூறுகிறார்.

"கண்ணோ கணினியில் காணாதே பேசுகின்றாய்

எண்ணம் பணியிலே ஏன்" (1312)

என்பது பேராசிரியரின் குறட்பா. அறன் வலியுறுத்தல் என்னும் அதிகாரத்தில் மனித மனம் எவ்வாறு மலர்ந்து இருக்க வேண்டும் என்பதை எடுத்துக்காட்டும் போது

"மலர்தரும் தேன்போல மாண்பாழுள் எத்தை

மலராக மாற்றி மகிழ் " (34)

என்று பாடுகிறார் நூலாசிரியர். நெஞ்சோடு கிளத்தல் என்னும் அதிகாரத்தின் கீழ் வரும் ஒரு குறட்பா பிரிவுத் துன்பத்தால் வாடும் ஒரு பெண் தன்னை வருத்தும் பிரிவுத் துன்பத்தையே வாழ்த்துவதாகக் கற்பனை செய்துள்ளார் பேராசிரியர்.

"வருத்தத்தில் எம்மை வதைக்கும் பிரிவு

வருத்தத்தில் வாடினும்நீ வாழ்" (1247)

அருந்தமிழ், ஆங்கிலம், இந்தி என்னும் மூன்றுமொழிகளிலும் இந்த நூல் அமைந்துள்ளதால் ஆங்கில மொழிபெயர்ப்பிலிருந்தும் சிலவற்றைக் குறிப்பிடல் பொருத்தம் எனக் கருதுகிறேன். சூது என்னும் அதிகாரத்தில் வரும் ஒரு பாடல்.

"அழைப்பிற் கிணங்கி அழிவருகே சென்றால்

பிழையே பெருகும் பிழைப்பு." (932)

இதன் ஆங்கில மொழிபெயர்ப்பு:

"If you go near the hell accepting the invitation

 The life would be multiplied by misdeeds."

என்று அமைகிறது. பேராசிரியர் சூதினை அழிவு என்று சொல்லால் குறிப்பிடுகிறார். ஆனால் மொழிபெயர்ப்பாளர் அதனை நரகம் என்று பொருள் கொண்டு Hell என்ற வார்த்தையால் குறிப்பிடுகிறார். இந்த ஆங்கில மொழிபெயர்ப்பு மூல குறட்பாவின் கருத்தினை இன்னும் மிளிரச் செய்கிறது.

ஊக்கமுடைமை என்னும் அதிகாரத்தில் வரும்

"தொட்டால் பிறப்புந் துறந்தால் இறப்பாகும்

திட்டமிடல் இங்கே தெளிவு"(598)

இன்னும் இக்குறளுக்கு அமைந்திருக்கும் ஆங்கில மொழிபெயர்ப்பானது

"Within minutes birth if forego death

 Here planning will boost"

என்று அமைந்திருப்பது சிறப்பாக உள்ளது. எந்நாட்டவருக்கும் எக்காலத்துக்கும் பொருந்துகிற வகையில் வள்ளுவம் வழிகாட்டி வருகிறது என்பது உண்மைதான் எனினும் பேராசிரியர் கஸ்தூரிராஜா அவர்கள் இந்தக் காலத்திற்கு ஏற்ற வகையில் சில கருத்துகளை இணைத்துள்ளார். பேராசிரியரின் இந்த முயற்சி பாராட்டுக்குரியது. இந்த நூலைத் தமிழகம் ஏற்றுப்போற்றும் என்று நம்புகிறேன். பேராசிரியருக்கு நெஞ்சம் கனிந்த நல்வாழ்த்துகள்.

அன்புடன்

Prof.P.Marudanayagam
M.A.(English), M.A.Tamil),
M.A.(Hawaii, USA)
Ph.D.,(English),Ph.D.,Tamil,D.Litt.

11/6, Eighth Street,
"Panduranga Enclave"

Parthasarathy Nagar,
Adambakkam,
Chennai – 88.

Mobile: +91 94427 87727

Email: pmarudanayagam@yahoo.
com
Former
Prof. & Head Dept. Of English,
Pondicherry University
Registrar, Pondicherry University
Director PILC
Fellow CICT

Foreword

Prof. Dr.Kasthuri Raja, is a poetess, has written and accumulated a heap of review books, essays, poems and short stories inspired, fascinated and obsessed with Thiruvalluvar's Thirukkural, reminding Avvaiyar who was admired by Valluvar said, the verse Thirukkural "forming tiny, drilling atom piercing seven seas". Prof. Dr. Kasthuri Raja is one such poetess who has been taking the virtues of Thirukkural for the past so many years all over the world as her life time service.

Great Scholar Albert Switesha, Multi lingual expert Arvindar and famous erudite like V.V.S Iyyar also had admired the ethical, moral, noble and righteous excellence of Valluvar.

Like Valluvar insisting ethical doctrine, and system and integration, this book titled 'Marabinil Pootha Malarkal' (The flowers blossomed in Tradition) also disregarding ethnicity, language, country, religion, clan, caste, race, preaches common, general and uniform code of conduct of discipline for all the people of the world.

This book contains and filled with norms and concepts for an authoritative standard of discipline for the individual, as well as for the family as a whole removing the shortcomings to lead life in the world and also the duties of the government.

Through the verse,

Iyalba ludaluyirpo leenginainthu vaazhthal

Kayalkaloe neengaak kadal   (59)

As the body and soul binds together and the life becomes alive

Which is like the fishes never leave from the sea   (59)

she describes the life, to be sweet, the husband, wife shall be like body and the soul, as if the fishes in the sea leading the life happily.

She has explained the degradation of the society in the verses like Not drinking toddy and Gambling in the chapter 93 and chapter 95

Azhuthae pulambiduvaal   (925)

She would cry and be moan but he will go

Expunging valuable gold   (925)

Eduppa norumurai   (935)

He will take once would be loging again

Would go exhausted one by one   (935)

The punishment to be given to the persons who commit sexual harassment to girls has been prescribed in the chapter – 55, through the verse 544

Azukkullam kondaar arumbukalaith thottal

Puzhukkalena suttae pudai   (544)

People with lustful mind if nudges any kids

Beat and burn them like worms   (544)

Instead of showing the heroine as a ignorant and indifferent literary head, the author has created the character with the special abilities and skills like reasoning, leadership and equality with men, without reducing the literary flavour.

This book is one, possessing many uniqueness. Its approach with progressive thoughts, social life style presenting in a politics and negative analytical way.

Now, it is the apt place and time to congratulate the author for bringing out in three languages for the benefit of the universe.

As part of forward, it is necessary to present comments on the translation also.

To quote a few

As body and soul binds together and the life becomes alive

Which is like the fishes never leave from the sea.   (59)

He will take once would be longing again

Would go exhausted one by one.   (935)

She saw with kindness I felt leaning over

Darkness disappears as hearts united.   (1094)

This book is one possessing many uniqueness. It's approach with progressive thoughts, social life style and politics dominated by individuals, in a positive and negative way, should be pointed out for the attention of the readers of this valuable book. This literary presentation is an outcome of the labour with much pain and strain.

This will be a feast for, who undertake, Intertextuality (இடைப்பனுவலியம்) Research.

It is the duty of all kinds of men, women and youth of the world to welcome this venture and get benefitted.

I wish the author, the translators a grand success and their literary service shall continue forever.

P.Marudanayagam

Dr. Sudha Seshayyan,

Vice Chairperson, Central Institute of Classical Tamil (CICT)

Chennai - 600 100.

Director & Indo-Japan G20 Chair Professor

SASTRA University (Chennai Campus)

No.21, A V Meiyappan Salai, Arcot Road,

Vadapalani, Chennai – 600 026

I am thankful to Ms Kasthuri Raja for asking me to write a foreword to her new book entitled 'Marabinil Pootha Malargal'. This book is modelled after the famous 'Thirukkural', being set in the same grammar, same style and same count. However, this is not a repetition or an explanation but a new book that encapsules the fundamental values of Dharma, Artha and Kaama.

The author has, thereby, set a novel trend wherein she reiterates ever-green and perennial human values in a new voice and modern tone.

It is indeed a wonder as to how she has composed a complete new set of 1330 couplets, without deviating from the order of chapters and content as originally laid by the Saint Poet Thiruvalluvar. The captions of the chapters, the content envisaged, and the intent desired are all the same as the original book and hence, cause a stir that the current book is either a translation or a form of an explanatory derivative of the original.

A deep learning will reveal the modernity of the current book.

In chapter 31 on 'Vegulaamai' (Restraining anger), Thiruvalluvar enumerates the following:

- Where anger has power to work, restrain the wrath; (sellidathu kaapan)

- Anger has no greater evil, where it can injure; (sellaa idathu chinam theethu)

- Forget anger as evil springs from it; (marathal veguliyai)

- Is there any greater enemy than anger? (nagaiyum uvagaiyum kollum)

- Guard against anger, that kills oneself; (thannaithaan kaakin)

- Anger burns friendship; (chinam ennum sernthaarai-k kolli)

- Anger destroys as the hand that hits, does pain; (chinathai porulenru)

- Avoidance of anger is good for health; (inar eri thoyvanna)

- Shall get all that is thought, if does not indulge in anger; (ulliyathellaam udan eythum)

- Those angry are equal to dead. (iranthaar iranthaar)

Nevertheless, the current author finds relevant and refreshing ways to emphasize on the goodness of restraining anger. Chapter 31 of the current work, also titled 'vegulaamai' (Not getting infuriated), in the first verse, talks about the circumstances that lead to the genesis of anger.

அருள் நீங்கி அன்பே அறியா (து) அடர்ந்த

இருள் உளத்தில் வெம்மை இயல்பு

aruL neengi anbE aRiyaa thadarntha

iruL uLathil vemmai iyalbu

The dark mind that knows no love and is devoid of the humanitarian feel will foster anger as an inherent characteristic. The couplet reveals the labyrinthine lanes of the uncontrolled mind where anger generates in all pace and force; it also prods the reader to search inside and outside simultaneously.

The 4th couplet of the same chapter,

அழிக்கும் உயர்பதவி ஆயின் வெகுளிப்

பழி வரும் எண்ணிப் பணி

azhikkum uyar padhavi aayin veguLi

pazhi varum eNNi-p paNi

has a double-edged canopy. While in a high post, restraining anger adds grace. However, high posts themselves may, at times, be punishing and destructive. The author enwraps contemporary challenges in traditional poetry to offer a perennial solution.

It is with curiosity that I searched for the author's thoughts on rulership and kingsly duties.

Chapters 55 and 56 of the original book are on 'Sceptre Graceful' and 'Evil Sceptre' respectively. Sticking to the same Tamizh captions of 'sengonmai' and 'kodungkonmai' respectively, the current author deftly handles various aspects of governance. The chapters are named 'Unbiased reign' and 'despotism' in English. The first couplet consolidates the thought process.

பற்றுக மக்களை; பண்புநிறை கண்ணோட்டம்

அற்றாரை மன்னித் தருள்.

pattRuga makkaLai; paNbu niRai kaNNOttam

atRaarai mannitha ruL

The message is clear. Governance and those involved in governance need to think and worry about the people and only about the people.

Despite the allegiance to the names and captions of the original book, the current author lucidly uses the modern language and the modern style. This provides a refreshing relief to the modern reader and serves the purpose of the author's efforts.

The author is well versed in the Thirukkural of Thiruvalluvar and has spent almost her entire life and career on propagating the ideals of Thiruvalluvar. She, therefore, is not only well qualified, but also well suited to use the same style and design. She vividly blends contemporary requirements to traditional motifs to offer perennial solutions.

The current author's contemporary approach is visible in the use of words like 'kaNNOttam' which had both poetics and philosophy in them. Without compromising on the poetics, the current author handles such words with strokes of modern day understanding.

As I congratulate the author for her wonderful capacity to present couplets of great tenor and vibrance, I also hesitate to wish her to do more books of the genre. My apprehension is not centred on the author, but on the possible future mixes & matches. Years later, couplets can be insinuated into or withdrawn away from the current work and mixed and matched elsewhere. While this possibility may speak about the unstinted capability of the current author, it may also become an unwarranted approach to adulteration of ancient works and books.

On the other hand, I shall request Ms Kasthuri Raja to pen more and more works of wisdom that shall go a long way in channelising the energy of forthcoming generations.

आशीर्वचन

डॉ. श्रीमती कस्तूरी राजा ने जब 'अन्ऱुम् इन्ऱुम्' (उस दिन और आज) लिखना आरंभ किया, तब से लेकर आज तक मऱबिन्ऱिल् पूत्त मलर्गळ् (पारंपरिक कविताओं का गुलदस्ता) तक तमिऴ् में इक्कीस से अधिक पुस्तकों की रचना कर प्रसिद्ध हुई हैं। यह कहना अतिशयोक्ति नहीं है कि लोक कल्याण के लिए इस तमिऴ् भूमि पर ईश्वर द्वारा भेजे गये महान कवि वळ्ळुवर के प्रति आपने अपना जीवन समर्पित कर लिया। वळ्ळुवर और वळ्ळुवर की कृति पर केंद्रित दस से अधिक पुस्तकों का आपने निर्माण किया है। इनके अलावा आप की कई मौलिक और अनुवादित रचनाएँ प्रकाशित हुई हैं और आप के अनगिनत शोध लेख भी प्रकाशित हो चुके हैं। आपने वळ्ळुवर के नाम पर बने अनेक संस्थाओं, न्यासों जैसे विभिन्न संगठनों में विभिन्न जिम्मेदारियाँ स्वीकार करके महत्वपूर्ण सेवाएँ की हैं।

प्रोफेसर डॉ. कस्तूरी राजा, जिन्होंने दुनिया भर में यात्रा की है, को तमिऴ् दुनिया के सभी सर्वश्रेष्ठ पुरस्कार प्राप्त हुए हैं, क्योंकि आप एक कुशल प्राध्यापिका, विद्वत्मनीषी और श्रेष्ठ साहित्यिकार हैं।

आप से तमिऴ् में कृत मऱबिन्ऱिल् पूत्त मलर्गळ् किताब के बारे में पोऱ्को जी ने कहा, "डॉ. कस्तूरी राजा ने वेन्बा छंद में, बिना किसी अशुद्धि के इस पुस्तक को प्रकाशित करके तिरुवळ्ळुवर को गौरवान्वित किया है।" पोऱ्को जी की ये पंक्तियाँ स्वर्णाक्षर हैं।

अत्यधिक प्रतिबंधित वेण्बा छंद नियमों के तहत और वह भी अंतादि प्रणाली का पालन करते हुए आपने 133 अध्यायों में और 1330 कुऱलों सहित मऱबिन्ऱिल् पूत्त मलर्गळ् अर्थात पारंपरिक कविताओं का गुलदस्ता नामक इस पुस्तक की रचना की है। इस पुस्तक की महिमा और उत्कृष्टता के बारे में तमिऴ् साहित्यिक इतिहास के लेखक पी. एस. येसुदासन, पुलवर् तंग अरुमुगऩार, पावलर् मा. वरदराजऩार जैसे महान तमिऴ् विद्वानों द्वारा पहले ही प्रशंसा की जा चुकी है।

प्रोफेसर डॉ. श्रीमती कस्तूरी राजा द्वारा लिखित और श्री के. रामनाथ द्वारा हिंदी में अनुवादित पुस्तक की प्रस्तावना प्रस्तुत करते हुए मैं गर्व का अनुभव कर रहा हूँ।

आप के भाषा-प्रेम की बधाई देता हूँ। मातृ भाषा तमिऴ् और राष्ट्र भाषा हिंदी को जोड़कर अपने रचित दोहों को अपने स्वर के माध्यम से प्रकट करने की शैली की प्रशंसा करता हूँ। महान विद्वान अण्णा ने कहा कि विपक्षी की बगिया की चमेली की भी महक होती है। उनके कथनानुसार डॉ. कस्तूरी राजा के राष्ट्र-भाषा प्रेम की सराहना करते हुए आप की तमिऴ्-विद्वत्ता को नमन करते हुए द्विभाषा में प्रकाशित होनेवाली इस पुस्तक की सफलता हेतु शुभकामनाएँ देता हूँ।।

लेखिका के विचारों को जैसे के तैसे हिंदी में अनूदित मऱबिऩिल् पूत्त मलर्गळ् (पारंपरिक कविताओं का गुलदस्ता) पुस्तक की सफलता हेतु हार्दिक शुभकामनाएँ।

डॉ.एम.गोविन्दराजन

अनुवादक

पूर्व महा सचिव, भाषा संगम

प्रयागराज (उ.प्र.)

Mob: 70101 48266

25.09.2024

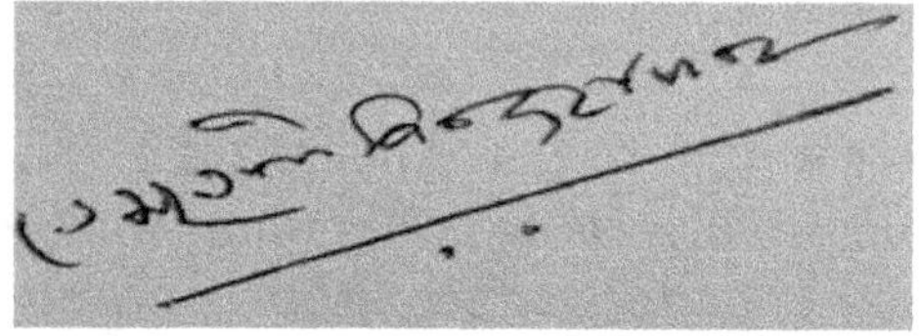

डॉ ए. भवानी,

सेवानिवृत्त, अध्यक्ष/प्राचार्य,

हिंदी विभाग, एम.एम. विश्वविद्यालय,

तिरुनेल्वेली,

अभिषेक अपार्टमेण्ट्,, टी. नगर.

चेन्नै – 600 017

विदुषी, शब्द शिल्पि डॉ आर. कस्तूरी राजा ने तमिळ् साहित्य पर एम.ए., एम.फिल्., पी.एच. डी. के अतिरिक्त पत्राचार में डिप्लोमा की उपाधि हासिल की है। आप तमिळ् भाषा की विदुषी और साहित्यकारिणी भी हैं। इन्होंने एक श्रेष्ठ प्राध्यापक के रूप में माध्यमिक शिक्षा विद्यालय में तमिळ् भाषा शिक्षिका का पद ग्रहण किया, जिसके तुरन्त बाद उन्हें कोरट्टूर स्थित भक्तवत्चलम् महिला कॉलेज की प्राचार्य पद ग्रहण करना पड़ा। आप वहीं अपनी लंबी सेवा करके सेवानिवृत्त हुई। तमिळ् साहित्य के प्रति आपकी अभिरुचि अकथनीय है। आपने लगभग पच्चीस किताबों की रचना करके प्रकाशित किया है। उनमें कुछ नीतिपरक दोहे और लेख भी शामिल हैं। यही नहीं, नैतिक एवं दार्शनिक विषयों से संबंधित दोहे के रूप में लिखा उनका पुस्तक उल्लेखनीय है। आपने तमिळ् साहित्य से संबन्धित कई संगोष्ठियों का आयोजन भी किया है। विभिन्न सेमिनारों में भाग लिया है और प्रपत्र लेखों का प्रकाशन भी किया है। संगम कालीन साहित्यों पर आप का लेख विशेष रूप से चर्चित है। साहित्य में काव्य विधा के अतिरिक्त आपने तुलनात्मक अध्ययन भी किया हैं, जिसमें तोल्काप्पियम् और मनोन्मणीयम् इन दोनों रचनाओं का तुलनात्मक विवेचन विशेष स्थान रखता है। इसके अतिरिक्त चिकित्सा और चिकित्सा शास्त्र पर आपका विवेचनात्मक अध्ययन प्रकाशित हैं। इनके कई शोधपरक लेख विभिन्न पत्र-पत्रिकाओं में प्रकाशित हैं। आपकी रचनाओं पर कई तमिळ् शोधार्थियों ने एम.फिल. पर विषय चयन करके शोध काम किया हैं। प्राचीन और शास्त्रीय तमिळ् पर आप के काम सराहनीय हैं। साथ ही आपने तमिळ् साहित्य अकादमी के पुस्तक चुनाव, बच्चों के लिए शिशु पुस्तक के चुनाव हेतु पुस्तक चुनाव समिति के एक सदस्य के रूप में काम किया है। आपने तमिळ्नाडु सरकार के प्रमुख पदो पर रहकर तमिळ् साहित्य की उन्नति में सहयोग प्रदान किया है। अन्तर्राष्ट्रीय तिरुक्कुऱळ् सेवा संस्थान के चेन्नै शाखा की आप अध्यक्षा रही। वळ्ळुवर रीडर्स क्लब में आप सह अध्यक्षता बन चुकी है। आप अखिल भारतीय लेखक संघ की भी सह अध्यक्षता हासिल कर चुकी हैं। तिरुक्कुऱळ् के विचारों को गाँव–गाँव तक पहुँचाने का श्रेय आपको प्राप्त है। आप ने कई किताबों का सम्पादन और संकलन करने का काम भी किया है। वळ्ळुवर मार्ग नामक कलैंडर पर लिखी किताब में उनकी 100 गीतों का संकलन है, जो तमिळ् साहित्य में अपने आप एक विशिष्ट स्थान प्राप्त हैं। सन् 2007 में संपन्न विश्व कवि सम्मेलन में आप भागीदार रही। आप

कई संगठनों से शोध निर्देशक के रूप में जुड़ी रहीं और आप के व्यक्तित्व एवं कृतित्व पर कई शोधार्थियों ने लेख आदि लिखे।

तिरुवळ्ळुवर् कृत तिरुक्कुरळ् में छोटी-छोटी कहानियाँ जुड़ी हैं, उन्होंने उन कहानियों को चुनकर धर्म, नीति, न्याय से संबंधित कई बातों को उकेरा है, जो प्रशंसनीय है। इन कथाओं द्वारा लेखिका के जीवन में घटित घटनाओं से प्राप्त अनुभव, अनुभव और सच्चाइयों को हम देख पाते हैं, जो कल्पना से दूर यथार्थ एवं यथा स्थिति का बयान करते हैं। इसके अतिरिक्त तिरुक्कुरळ् में निहित जीवन दर्शन पर उनका विचार पाठकों के लिए मार्गदर्शक एवं उपयोगी भी है। नीतिपरक दोहे पर उनकी स्वयं लिखी पुस्तक पारंपरिक कविताओं का गुलदस्ता है, जिसमें हजारों से अधिक दोहे हैं, जीवन यथार्थ को मानो गागर में सागर भरने का काम उक्त किताब में प्राप्त है। उनके विचारों का हिंदी अनुवाद स्तुत्य है। एक दो उदाहरण इंकित करना उपयुक्त होगा। ग्रंथ के प्रथम अध्याय ईश्वर वंदना में एक दोहे का अनुवाद रूप जो धरती की रक्षा पर है देखिए,

आँख सम करना गगन की रक्षा,

समृद्ध मिट्टी के लिए।।

वैसे ही जहाँ ईश्वर हैं वहाँ भेद नहीं है, इस तथ्य को प्रकट करने के रूप में लिखित उनके दोहे का अनुवाद है,

करता ईश निवास, जहाँ रहित हैं जाति-धर्म

होते उत्तम विचार वहाँ।।

अतिति देवो भव यह तो भारत की संस्कृति है। इस तथ्य को प्रकट करने के रूप में लिखे गये दोहे का अनुवाद,

निष्कलंक अतिथि सत्कार से होती उन्नति

निरा मन से स्वप्न का होता विकास।।

दुष्कृति पर डरने के बारे में कवयित्री के विचार का अनुवाद सुन्दर शैली में प्रस्तुत हुआ है,

धर्मवान करता सुकर्म सदा, भूलकर भी

नहीं करता वह कभी धर्म विरोध।।

इस प्रकार अनेक स्थानों में लेखिका के विचारों का प्रतिपादन स्पष्ट, सरल और सारगर्भित शैली में अनूदित हुआ है। दार्शनिक विचार रखने वाली आलोच्या, लेखिका एवं कवयित्री आचार्या कस्तूरी राजा ने मात्र तमिळ् साहित्य को तिरुक्कुरळ् का दार्शनिक पक्ष ही नहीं दिया अपितु स्वयं अपने विचारों में दर्शन को अपनाने का प्रयास भी किया है। सामान्य जनता तक अपने विचारों को पहुँचाने हेतु उन्होंने जनता की भाषा को अपनाया है और उन्हीं के मुहावरे में उनको

जीवन-दर्शन की कई मोटी बातों को समझाने का प्रयास किया है। सरल और सहज विचार बताने वाली कस्तूरी राजा, सन् 2005 में श्रेष्ठ शिक्षिका सम्मान से भी सम्मानित हैं जो उनके लिए उचित और वांछनीय है।

उनके उज्ज्वल भविष्य के लिए मैं उन्हें शुभकामनाएं देती हूँ और तमिऴ् साहित्य में उनके योगदान के लिए साधुवाद देती हूँ। उत्तरोत्तर उन्नति और प्रगति हेतु मेरी प्रार्थना है। साहित्य जगत में उनकी किताबों का स्वागत होगा, उसी उम्मीद के साथ योग्य कामनाओं के साथ ....।

आशीर्वाद सहित,

डॉ ए. भवानी

Publisher's Note

Professor Dr. Thamizh Thirumathi Kasthuri Raja, a proud native of Chennai, is the daughter of Thiru. Ragavan and Thirumathi Sundaraammal. She holds a doctorate in Tamil Literature, along with degrees in Journalism and Saiva Siddhanta.

Having served as a professor at Anna Adarsh College for Women, Chennai, and as Principal of Bhakthavatsalam Memorial College of Arts and Science for Women, Chennai, she has made significant contributions to the academic community. She also served two terms as a Senate Member of the University of Madras, Chennai.

An accomplished author, Professor Kasthuri Raja has written twenty-five books and published over 200 research articles and collections. Her works have been extensively studied for the award of the Doctor of Philosophy degree in Tamil by numerous scholars. Notable professors, including Thayammal and Unnamulai, have contributed research articles based on her writings. In addition, she has organized and presided over many seminars and conferences, further advancing the field of Tamil Literature.

Her academic journey has taken her across the globe, where she has delivered lectures on Tamil Literature in countries such as Malaysia, Singapore, France, Germany, Sri Lanka, and South Africa.

Professor Kasthuri Raja's contributions have earned her more than 100 prestigious awards. Notably, the Government of Tamil Nadu honored her with the "Perarignar Anna Award," accompanied by a gold medal and cash prize.

For the past 25 years, she has held leadership positions in key literary organizations. She serves as the Vice President of the "Thiruvalluvar Pain Thamizh Illakiya Mandram," President of the "Readers Forum of the Public Library" in Chennai, and President of the "Ulaga Thirukural Peravai (Chennai Branch)."

It is a source of immense pride that she stands as the only woman leading three major Tamil literary organizations. Her profound contributions to Tamil Literature, particularly her analytical studies of the Thirukural, will continue to inspire and be celebrated worldwide for generations to come.

(C.B. LAVANYA)

அறத்துப்பால்
Ethics
धर्म-कांड

அதி. 1. கடவுள் வாழ்த்து

(முதன்மையைப் போற்றுதல்)

Chapter 1 . Song praising the god

(Admiring Primitiveness)

अध्याय -1. ईश्वर वन्दना

(सर्व प्रथम की स्तुति)

1. அன்பருள் கொண்டவர் ஆருயிரைக் காத்திடுவர்
   அன்பிற்கே யென்பை யளித்து.   0001
   Those who have kind heart, They would protect all the living creatures
   By sacrificing their own for love.
   रखता है जिसपर स्नेह अपने मन,
   करना रक्षा उसे देकर हड्डी तक।।

2. அளிக்கும் இயற்கையும் அன்பளிப்பாங் காற்றுங்
   களித்திடப் பூமியே கண்.   0002
   The Earth that has all wealth and the wind
   From it's wings that makes us joyful.
   दाता प्रकृति, स्नेह देती हवा,
   भरा है आनंद भूमि भर।।

3. கண்ணாய்க் கருத்தாகக் காத்திடு சீர்நிறை
   மண்ணின் வளத்திற்கு வான்.   0003
   This soil(earth) maintains it's wealth by the regular showers,
   From the sky and so protect it ever.
   आँख सम करना गगन की रक्षा,
   समृद्ध मिट्टी के लिए।।

4. வானத்தைத் தொட்ட வளர்மேகம் வான்மழையால்
   மானம் மணக்கும் மனத்து.   0004

   The rain from the grown clouds on the sky
   That offers respectful life on earth.

   श्याम घटा छूता गगन ,
   वर्षा बन बहाता सुगंध मन भर।।

5. மனத்தினில் செம்மை மதமின மில்லா
   மனத்துள் இறைமை வரும்.   0005

   Those who impartial about the religion and race among the people,
   The divinity stays with their heart.

   करता ईश निवास जहाँ,
   रहित जाति-धर्म होते उत्तम विचार वहाँ।।

6. வருகின்ற தென்றல் வருடியே யின்பம்
   இருந்தே பொழியு மெழில்.   0006

   The beauty lies in the path of the breeze
   That brings pleasure with beauty.

   बहती समीर आगमन पर,
   बढ़ती चारुता सभी ओर।।

7. எழிலென்றால் என்ன? எவர்க்கு மிரங்கி
   இழிவின்றி வாழ்தலே ஏர்.   0007

   What is beauty ? It is lead the life graciously,
   Helping all without any baseness.

   वही है सुसौंदर्य,
   सब पर दया कर बिताना उत्तम जीवन।।

8. ஏர்மிகு ஞாயிறாம் ஏற்றமிகு சந்திரன்
   கார்சூழ்ந்த விண்மீன் கவின்.   0008

   The Beautiful sun and the finest moon,
   Along with amazing stars behind those clouds are all true beauties.

   है मनोहारिता वह सुन्दर सूर्य,
   चमकता चाँद टिम टिमाती तारें।।

9. கவினார் மழைத்துளி காட்டிடும் வான்வில்
   புவியின் பொலிவால் புகழ்.   0009

   The rain and the rainbow are the wonders of this earth
   We can say proudly that those amazing droplets of.

   प्रकट है धरती की कीर्ति,
   गगन पर रूप इन्द्रधनुष बन।।

10. புகழாலே ஆணவமாம் புண்ணோ மனத்தில்
    புகவிடா தாண்டவன் பொன்.   0010

    A man whose heart is gold while he become stable even at the heights,
    OOf the fame without giving room for ego.

    घमंड से होता घाव मन में,
    रहता जो दूर बन जाता वह सोन।।

அதி. 2. வான்சிறப்பு

(மழையின் மாண்பு)

Chapter 2. Uniqueness of sky

(Highness of rain)

अध्याय -2 . वर्षा की महत्ता

(वर्षा का उत्तम गुण)

1. பொன்னென்றும் நாவறட்சி போக்குமோ வான்தரும்
   அன்புமழை மேலாம் அறி.   0011
   Can the gold could solve the thirsty of tongue ? It is must to know,
   that the adorable shower, from the sky only, solves the above.
   समझो सत्य यह सोन से न होती प्यास दूर,
   गगन की स्नेह वर्षा होती सदा उत्कृष्ट।।

2. அறிவியலார் வாட்டும் அரும்பசியைப் போக்க
   அறிந்திடார் நீர்தான் அருள்.   0012
   Scientists never know the solution for the hunger
   Water alone, the best compassion by the nature.
   भूख मिटाना जानते नहीं अपढ़,
   जल दे वर्षा मिटाती विद्वान की भूख।।

3. அருள்வழியில் சென்றிட ஆங்குநிறை மேகம்
   அருள்மழையைத் தாமளிக்கும் ஆம்.   0013
   Where we lead the life with compassion, those dark clouds passes there,
   Would pour the showers by themselves.
   दया पथ पर बढ़ना आगे वहाँ,
   श्याम घट दया वर्षा बरसाता है जहाँ।।

4. அளிக்கும் மனத்தவரால் அற்றாரி னுள்ளங்
   களிக்கும் மழையினைக் கண்டு.   0014

The poor people heartfelt happy while getting the support from the people,
Of great hearts, like the rainfall for the peacock.

दानी का मन देख,
मन गरीब का होता आनंदित जैसे वर्षा देख।।

5. கண்போன்ற மண்ணைக் கடிதில் உழுதிடுவர்
   கண்மணிபோல் நெல்மணிகள் காண்.   0015

Farmers treat their land like their eyes and plough it,
Find the paddy seeds look like the eyeballs.

आँख सम अपना खेत जोतकर,
पाते कृषक पुतली सम धान।।

6. காண்பார் உழைப்போர் களத்தினைக் கண்டபின்
   ஆண்டானோ டாடும் அணைந்து.   0016

Finding their field along with the possessor
People binds with the people after.

परिश्रमी का स्थान देख शासक भी,
करता उससे बड़ा स्नेह।।

7. ஆடாத பூமி அளித்தனர் முந்தையர்
   காடாக்கித் தந்திடலோ கண்.   0017

The earth which born by nature's evolution and our ancestors,
Made it as worth to live by revolution, not to desert it.

दिया पूर्वज ने उत्तम भूमि,
क्या न्याय है बनाना उसे वन बराबर ।।

8. கண்போல் நிலத்தினைக் காப்பாய் நெகிழியால்
   கண்ணடைத்தல் நன்றோ கழி.   0018

Guard this soil like your eyes;
Keep the plastic out, as it spoil it's eyes.

नयन सम करना रक्षा धरती को,
लचीली प्लास्टिक का करना बंद उत्तम?

9. கழிக்கும் பொருளைக் கழனியில் கொட்டி
   அழித்திட லாகுமோ? ஆற்று.   0019
   Is it fine to destroy the field by filling with those rubbish?,
   Let's eliminate them completely.
   फेंकना बेकार चीज सब खेत में,
   करना उसका नाश है क्या न्याय?

10. ஆற்றுகின்றார் தூரெடுத்தார் ஆறுகளின் ஓட்டத்தில்
    ஆற்றின் பயன்மகிழ்வில் ஆடு.   0020
    Without any barriers, after removing those dump over there,
    Let's enjoy the benefits of the river on it's flow.
    गंदगी नदी की दूर कर बहाव उसके फल से,
    आनंद मनाते जन बड़ी खुशी से ॥

அதி. 3. நீத்தார் பெருமை

(துறவிகளின் மாண்பு)

Chapter 3. The greatness of sages

(Distinction of Saints)

अध्याय – 3. संयम का महत्व

(योगी के उत्तम गुण)

1. ஆடாத உள்ளம் அருளிறை தங்குமிடம்
ஈடாகார் நற்றுறவி யிங்கு.						0021
To the person who have unwavering mind where the gracious god stays there,
No good sage can be comparable here.
इच्छा रहित मन है ईश्वर का निवास,
साधु उसके सम है न कोई।।

2. இங்கிருக்கும் நீத்தா ரியல்பில் சிலரேதாம்
இங்கண் மனமழிந்தார் இற்று.						0022
There are very few sages only
Renounce their desires from their heart here.
साधु होते यहाँ अपने उत्तम गुण से,
मन विचलित हुए कुछ ही।।

3. இற்றுவிழு முள்ளத்தா லில்லறத்தி லொட்டாது
பற்றின்றி வாழ்தல் படும்.						0023
In life only for those who renounce all materialistic things and doesn't,
Have bind over the domestic life.
इच्छा से दूर अलिस जीना परिवार से,
उत्तम है यह गुण योगी का।।

4. படுத்துகின்ற சித்தம் பகுத்தே யடக்கி
    அடுத்தார் நலம்நாடி யாற்று. **0024**
    Control and channelise the thoughts to serve the society
    Towards the welfare of the people.
    भटकता चिंतन संयम कर,
    भलाई अन्य की करना सदा।।

5. ஆற்றுகின்ற நல்லார் அவர்நலத்தைப் பாராமல்
    காற்றி லசைவாழைக் கன்று. **0025**
    Serve the people without looking for own benefits
    Like the plantain tree moving due to wind.
    करता उत्तम कार्य महान,
    बिन देख यह हिलता हवा में कदली पेड़ ।।

6. கன்றினைத் தாய்ப்பசு காத்தலென ஆசிரியர்
    அன்றிருந்தார் இற்றை அரிது. **0026**
    Teachers cared like the cow to it's own calf
    Those days and it is exceptional today.
    करती गाय रक्षा अपने बच्छड़े की,
    शिक्षक करते थे उस दिन रक्षा शिष्य की।।

7. அரிதான ஐம்புலனை யாளும் உயர்ந்தோர்
    அரியசெயல் ஆற்றிடுவர் ஆம். **0027**
    Those who control their five senses,
    They would achieve great things for sure.
    पंचेन्द्रियों पर करते जो अधिकार,
    निभाते वे उत्तम कार्य अपार।।

8. ஆற்றிடுவா ரன்பால் அருளுணவை அற்றார்க்கீந்
    தாற்றியதைச் சொல்லார் அறிவு. **0028**
    The wisdom of sage
    is that to show the love and grace
    Towards the poor and never publish it.
    गरीब को देते अन्न बड़े स्नेह से,
    कार्य यह नहीं कहते वे कभी किसी से।।

9. அறிவால் அறம்பூண்ட ஆன்றோர் மனமோ
   அறிந்திடுந் தேனின் அரும்பு.   0029
   The nature of the mind of the people who live with virtuous is,
   Like the bud with purest honey.
   विवेक से धर्म पर चलते महान का मन,
   समझ यह होता वह मधु बराबर।।

10. அரும்பில் மலர்ந்த அருள்துறவி உள்ளங்
    கரும்பாம் கணுவினது கண்.   0030
    The heart of the sage which blossomed just like the buds that flourish ,
    Make their heart more sweet like the sugarcane.
    दया से पूर्ण खिला योगी का मन,
    होता गाँठ ईख बराबर।।

அதி. 4. அறன் வலியுறுத்தல்

(அறத்தின் சிறப்பு)

Chapter 4. Insistence of moral principles

(Distinction of Ethics)

अध्याय – 4. नैतिक गुण पर बल

(नैतिकता की महत्ता)

1. கண்ணாம் அறஞ்செய்க காட்டாதே ஊடகத்தில்
   விண்ணின் நிறமாய் விளங்கு.   0031
   Perform virtuous as it is like the eye and don't show it up
   And lead the life like the color of the sky.
   नयन सम करना धर्म का न करना दिखावा,
   रहना सदा रंग गगन सम।।

2. விளக்குகின்ற வீதி விளக்கா யிருப்பர்
   விளங்காதார் வீணாவார் வீழ்ந்து.   0032
   Those who look the welfare of the society they enlightened like ,
   The street light whereas others fell down and degrade.
   समझता सत्य बनता वह दीप गली का,
   नासमझ होता सबको बेकार।।

3. வீழ்தலிலா உள்ளத்தில் மீன்போலத் துள்ளியே
   வாழ்வில் பொலிவாய் மலர்.   0033
   Those hearts don't think against virtue would get enlightenment with
   fragrance of the flower
   In their life like the fishes jumps over the canal joyfully.
   उत्तम गुण के मन में उछलना मछली सम,
   बन जा सुगंधित सुमन बराबर।।

4. மலர்தரும் தேன்போல மாண்பாமுள் எத்தை
   மலராக மாற்றி மகிழ். 0034

   The mind is like the honey from the flower and so keep the mind like
    The flower and be joyful.

   सुमन देता मधु बराबर,
   गुण उत्तम से मन अपना बना लेना सुमन।।

5. மகிழ்ந்தே யறஞ்செய் வளமாகும் வீடு
   பகிர்ந்துண் சிறக்குமே பார். 0035

   Do virtuous with pleasure which makes our home wealthy,
   Share the food with others which enhances excellence.

   खिले मन से करना धर्म होगा घर उत्तम,
   बाँटकर खाना बनोगे महान।।

6. பாரில் விளம்பரம் பன்மடங் கோசையாம்
   காரிருளில் தீயிடியாய்க் காட்டு. 0036

   The world makes more noise to get cheap publicity
   Show kindness like the lightening during the thunderstorm at dark night.

   धरती पर करता विज्ञापन बड़ा शोरगुल,
   अंधेर में दिखाना आलोक।।

7. காட்டுந் தொலைக்காட்சி கண்கவருஞ் செய்தித்தாள்
   நாட்டி லுயர்புகழை நாடு. 0037

   Seek the great fame in the country,
    Through all the medium like newspaper and the television.

   दर्शाता दूरदर्शन,
   करता आकर्षित अखबार बढ़ाओ उसमें कीर्ति देश की।।

8. நாடு முழுவதும் நாற்றமாஞ் சேற்றினில்
   வீடு மழியும் விதி. 0038

   Where the world get dipped in the sludge and there is no single house
   could escape,

   From the destruction by rule of nature.

   देश भर बढ़ते कीचड़ के दुर्गंध से,
   घर भी हो जाता नाश।।

9. விதிமாற வேண்டும் விதிக்கின்ற சட்டம்
   மதித்திடு நல்மழையாய் வாழ்.   0039
   Change the fate by respecting the law of nature and
   Let's live the lovable rain.
   बदल देना नियम यह ऐसा,
   कर आदर कानून का रहना वर्षा सम।।

10. வாழும் மனிதா வளஞ்செய் அறத்தினை
    வாழுவார்க் கன்றே வழங்கு.   0040
    Bestow the best of virtuous to this world to everyone
    In the world by today itself.
    हे मानव बल बढ़ाओ धर्म का,
    दान देना दान उसी दिन जीव सब को।।

அதி. 5. இல்வாழ்க்கை

(குடும்ப வாழ்க்கை)

Chapter 5. Family life

(Domestic life)

अध्याय – 5. परिवार

(पारिवारिक जीवन)

1. வழங்குக எப்பொழுதும் வாழ்வுறவாம் நல்லோர்
   பழங்கொடுக்கும் நல்மரமாம் பார்.

   Life is all about binding of relationship of the great people,
   Who are like the tree that gives fruits.

   देते दान से बढ़ती उन्नति परिजन की,
   होते सज्जन फलदार पेड़ बराबर।।

   0041

2. பாரினைக் காக்குமுன் பாடுபடு வீட்டிற்குக்
   காரினில் பெய்தமழை காப்பு.

   Take care your own family before to care the world;
   It is like the rain in the monsoon that become shield.

   देश की उन्नति पूर्व करना घर की,
   होती वर्षा करती रक्षा धरती भर।।

   0042

3. காப்பா யுனைக்காத்த கண்போன்ற பெற்றோரைக்
   காப்பது முன்கடனாய்க் காண்.

   Care your parents like your eyes
   It is the duty of everyone to take care of them.

   करना रक्षा नयन सम अभिभावक की,
   कर्तव्य है यह महान तुम्हारा।।

   0043

4. காண்பதும் நேரில் களிப்பது மில்லையே
   காண்பாரின் புண்களோ கண்.   0044

   Some people don't look after their own family and not keeping well
   Which is so painful to see.

   देखता नहीं, नहीं मनाता आनंद भी उनसे,
   अभिभावक के घाव बन जाती नयन।।

5. கண்ணான பெற்றோரைக் கண்குத்தி வாட்டுகின்றார்
   மண்ணுலகில் பண்பாடு மாய்த்து.   0045

   Some people droop their parents by hitting their eyes
   And spoiling the culture of the world.

   मिटाकर धरती की संस्कृति,
   देता वह अपने अभिभावक को दुख।।

6. மாயாது காத்திடு மாண்பான வுன்மகனை
   வாயால் அறிவுறுத்தி வாழ்த்து.   0046

   Wish your son by protecting him and provide wisdom
   Affectionate son protecting from death.

   बेथक करो रक्षा पुत्र को,
   समझाकर देना उसे शुभ वचन।।

7. வாழ்த்துகின்ற பிள்ளை வளமாக்கும் நாட்டினை
   ஆழ்த்துந் துயரம் அறு.   0047

   The child who was greeted by the parents would make this country
   wealthy,
   And so free yourself from all vices.

   आशीर्वचन से पलता बालक,
   विकास करता देश का तजो तुम अपना दुख।।

8. அறுக்கின்ற தீக்கொல்லி ஆற்றாப் பசியாம்
   வறுமையை நீக்க வழி.   0048

   The hungry which is the fire tool
   To eradicate the poverty.

   दावानल है भूख गरीब का,
   उपाय बनाओ उनको बचाने का।।

9. வழிகாட்டும் நற்றுறவி வாடுகின்ற ஏழை
   வழிபெறல் மேன்மையாம் மன். 0049
   The sages who show the good path to live and the poor who live with
   hunger,
   Would attain the gain.
   दुख गरीब का विकास है उन्नत,
   उत्तम साधु देता उपाय वह।।

10. மன்னுயிரைக் காப்பாய் மகிழ்வுடன் தன்னுறவை
    மன்னா உலகில் மதித்து. 0050
    Save your own relations by caring the all living creatures
    In the world with due respect.
    स्थापित करना नाता अपना,
    करना रक्षा नश्वर भूमि पर जीव सब का।।

அதி. 6. வாழ்க்கைத் துணைநலம்

(மனைவியின் மாண்பு)

Chapter 6. Well being of life partner

(Excellence of wife)

अध्याय – 6. परिवार की सहायिका

(पत्नी की महत्ता)

1. மதித்துநட மங்கையும் மாண்புநிறை ஆணும்
    விதித்த வழியில் விழி.   0051
    Let both ladies and gentlemen respect each other and
    Follow the ethics shown.
    नर हो या हो नारी करना सम्मान,
    नियम है वह समाज का।।

2. விழியுடன் சேர்ந்த விழிமணி நல்ல
    வழியை விளக்கும் வளம்.   0052
    The eye ball within the eye will show
    The path to reach the resource.
    आँख में होती पुतली,
    कराती वह सदा स्पष्ट दर्शन हमें।।

3. வளம்நிறைந்த இல்வாழ்க்கை வான்பொருளாம் இல்லக்
    களத்தில் செருக்கைக் களை.   0053
    The domestic life with full of resources is great thing to have and
    Egotism to be quitted over there.
    दूर घमंड करो परिवार अपने में,
    होता प्राप्त जीवन सुमधुर।।

4. களைக சினத்தைக் கடலெனு மாசை
   களைந்திட வாழ்க்கை கரும்பு.   0054
   Let's leave the anger and the unfair desires like the big ocean ,
   And the life becomes sugarcane.
   दूर करो सागर सम क्रोध,
   बनता ईख सम जीवन अपना।।

5. கரும்பான இல்லறம் கண்ணிமையா மன்பால்
   இருவர் மகிழ்வர் இணைந்து.   0055
   The domestic life becomes so sweet full while
   The couple love each other with the love just like the eyelids for the eye.
   बंद न होती पलकें सम,
   मिल रहते दोनों ईख सम जीवन में प्रसन्न।।

6. இணைந்தவுடன் செல்வத்தை யீட்டப் பிரிந்தால்
   இணைப்பால் மனைப்பயன் என்.   0056
   What is the use being together in domestic life if gets separated ,
   To earn the money as soon as get married?
   मिलन होते ही बिछुड़े तुरंत धनोपार्जन पर,
   क्या आनंद होता परिवार अपने में।।

7. என்றைக்குந் தீமைக் கிடந்தாரேன் உள்ளத்தில்
   இன்றைக்கும் நன்குடையேன் இங்கு.   0057
   No place for evils in my mind
   And so I am being happy even today.
   सदा दूर रहता जब मन बुराई से,
   मिलते तब भलाई यहाँ ।।

8. இங்குள்ளோ ரில்லினி லின்பம் நிறைந்திட்டால்
   எங்கும் உவகை யியல்பு.   0058
   Those who are filled with joy here,
   They feel happy everywhere by instinctive life.
   भर जाता घर में जब उत्साह,
   बढ़ जाता जगह जगह उल्लास।।

9. இயல்பா லுடலுயிர்போ லீங்கிணைந்து வாழ்தல்
    கயல்களோ நீங்காக் கடல். 0059

    As the body and soul binds together and the life becomes alive,
    Which is like the fishes never leave from the sea.

    रूठना और प्राण सम मिलकर जीना,
    होता सागर न छोड़ती मछली सम।।

10. கடல்மீன் தரையில் கணநேரம் வாழாக்
    கடலலைபோல் சேரும் களித்து. 0060

    The sea fish never live on the ground even in few minutes ,
    And it will get back to sea like the waves of the sea.

    मछली न जीती पल भर भी थल में,
    लहरें सागर से मिलकर रहती सानंद।।

அதி. 7. மக்கட்பேறு

(நன்மக்களைப் பெறுதல்)

Chapter 7. Having Good children

(Giving birth to good babies)

अध्याय – 7. पुत्र प्राप्ति

(उत्तम सन्तान प्राप्ति)

1. களிப்பினைச் செப்பக் கணக்கா யிரண்டே
   அளிக்க விருவரும் ஆழ்ந்து.   0061
   Think deeply and have only two kids
   To express pleasure by both spouse.
   आनंद प्रकट करने उचित है दो औलाद,
   सोच दोनों बड़े ध्यान से।।

2. ஆழ்ந்த மகிழ்ச்சியி னன்பின் முதிர்ச்சியால்
   வாழ்வினிற் காதல் வரும்.   0062
   Love lies in those life who live happily with the affection of great maturity,
   Love would flourish in life.
   बढ़ती जब प्रौढ़ता प्रसन्नता में,
   होता विकसित प्रेम जीवन में।।

3. வருகின்ற மக்களை மாண்பருளால் காத்தால்
   கரும்பினிப்பு வாழ்க்கைக் கடல்.   0063
   Whose kids are being protected with dignity and kindness,
   The sweetness spreads in the life of ocean for them.
   संतान अपने की जब करते संरक्षा,
   बनता जीवन सागर मधुर ईख बराबर।।

4. கடல்போன்ற வாழ்வில் களிமுத்து வேண்டின்
   தடம்பதிக்க நன்மக்கள் தாம்.   0064
   The happiness in the life of the sea lies
   By the good children alone.
   सागर सम जीवन में पाना है मोती,
   कर लो सुपुत्र की प्राप्ति।।

5. தானுங் குழுகத்தில் தன்னளவில் தொண்டுசெய்தால்
   வானும் மழையென வாழ்வு.   0065
   The life is great like the sky and the rain
   For those who serve themselves to this world by their own.
   करते जब समाज में जन सेवा,
   बनता जीवन आती वर्षा बराबर।।

6. வாழ்வுயர வேண்டி வளநாடு செல்லாதான்
   வாழ்வி லுயர்வடை வான்.   0066
   Those who doesn't prefer to go to grown country to have the better life ,
   Would reach the sky.
   जीवन की उन्नति सोच न जाता विदेश,
   पाता वह जीवन में सच्ची प्रगति।।

7. வானுயர்ந்த வீடும் வளமளிக்கத் தம்மக்கள்
   வானுயர்வா யுள்ளம் வளர்.   0067
   With the great house and the sufficient wealth by the own children,
   Let's grow the heart with high thoughts at the level of sky.
   भव्य घर की समृद्धि करने,
   गुण उत्तम विकसित करो पुत्र के मन।।

8. வளத்தைப் பெருக்கிட மாண்பா யுயர்வாய்
   களமோ உழைப்பாகுங் காண்.   0068
   Which grows wealth and prosperity with high dignity
   Look at your life with full of efforts.
   करते जब अथक परिश्रम,
   होती समृद्धि साथ दिलाती उन्नति।।

9. காண்பான்தன் நாட்டினைக் கண்போலும் பெற்றோரைத்
   தாண்டாதான் வாழ்வின் தடம்.   0069
   Those who look the country like their own eyes
   They never leave their parents away in their life.
   देखता जो आँख सम देश अपना,
   नहीं छूटता अभिभावक से बना देता जीवन पथ।।

10. தடமது சீரானால் தாய்மகிழ்வாள் நன்றாம்
    இடத்தை யுருவாக்கல் இங்கு.   0070
    The mother become happy in case of the things better
    Where the life is stable here.
    उत्तम पथ से होती माता प्रसन्न,
    बना लो पथ वह अपने स्थान।।

அதி. 8. அன்புடைமை

(அன்புடையவராய் வாழ்தல்)

Chapter 8 - KINDNESS

(Leading life with love and affection)

अध्याय – 8. प्रेम जीवन

(सब के साथ स्नेही जीवन)

1. இங்கே பிறவுயிர்க ளின்பமாய் வாழ்ந்திடநம்
   பங்காய்த் துயர்களைதல் பண்பு.   0071
   Of other lives and ensure enchantment
   It is our best quality that to relieve the troubles.
   जीव सबका जीवन आनंद पाने,
   दुख उनका हटाना है कर्तव्य हमारा।।

2. பண்பட்ட அன்பினைப் பாரினுக் கென்றேதான்
   பண்பார் உயிரீவார் பார்.   0072
   Look the people who have grown with good culture;
   They provide their love and life to this world by nature.
   संसार भर की भलाई में,
   देते सुजन प्राण बराबर सुशील स्नेह।।

3. பாரினில் தாய்க்கீடு பார்ப்பதற் காருமில்லை
   பேரின்பத் தெய்வம் பெரிது.   0073
   No substitute for the mother could be seen in the world;
   The most Devine full and great soul.
   परमानंद देता परमेश्वर है बड़ा,
   माता बराबर होता न कोई संसार में।।

4. பெரியோரை நாம்மதித்தால் பேறுகிட்டும் பெற்றோர்
   எரிந்திடல் நன்றா இயம்பு.   0074
   Let's gain good name by respecting the elders;
   Is it good that the parents get suffer themselves?
   आदर बड़ों से होती अनेक भलाई,
   बता मन उनका जलन है उत्तम?

5. இயம்ப முடியா இடியாந் தனிமை
   கயத்தினில் மீனாய்க் களைத்து.   0075
   It is difficult to explain about the loneliness
   Like the fishes in the pit.
   अकथनीय वेदना है अकेलापन,
   होता वह तलैया में तड़पती मछली बराबर।।

6. களைத்தே உழைத்தாளே கண்போன்ற தாயோ
   களையன்று வாழுங் கலை.   0076
   The mother who works hard and protect her kids like her eyes;
   It is the art of living without any weed.
   जीवन आनंद दिलाने,
   नयन सम करती माता अथक परिश्रम।।

7. கலைத்தெய்வம் அன்னை கருக்கிடுந் தீயாய்
   அலைகின்றா னூடகத்தில் அங்கு.   0077
   God of art that is the mother who suffers a lot herself
   In the social media there.
   कला की है देवी माता यहाँ,
   करते नाश लोग संचार माध्यम से वहाँ।।

8. அங்கொன்று மென்றே அகிலத்தில் நாம்பார்க்கில்
   அங்கெங் கெனாதபடி ஆண்டு.   0078
   That could be felt everywhere we look for it
   The kindness rule the world.
   देखें हम हर जगह संसार में,
   करता स्नेह अपना शासन।।

9. ஆண்டே அரசாளு மாட்சித் துணையுடன்
    தோண்டுகின்றார் பல்லுயிருந் தூள்.   0079
    The ruler he makes all living beings to feel better
    With the help of kindness.
    सहारा शासन से उजाड़ता शासक,
    होते जीव सब वहाँ नाश।।

10. தூள்தூளா யன்போ துயர்ப்படு மிந்நாளில்
    தோள்கொடுத்துக் காப்பார்யார்? சொல்.   0080
    Shoulder while the kindness get into troubles in these days?,
    Tell ! Who could guard by giving their.
    झेलता आज स्नेही दुख अनेक,
    बता कौन है हाथ दे रक्षा करने को?

அதி. 9. விருந்தோம்பல்

(விருந்தினரைப் பேணுதல்)

Chapter 9. Extending Hospitality

(Protecting and caring guests lovingly)

अध्याय -9. अतिथि सत्कार

(आतिथ्य सेवा)

1. சொல்வீர் விருந்தோம்பல் தொல்புகழ் நந்தாயாம்
   தொல்காப் பியங்காட்டுந் தூய்.   0081
   Have proud to say that the hospitality is our part of ancient culture,
   Shown by the ancient book namely tholkappiyam.
   अतिथि सत्कार देता कीर्ति अपार,
   निर्मलता उसकी है दर्शाता तोल्काप्पियम।।

2. தூய்மை விருந்தெல்லாம் தொல்லுலகில் சீர்மையாங்
   காய்ந்தமன மாற்றங் கனவு.   0082
   The art of hospitality is the dream that heals the heart,
    That got hurt to rid of it and refresh again.
   निष्कलंक अतिथि सत्कार से होती उन्नति
   निरा मन से स्वप्न है विकास।।

3. கனவாகிப் போச்சேனல் கற்கண்டாம் வாழ்க்கை
   நனவினி லின்பமிலா ஞால்.   0083
   The most pleasant life changes into painful due to
   The lack of happiness without the hospitality.
   मिश्री सम जीवन अपना,
   बिन स्नेह बन गया स्वप्न बराबर।।

4. ஞாலஞ் சிலராலே நன்றாய்ப் பொலிந்தது
   ஞாலத்தார்க் கின்றேன் நலிவு.   0084

   The world is shining due to some people
   And there is no decrement for them.
   कुछ एक से मिली समृद्धि संसार को,
   बिन उनके हो जाती अवरुद्धि।।

5. நலிந்த விருந்தேதான் ஞாலத்தி லுண்டாம்
   நலிந்தவர் உண்பாரோ நன்று.   0085

   It is lack in hospitality in somewhere in the world
   And how could the poor get good food?
   संसार में होता अतिथि सत्कार गरीब का,
   दीनहीन क्या खाता खूब।।

6. நன்றாம் மணவிழா நண்பரும் நின்றுண்பர்
   அன்றை நிலைவருமா? ஆர்த்து.   0086

   Friends and guests have a practice of eating by standing in the marriage
   function called as buffet nowadays.Will those golden days come?
   उत्सव विवाह है उत्तम, आयेगा कब वह दिन?
   मित्र भी कर ले भोजन संतोष से।।

7. ஆர்த்திடும் முத்து மரும்பொ னிவையினுஞ்
   சேர்செம்பால் சேருஞ் சிறப்பு.   0087

   The speciality stands with the quality of the pearls
   And gold while mixed with quantum of copper.
   चमकता मोती अमूल्य स्वर्ण से भी,
   सदा मिलती खूबी ताँबे से।।

8. சிறந்தவர்க்கும் வீட்டில் செயற்கைச் சிரிப்பே
   உறவினால் நிற்கு முலகு.   0088

   How best they may be but they would be treated with artificial smile
   only , But this world stands by relationship alone.
   रिश्ते से स्थापित है संसार,
   होता मुस्कान महान का भी घर में बनावटी।।

9. உலகில் நடமாடும் உண்டிக் கடையால்
   இலக்குடை வாழ்வுண்டோ இல்.   0089
   Is there any ambitious life for many
   By the mobile hotels in the world?
   चल फिरते आहार की दुकान से,
   ध्येय जीवन का मिलता नहीं कभी।।

10. இல்லா விருந்தோம்பல் இம்மண்ணில் ஓரிருவர்
    நில்லா வுலகம் நிலைத்து.   0090
    Nobody lives in the world permanently
    Without the hospitality of someone in the this soil.
    इने गिने के अतिथि सत्कार से,
    स्थापित है अस्थयी धरती भी सदा यहाँ।।

அதி. 10. இனியவை கூறல்

(இனிய சொற்களைப் பேசுதல்)

Chapter 10. Saying delighted words

(Expressing soft and cheerful words)

अध्याय – 10. मधुर वचन

(मीठे शब्द बोलना)

1. நிலைத்திட்ட அன்பருள் நெஞ்சிலென்றும் வஞ்சம்
   இலையாம் மொழியு மினிது.   0091
   Those who are kind and compassionate for ever,
   Their mind never become fraudulent for sure.
   नेह व दया से भरे मन में होता नहीं कपट,
   होता वचन भी अधिक मधुर।।

2. இன்பத்தை நல்லுயிர்க் கீயும் பணிவுநிறை
   யின்சொல்லே யென்று மினிது.   0092
   Speak most humble words which makes others happy,
   The sweetest for ever is to.
   नम्रतापूर्ण मधुर वचन करता सुहावन,
   देता वह हर जीव को आनंद ।।

3. என்றைக்குப் பெற்றோ ரெமக்குயிர் தந்தாரோ
   அன்றே அவருயிர் ஆம்.   0093
   The day my parents gave me life
   And it is theirs from that day itself.
   अभिभावक ने दिया जन्म जिस दिन हमें,
   उस दिन से हो गये वे प्राण हमारे।।

4. ஆமென்றே இன்ப மகத்தினில் பூத்திடுமே
   தாமென் றுலகமுந் தண்.   0094
   The pleasure comes in the mind by itself where
   The world become beautiful by itself.
   भाव यह होता उदय जब मन हमारे,
   सुख सारे खिल जाते मन में।।

5. தண்ணிழல் மாற்றியே தன்மக்கள் தள்ளுதல்போல்
   எண்ணிடுவ ரென்றவர்க் கின்று.   0095
   Depends upon the people and the pressure,
   They never become happy those who change their views.
   ठंडी छाया से जब हमें धकेल देते बच्चे हमारे,
   सोचेंगे जरूर होगा उनको भी वे दिन।।

6. இன்று முதியோர்வாழ் இல்லத்தில் சேர்த்தவர்க்
   கன்பென்றும் உண்டோ? அருள்.   0096
   Those who leave their parents at old-age homes?
   Would they have kindness really.
   करवाया भर्ती जिसने वृद्धाश्रम में,
   जरा बता क्या प्रेम होगा उसके मन में?

7. அருளின்வேர்ச் சொல்லின்பம் அங்கேயுன் வன்சொல்
   கருமையை நீக்கக் கரும்பு.   0097
   The compassion lies in the words while it brings pleasant and,
   Eradicate the darkness of the harsh words and make sweet like the
   sugarcane.
   करना कटुवचन दूर,
   कहना गन्ना सम मधुर वचन होता वह वह दया का मूल।।

8. கரும்பா யினித்திடுமுன் கையி லிருக்க
   இரும்புபோல் பேசா தினி.   0098
   Deliver sugarcane like words
   Never speak hard iron like words.
   हाथ पर होते गन्ने सम कर मधुर वचन,
   कभी न बोल लोहे सम।।

9. இனிக்கின்ற உள்ளம் இசைதரும் வீணை
    பனிநீரின் தூய்மை பழகு.   0099

The sweetest heart is like the music comes from the veena,
And so move with the people like the purity of the droplets of snow.

मधुर मन राग देती वीणा सीख लो सब,
ओस में होते बेदाग बराबर।।

10. பழக்கத்தில் சான்றோராய்ப் பண்பாட்டில் மேன்மை
    பழக்க முயர்மலையாம் பார்.   0100

Look at the people who are so great in behaviour and
Highness of their culture like the tallest mountain.

सभ्यता में सज्जन सम गुण उत्तम सीख लें,
देख लें होती प्राप्ति पर्वत बराबर उन्नति।

அதி. 11. செய்ந்நன்றியறிதல்

(பிறர் செய்த உதவியை மறவாதிருத்தல்)

Chapter 11. Gratitude

(Not forgetting the help extended by other)

அध्याय – 11. अहसानमंदी

(दूसरे की सहायता न भूलना)

1. பாரினில் நன்றியினைப் பார்த்தல் கடினமாம்
   காரிருளில் காணுமோ கண். 0101
   It is difficult to find the gratitude in the world;
   Would the eyes have the chance to see in fog season?
   अंधेर में आँखों को दिखती नहीं कुछ,
   होता ऐसा संसार में आभारी को पाना।।

2. கண்ணிருந்தால் நல்லொளியைக் காண முடியுமா
   கண்பாவை வேலையாங் காண். 0102
   Can anyone see the brightness just because they have the eyes?
   Look at it is actually the job of the pupil.
   आँख की पुतली से दिखता प्रकाश,
   सिर्फ आँख से होता नहीं वह।।

3. காண்பார் சிலரேதாங் கண்மணியால் நல்லொளியை
   மாண்புற வாழ்வார் வழி. 0103
   It is only few people who could find the real light by their eyeballs,
   Who live with respect and make the path.
   कुछ ही जन पुथली अपनी से देखते प्रकाश,
   समझते सज्जन जीवन का पथ।।

4. வழியறிந்து நல்லுதவி மாண்புடன் செய்வாய்
   வழிகாட்டு மேழ்பிறப்பும் வந்து.   0104
   Do help with honour after finding the way
   It comes and helps in all seven births by showing the way.
   उत्तम पथ देख करना सबको मदद.
   सातों जीवन में प्राप्त होगा सहारा।।

5. வந்துதவும் நல்ல வளர்பயிராய் மக்களும்
   வந்துதவ உள்ளம் மகிழ்.   0105
   Be happy with the help of the people those who help like the growing crops,
    Help that comes back for them who does others which make pleasure.
   खेत धान का बढ़कर करती सहायता,
   पुत्र अपने की मदद से होता मन खुश।।

6. மகிழ்தற்கே யென்றும் மனத்தில்செய்ந் நன்றி
   அகில்மணமாய் வீசிடுமுள் ளாழ்ந்து.   0106
   Do remember the help of the others that make pleasure,
   Like the fragrance of the sandal spread deeply.
   कृतज्ञता सदा देती आनंद,
   अगरू बराबर फैलाता सुगंध दिशा चार।।

7. ஆழ்ந்தறிந்து சிந்திக்க ஆருயிரில் ஒரிருவர்
   பாழ்படா நெஞ்சுடையார் பார்.   0107
   It is true that there are very few people whose mind not corrupted,
   Even after analysing deeply.
   इने गिने का मन ही रहता सदा सभ्य,
   गहरी सोच से होता यह ज्ञात ।।

8. பார்த்துப் படிக்கவைத்த பண்பா ரெதிர்வரப்
   பார்க்காமல் போகின்றார் பார்.   0108
   Their tutor even they come in front of them
   Look at the people who doesn't respect.
   देखकर भी जाता है अनदेख अपने सामने,
   जिसने दिया उसे ज्ञान।।

9. பார்மகனே நன்றியுணர் பாருயிர்மே லன்பெனும்
    நார்கொண்டு கட்டுக நன்று. 0109

    Called love with their soul who felt them those help
    Oh my son! Tie them strongly with the thread.

    सदा समझकर रहो आभार,
    हर प्राण को पिरो भला धागा स्नेह से।।

10. நன்றே நினைத்திட நாடே நலமுறும்
    இன்னே தொடர்க இனிது. 0110

    Good thinking makes the country better;
    Good to start from today.

    उत्तम सोच से होती देश की अनेक भलाई,
    करो शुभारंभ उसका अभी ।।

அதி. 12. நடுவு நிலைமை

(நேர்மையில் தவறாமை)

Chapter 12. Neutrality

(Not compromising honesty)

अध्याय- 12. निष्पक्षता

(ईमानदारी से न हटना)

1. இனிதுநிறை நேர்மை இருந்ததா மின்றோ
   இனிதாம் நடுவுநிலை இல்.   0111
   Where there is no honesty,
    Impartiality never felt.
   मधुर निष्पक्षता से होता सदा,
   ईमानदारी का आनंद।।

2. இல்லம் மிகுந்த இருப்புடையான் நீதியின்முன்
   எல்லோரு மொன்றே இயம்பு.   0112
   Infront of the law irrespective of the wealth that they may own,
   Make it very clear that everyone are equal.
   धर्म के सामने लोग सब हैं बराबर,
   धनवान भी हो जितना बड़ा ।।

3. இயம்ப வியப்பாகும் இந்நாட்டில் நீதி
   இயக்குகின்ற காவ லிடி.   0113
   In this country where the rulers don't execute
   It is surprise to speak the moral.
   धर्म करती रक्षा बिजली सम,
   कहना यह है अद्भुत।।

4. இடிமின்னல் போல இருள்நிறைந்த செய்தி
   அடியொடு மாற அருள். 0114

   With high ethics from the state of darkness like the thunderstorm with
   lights,
   Bless to bring the betterment in life.

   बिजली की तेज चमक गड़गड़ाहट बादल सम,
   चौंकती बातें बदल करना सदा दया।।

5. அருள்மிகுந்த நல்லமைச்சன் ஆராய்ந்து நாட்டில்
   அருள்வழங்க நீதி அணி. 0115

   Justice stays where the good ministry protect
   The morals after lot of scrutiny.

   उत्तम मंत्री से होता सबका न्याय,
   तब भूषण बराबर बन जाता धर्म ।।

6. அணிகள் வணிகனுக் காக்கமே கோலாம்
   கணிக்கும் அறிவுநிறை காப்பு. 0116

   Having groups in some order help for business men
   And it is the wise tool for the assessment.

   अनुमान ज्ञान होता जेवर सम,
   करता व्यापारी को कल्याण।।

7. காப்பாஞ் சிறையினிலுங் கால்கோடி தந்தாற்கை
   கூப்புமே என்புதோற் கூடு. 0117

   Anybody will salute them who cares even behind bars with justice ,
    With hands putting together.

   जेल में भी मिले सच्चा न्याय,
   कर जोड़ करेगा नमन कंगाल भी।।

8. கூடுகின்ற மாந்தர் குவியும் பணத்தின்பின்
   ஓடுவர் அஞ்சா வுளம். 0118

   The people who goes behind money,
   Never fear for morals.

   मिलते जन सारे दौड़ते धन पीछे,
   करते नहीं मन में कोई डर।।

9. உள்ளம் உயர்ந்திட ஊராரும் மாறிடுவர்
    உள்ளொளியா லாகு முலகு.   0119

    Where the mind binds with great ethics, the people follow the same,
    And the world starts to shine.

    सत्य मन से गाँव जन का भी होता बदल,
    मन के उज्ज्वल से चमकता संसार ।।

10. உலகினர் மாற உடலு ஞுணர்வும்
    உலவப் பிறக்கும் ஒளி.   0120

    The people will transform and become bright
    Through the changes inculcated within their body.

    तन मन परिवर्तन से होता ज्ञान प्रकाश,
    बदल जाता यह संसार भी।।

அதி. 13. அடக்கமுடைமை

(மனத்தை நெறிப்படுத்தல்)

Chapter 13. Being humble

(Streamlining the mind)

अध्याय – 13. आत्म संयम्

(मन को व्यवस्थित करना)

1. ஒளியாம் பொறுமையோ உள்ளம் புகுந்தால்
   களிப்பையுங் காணுமே கண்.   0121
   If the patience penetrates into the mind,
   The pleasure persists over there.
   उज्ज्वल सहन भाव पाता मन में स्थान,
   पाती आँखें असीमित आनंद।।

2. கண்வழியே ஞானியர் காண்பார் மனத்தினைப்
   பண்பால் மலையாவர் பார்.   0122
   As they have the capability to find the mind through their eyes,
   Those who become great.
   मन की पहचान करते नयन द्वार से,
   देख गुण में होते ज्ञानी शैल सम।।

3. பாரி லுயர்ந்தோர் பழகு மெளிமையால்
   காரிருளில் சந்திரனைக் கண்டு.   0123
   The great people behave simply;
   It reflects like the light of the moon in the night sky.
   मिलते उत्तम जन रहते सादगी से,
   होते वे अंधेर में पाते चंद्र की चमक सम।।

4. கண்டார் வணங்கிடுவர் கான்மலரே போற்றிடுவர்
   கண்ணாம் அடக்கங் கடல்.   0124
   The people who see wish and praise those who are
   Self restraint which is like the ocean.
   आत्मसंयम है महासागर,
   लोग देख करते नमन करते स्तुति।।

5. கடல்போன்ற ஐம்பொறிகள் கட்டுக்குள் வைக்க
   அடங்கித் தழைக்கும் அறம்.   0125
   Where the people who control their five senses
   The virtues will grow.
   धर्म भी होता समृद्ध,
   सागर सम पंचेन्द्रियों का करते जब संयम्।।

6. அறமாம் அடக்கத்தை ஆன்றோர்பின் பற்றி
   அறவழியில் வாழ அருள்.   0126
   Let's the people follow the patience and
   Bless to lead the life with virtues.
   सत्कर्म पालन में पथ संयम पर,
   बढ़ने देना सज्जन को जीवन में दया।।

7. அருளுணரின் தீயவை ஆங்கவியும் மெய்யின்
   கருவிகள் வீழ்ந்தழிதல் காண்.   0127
   Where the patience perishes,
   The entire structure will perish.
   समझते जब दया का मूल्य,
   करते वे पंचेन्द्रिय संयम अपने आप।।

8. காண்போம் புறங்கூறல் கண்டவுடன் பொய்பேசல்
   மாண்பாய்ப் புலனடக்கல் மாண்பு.   0128
   We can see many who backbite and lie;
   The best thing to have self restraint in life.
   मान-हानी करता असत्य कथन,
   मिट जाते सब जब रखते संयम सदा।।

9. மாண்பாந் தலைவர் மறையோதும் ஞானியர்
   ஆண்டடக்கிக் காட்டிடுவர் ஆறு.   0129
   Some leaders and some preachers
   Show the way by leading their life with self restraint.
   महान नेता उत्तम ज्ञानी रहते संयम,
   दिखाते वे जन को उत्तम पथ।।

10. ஆறும் மனத்தார் அடக்கத்தைக் கொள்வாரேல்
    நாறு முலகும் நலம்.   0130
    If the people follow the patience,
    The world will become fine without any drain.
    करते जब मन में पालन संयम,
    होता संसार स्वस्थ व सुगंधित।।

அதி. 14. ஒழுக்கமுடைமை

(நல்வழியில் நிற்றல்)

Chapter 14. Possessing Discipline

(Behaving in a fair way constantly)

अध्याय – 14. सदाचार

(शिष्ट व्यवहार का पालन)

1. நலந்தரும் நல்லொழுக்கம் நாளெலாம் மேன்மை
   நிலத்துயிர் நிற்கும் நிலைத்து. 0131
   Discipline brings health and wealth forever
   Which stays here alive permanently.
   सदाचार देता सद् विकास हर दिन,
   पाते जीव सब सुखी जीवन धरती पर।।

2. நிற்குமுயிர் நற்பிறப்பால் நீளுலகில் வாழ்வுயரும்
   அற்பர் தடுப்பர் அறம். 0132
   The great birth with the great attitude achieve great
   heights in life,
   Whereas wicked people would avert the virtues.
   उत्तम जन्म से होता जीवन का सुविकास,
   नीच करता बाधा धर्म का विकास।।

3. அறந்தழைக்க ஆன்றோ ரயரா துழைக்க
   அறச்செல்வி யாட்டமே அங்கு. 0133
   Where the virtuous people work for the virtues to shine;
   Where she(virtue) find the place to become fine.
   देवी धर्म के शासन से होता विकास धर्म का,
   करते सज्जन उद्यम सदा उसका।।

4. அங்கிங்கா யோரிருவர் ஆழ்துறவி வாழ்ந்திட
    எங்கும் நிறைந்தா லெழில்.   0134

    Since some virtuous people live here and there
    The world is looking beautiful everywhere.

    बनते जब सारे जन जीवन सज्जन का,
    होती समृद्धि संसार का।।

5. எழில்நிறைந்த நல்லொழுங் கெங்குளதோ தீயாம்
    பழிநீங்கி மாறிடுமே பார்.   0135

    Where the discipline lies with it's own beauty;
    There would be eradicated all kind of evil things and get rid of all guilty.

    सुन्दर सद् व्यवहार का पालन है जहाँ,
    मिट जाता है अपमान वहाँ।।

6. பாரினில் நல்லார் பரிதவிப்பைப் போக்கிடக்
    காரிருண்டு பெய்திடுமே காண்.   0136

    Care the great people while suffer
    Sky may shower by itself.

    संसार में सज्जन का दुख देख,
    घटा भी करती वर्षा।।

7. காண்போம் தனிமனிதக் கற்பா மொழுக்கத்தை
    வாண்முகத்தார் வாழ்த்தும் மகிழ்ந்து.   0137

    The god would cherish and complement
    We can see the people who practice high discipline.

    देवगण भी गाते कीर्ति उनकी,
    जब बे करते पालन सद् व्यवहार।।

8. வாழும் மழலையை வன்புணர்ச்சி செய்பவரை
    வாழும் வகையின்றி மாழ்கு.   0138

    Those who harass and abuse the children sexually
    Let them not to live and should be abolished.

    करता जो बच्चे से बलात्कार,
    जीवन उसका करना अंत जरूर।।

9. மாழ்குதல் போதாது மண்ணில் பலர்தூற்ற
    ஆழ்கடலில் தள்ளி யழுத்து.   0139

    Many cursing not only to abolish and
    Push and immerse into the deep sea.

    बुरे का गिराना नहीं पर्याप्त,
    उनको गिरा दो गहरे सागर में।।

10. அழுத்தமாய்ச் செப்பிடுவர் ஆருயிரி னேற்றம்
    பழுதிலா வீடே பயன்.   0140

    People strongly say that the real benefit in the life
    Lies with the house of no defects.

    कहते विद्वान एक कंठ से यही,
    मिलती उन्नति मोक्ष से जीव की।।

அதி. 15. பிறனில் விழையாமை

(பிறன் மனைவியை விரும்பாமை)

Chapter 15. Not longing for another's wife

(Avoiding infatuation on other half)

अध्याय 15. दूसरे की पत्नी पर आकांक्षित न होना

(अन्य नारी पर लालच न दिखाना)

1. பயனுறச் சென்றாலும் பத்தினியை நோக்கின்
   பயனின்றிப் பட்டுழல்வான் பாழ்.   0141

   He who suffers one becomes useless in case he looks chaste,
   One would become useless and suffer.

   पतिव्रता पर करता जो व्यवहार बुरा,
   होता जीवन उसका नाश।।

2. பாழாம் மனம்போன பாதையில் சென்றவனைப்
   பாழாக்கிப் பற்றும் பழி.   0142

   He who holds responsible for his own deeds and so
   It would be imputed all blame on him while he misbehaves.

   मन के मते पर चलते को पतन कर,
   अपने में ले लेता अपमान।।

3. பழிவரும் கண்போகும் பாதையில் செல்வான்
   பழியொன்றி வாட்டும் பகை.   0143

   When one misbehaves,
   It brings the blame along with hostility.

   बिन सोच चलता जो बुरे पथ,
   पाता बडा अपमान दुखाता बैर भी।।

4. பகையென்ற பாம்பினைப் பற்றிட எண்ணின்
    நகைப்பார் திருந்துவாய் நன்று. **0144**

The people would laugh while he got enmity due to
his misdeeds,

And so it is better to behave well.

सोचते जब होने बैर के हाथ,

थूकेगा संसार कर लो सद् विचार।।

5. நன்றாம் தவம்செய்த நல்லன் இராவணன்
    நின்றிலன் நாணில் நிலை. **0145**

Even the king Ravanan fell due to his desires over other's wife,

Though he had performed so much penance and become good.

आकांक्षा अन्य पत्नी पर किया दशानन,

पाया आखिर युद्ध में बड़ा पतन।।

6. நிலைகுலையக் காரணமும் நீள்காமம் பெண்பின்
    அலைந்தவன் கொன்றான் அறம். **0146**

He who goes behind the women just for the lust,

It destroys the morality and diminishes his life.

पतन होता वासना काम से,

मारता धर्म को जो करता पीछा अन्य नारी का।।

7. அறமின்றிச் சென்றவன் ஆழ்குழியைப் பாரா
    திறங்கியே வீழ்ந்தான் இறந்து. **0147**

He who doesn't follow the virtues without looking at hurdles,

On his path and fell and died.

धर्म पथ से हट रह जाता,

गिरता गड्ढे गहरे में और मरता वह जरूर।।

8. இறந்தன மீன்கள் இழுத்திடுந் தூண்டில்
    இறப்புமே தீவழியாம் எண். **0148**

Dies just like the fishes got trapped in the net get attracted
towards the food,

The immoral path that he involves himself.

लालच से आती मछली छोड़ती अपने प्राण,

पथ लालच है होता बड़ा बुरा।।

9. எண்ணியே யாய்ந்தால் இயல்பழிதல் ஐம்புலனான்
   எண்ணி யடக்க எழில்.   0149
   The beauty lies in life when all five senses are under control;
   Otherwise it spoils the entire nature of life.
   पाते सत्य यह पंचेन्द्रिय से होता चरित्र नाश,
   संयम उसका करने है उत्तम।।

10. எழில்மிகு பெண்டிரை ஏதிலா னெண்ண
    அழிந்திடும் புத்துலகும் அங்கு.   0150
    When the women are seen with bad intention,
    The world would be destroyed there.
    सुन्दर नारी से करता जो हीन व्यवहार,
    वहाँ संसार भी हो जाता नाश।।

அதி. 16. பொறையுடைமை

(பொறுமையைக் கடைப்பிடித்தல்)

Chapter 16. Possession of Patience

(Keeping and following composure)

अध्याय – 16. सहनशीलता

(क्षमाशीलता का पालन)

1. அங்குமத யானை அமர்ந்திருக்கக் காரணம்
   அங்குசமே பார்க்க அழகு.   0151
   The reason for a furious elephant sitting there calmly
   Due to its ankusa looks pretty.
   वहाँ बैठा है बलवान हाथी भी,
   जहाँ होता वह सुन्दर अंकुश।।

2. அழகு புறத்திலில்லை ஆணவத்தால் தீயர்
   அழவைத்தால் மாற்றி யடக்கு.   0152
   Beauty doesn't lie in outlook
   Suppress them who slander it.
   सौन्दर्य है नहीं बाहर,
   घमंड में जो करता बुरा अधिकार अपने से करो उसका दमन।।

3. அடங்கிடும் மூங்கி லமைச்சர் முடியில்
   அடங்காதான் வாடு மலைந்து.   0153
   Those who have patience will be happy till the end of their
   life like flexible bamboo,
   Whereas others suffer a lot.
   मंत्री के बल में होता सहनशील,
   असहन होता जीवन भर दुखी।।

4. அலைபோல் அடுத்தே அறிவிலித் தொல்லை
   அலையா மனமே அமை.   0154
   Those who have a wavering mind become restless
   So keep your mind calm.
   चैन मन से मिलती शांति,
   मन मूर्ख को लहराता सदा।।

5. அமைதியாய் வாழ்பவன் ஆர்ப்பாட்டஞ் செய்யான்
   அமைதியாய் நல்லதையே யாற்று.   0155
   Those who want a peaceful life are never aggressive
   They make things better calmly.
   रहता जो शांत जीवन होता नहीं ठाट बाट,
   करो उत्तम कार्य बड़े चैन से।।

6. ஆற்றுகின்றார் நல்லார் அழிக்க நினைப்பாரை
   ஆற்றின் பொறுமையாய் ஆற்று.   0156
   Face the people who think to destroy those who work
   for betterment with patience,
   Mend them with calmness like the river.
   सज्जन करता कार्य उत्तम,
   शत्रु से भी करता वह कार्य सहन से।।

7. ஆற்றும் பணியை அவமதித்த தீயரிடம்
   மாற்றம் உருவாக்கல் மாண்பு.   0157
   Those evil people who disregard the good work done
   It is a great thing to do that to change.
   करता जो सद्कर्म पर अपमान,
   उत्तम है चिंतन उसका करना परिवर्तन।।

8. மாண்பிலார் துன்பம் மறுபடியும் செய்தாலும்
   மாண்பாய்ப் பொறுத்தல் வளம்.   0158
   Even though those wicked people who give troubles ,
   Again it is great to have patience.
   निम्न करता दुख बार बार,
   सहन करता सज्जन धर्म है होता महान।।

9. வளஞ்செய்யுந் தொண்டன் மனங்கொய்வார் தம்மை
   வளமழித்து வீழ்த்தி வருத்து. 0159
   Make them happy who makes things better
   In any kind of worst situation too.
   कल्याण कार्य पर सज्जन को जो दुखाता,
   सदा उसे पतन कर देता दुख।।

10. வருத்துஞ் சிலரிங்கே வாழ்வி லுணர
    வருத்தாம லின்பம் வரும். 0160
    People realizing in their life for troubling others
    Would get joy without harming.
    जीवन में दुख देते को समझाने,
    न देना संताप मिलेगा बड़ा सुख।।

அதி. 17. அழுக்காறாமை

(பொறாமை இல்லாதவராய் இருத்தல்)

Chapter 17 - Not jealousy

(Remaining not as a covetous)

अध्याय – 17. ईर्ष्या न करना

(जलन से दूर रहना)

1. வருமழுக்கோ உள்ளத்துள் வன்கொடுமை யூக்கும்
   மருந்தளவும் நன்மை மறந்து.   0161
   Whatever filth catches up is in mind it will encourage
   Violence forgetting the least benefit.
   मन की गंदगी है जलन,
   करता वह बुरा सब की भलाई दूर।।

2. மறந்தும் பொறாமை வருவதை நீக்கி
   மறப்போர் அழிப்பர் மனத்து.   0162
   Preventing the jealousy intruding deliberately
   People who forget would root out from their mind.
   अपने मन आते जलन को,
   तुरंत मिटाकर सज्जन रहता सदा।।

3. மனத்துக்கண் மாசிலார் மாட்சிமையைக் காப்பார்
   வனத்தில்வாழ் நீத்தாரின் மாண்பு.   0163
   People who are honest would maintain dignity
   Stateliness of souls reigning the heaven.
   वन में वास करते साधु सम,
   महान करता मन की पवित्रता।।

4. மாண்பாங் குணத்தால் வளத்தைப் பிறர்க்கீவார்
   மாண்பில் கவரியெனும் மான். 0164

By virtue character would give resources to other
In majesty a deer called Kavari.

उत्तम गुण अपने से देता दान सब को,
रहता जीवन विशेष हिरन बराबर।।

5. மான்போலத் துள்ளி மகிழ்விப்பான் அற்றாரை
   வான்போல வாழ்விலுயர் வான். 0165

Would please the people approaching playing like cheerful deer,
 He would develop in life to the level of touching the sky.

छलांग करता हिरन बराबर कराता आनंद,
गरीब को वर्षा सम दानी कराता उन्नत।।

6. வான்கருத்த உள்ளம் வருகையால் சுற்றமும்
   கான்மா சிதறுவபோல் காண். 0166

Darkened mind like dark sky by the arrival the relatives
See it scatters like the animals of the forest.

काले मन के आगमन पर,
भागते परिचित जन होते हिरन सम।।

7. காண்கிறோம் வள்ளல் களித்துதவும் ஏற்றத்தால்
   மாண்புடன் வாழ்வார் மகிழ்ந்து. 0167

We see the philanthropist, by the gesture of helping voluntarily,
He would lead the life rejoicing with recognition.

देखते हम सत्य यह संसार में,
दाता गुण अपने से पाता आनंद जीवन।।

8. மகிழ்தரும் மக்கள் மலையா யுயர்வார்
   மகிழ்வும் அவர்நாடி வந்து. 0168

People catering to the needs would be elevated as a mountain,
 Elation would move towards him spontaneously.

सुख देते औलाद को जो कराता उन्नत
आनंद मिलता उसे अपने आप।।

9. வந்தெவரும் வாழ்த்தார் வயிறு மெரிந்திடுவர்
   மந்தமதி கொண்டநிறை மண்.   0169

   No one will come and hail, impede with burning belly
   The soil occupied by dullards.

   कुबुद्धि है जिसकी कीर्ति न गाते उसकी,
   सोचते जन बुराई भी उसकी।।

10. மண்ணில் அழுக்காறாம் மாசினை நீக்கிட
    மண்ணும் ஒளியாகும் மாண்பு.   0170.

    If eradicate the pollution of jealousy on the earth
    The planet would be brightened with purity.

    धरती पर बड़ी गंदगी है ईर्ष्या,
    करें दूर उसे होता संसार उज्ज्वल।।

அதி. 18. வெஃகாமை

(பிறர் பொருளைக் கவர விரும்பாமை)

Chapter 18. Not Yearning

(Not longing to crave other person's belonging)

अध्याय – 18. लोभ न करना

(अन्य की चीज पर लालच न करना)

1. மாண்பழிக்கும் ஆமையால் மண்ணில் பொருளினை
யாண்டிடுவார் தீவழியை யாட்டு.   0171
By the covetousness spoiling the nobility the property on the earth,
Would amass through unlawful means.
बुरे लालच से चलता मानव कुपथ पर,
संपत्ति अन्य को अपनाता वह।।

2. ஆட்டுகின்ற பேயை யடக்க மனவமைதி
வீட்டுப்பற் றோடுமே வீழ்ந்து.   0172
To control the ghost, peace of mind
Affinity of domesticity would leave away developed.
लालच है कुशक्ति गिराती हमें जरूर,
संयम से मिलती जीत जरूर।।

3. வீழ்த்துகின்ற காதல் விறலோன் மணத்தலினும்
வாழ்வில் மறத்தல் வளம்.   0173
Defeating love though reign in the heart of confident soldier,
It is wiser to forget in life.
लालची पर प्रेम से होता जीवन पतन,
होता उत्तम सदा उसे भूलना।।

4. வளம்நிறை நெஞ்சத்தார் மாஅறம் நோக்கி
   வளமதை வெல்காரே வான்.   0174
   Munificent hearted expecting big morality
   Will not snatch the resource decidedly.
   उत्तम गुणवान धर्म पर रखता ध्यान,
   कभी न देता लालच को स्थान।।

5. வான்மழை போன்றவர் வாலறிவைப் பெற்றவர்
   மான்போல் மகிழ்விப்பர் மன்.   0175
   Like the rain of the sky, acquired vast knowledge
   Will make gladden like deer with pride.
   ज्ञानवान होता वर्षा बराबर,
   करता आनंद हिरन सम अन्य को।।

6. மன்னா வுலகத்து மன்னு புகழ்பெற
   வன்கொடுமை நீக்கியே வாழ்.   0176
   In the world not hating to gain permanent fame
   Lead the life omitting violence.
   निर्दयता से रहता जो दूर,
   अस्थायी संसार में पाता स्थायी कीर्ति जरूर।।

7. வாழுகின்ற காலம் வளத்தினை யீவார்க்கு
   வாழும் புகழால் வளம்.   0177
   During the lifetime to the person sharing their holdings
   By growing fame reverence.
   जीवन भर जो देता दया का दान,
   रहता वह कीर्ति के साथ।।

8. வளமாம் புலவர்தாம் வந்தெதிரில் போற்ற
   வளமனைத்தும் பெற்றிடும் மண்.   0178
   Glory as poet came forward for commendation
   The earth would get all resources.
   विद्वान समक्ष आकर देता जब सम्मान,
   धरती करती प्राप्त सारी समृद्धि।।

9. மண்ணுலகில் வெஃகாமை மன்னுயிரைக் காத்திடுமே
   எண்ணிவாழ் நாடே எழில்.   0179

   In the globe not grasping would protect all creatures
   The country leading life thinking this is an endowment.

   लालच से दूर जीव सब को मिलती रक्षा,
   देश भी पाती भलाई सारी।।

10. எழிலுலக மேற்றழுறும் ஏழியர் ஏக்கம்
    அழிந்தால் பொழியும் அருள்.   0180

    The charming world would gain advancement the wistfulness of poor,
    If exterminated the blessings would pour.

    गरीब की चाह जब होती दया से पूर,
    प्राप्त करती उन्नति यह संसार।।

அதி. 19. புறங்கூறாமை

(காணாதபோது இகழ்ந்து பேசாமை)

Chapter 19. No Vilification

(Maligning other during their absence)

अध्याय – 19. मानहानि करना

(मिथ्यापवाद करना)

1. அருளாளன் போலவே அன்பாய் நடிப்பான்
   கருமையா முள்ளத்தின் கண்.   0181
   He would pretend to be warm like a philanthropist
   Whereas narrow minded by nature.
   मिथ्या मन से रचता नाटक जो,
   करता अभिनय वह दयावान बराबर।।

2. கண்ணெதிரில் போற்றுவான் காணாத போதவன்
   வண்டார் பரத்தைபோல் வாழ்வு.   0182
   In front of the presence compliment, in the absence
   Living beetles like a prostitute.
   पीठ पीछे करता निंदा रहता सदा ऐसा,
   बिताता वेश्या बराबर का जीवन।।

3. வாழுகின்ற வீட்டினில் வன்மை புறங்கூற
   வீழுமே எல்லாமே வீண்.   0183
   In the house residing smearing cruelly
   All would fail unnecessarily.
   रहते घर अपने में करता जो मानहानि,
   होता सब का बडा नाश।।

4. வீண்புறஞ் சொல்லி விளையாடித் துன்புறுத்தி
   வேண்டி விழுவாரே வெந்து.   0184

   Slandering needlessly harming by playing
   Would fall down boiling wantonly.

   बेकार मिथ्यावाद कर देता दुख,
   गिर जाता वह बड़े संकट में।।

5. விழுந்தே யெழுந்தும் மிகையாய்ப் புறஞ்சொல்
   மழுங்குமறி வான்மடிதல் மாண்பு.   0185

   Will fall and raise, defamation in, over abundance
   The idiot would know it is better to die.

   करते मानहानि से मिट जाता विवेक,
   उससे है उत्तम प्राण त्याग।।

6. மாண்பாள னென்றும் மலர்போன்ற தூய்மையான்
   மாண்பாஞ் செயலால் மலர்ந்து.   0186

   A dignified person is always a gentleman like a flower
   Blossoming by purposeful deeds.

   सुमन सम कार्य उत्तम से,
   जीवन सज्जन का होता विकास।।

7. மலரும் மனத்தாலே மாளாப் புகழை
   மலர்ச்சியுடன் வீசும் மணம்.   0187

   By flourishing sweet smell to the endless fame
   Aroma blowing with brightness.

   पवित्र मन से प्राप्त होती बड़ी कीर्ति,
   बिखेर देता सुगंध वह हर ओर।।

8. மணத்தைத் தடுக்காது மாண்புநிறை சொல்லால்
   மணத்தை நடத்தும் மனம்.   0188

   Will not stop fragrance by honest vocabulary
   The mind leading to spread the scent.

   मधुर वचन कभी न करता कोई संकट,
   मन अपना विकसित कर कराता सुगंध।।

9. மனத்தி லொருபோதும் மாசே நுழையா
   மனத்தான் மகிழ்விப்பான் மண். 0189

   The person never allowing to enter into the mind
   Such personality would captivate the earth.

   रखता है जो मन अपने को पुनीत सदा,
   दिलाता संसार को बड़ा आनंद।।

10. மண்ணுலகில் போராட்டம் மண்டிக் கிடப்பதனை
    வண்ணமுறு மெண்ணத்தால் மாற்று. 0190

    The globe rooted deeply with struggle in all sphere
    Change it by beneficial thoughts and plans.

    जीवन होता संघर्षमय,
    उत्तम विचार से लाना उसमें बड़ा परिवर्तन।।

அதி. 20. பயனில சொல்லாமை

(பயனற்ற சொற்களைச் சொல்லாமை)

Chapter 20. Not uttering fruitless words

(Not expressing useless terms)

अध्याय -20. व्यर्थ बात न करना

(बेकार बातों को न बोलना)

1. மாற்றியே பேசும் மனத்தளவில் மாக்களாம்
   மாற்றுச்சொல் மாந்தும் மகிழ்ந்து.   0191
   Often changing their tongue by heart beasts,
   Would substitute words with pleasure.
   करता जो कथन बेकार का होता जानवर सम,
   देता मधुर वचन सब को सुख।।

2. மாந்திய வண்டென மாற்றிக் குழறிடுவான்
   ஆந்தை யலறல் அது.   0192
   Like the drunken beetles would blabber
   It is screeching of owl.
   व्यर्थ बात अपने में कहता वह ऐसा,
   उल्लू की बोली को भ्रमर का गान।।

3. அலறும் அவலச்சொல் ஆடும் அலைபோல்
   அலறு மவனை அழித்து.   0193
   Like the waves rocking alarming insulting words
   Would destroy the person screaming.
   दुख देता कटु वचन लहराते लहर सम,
   करता उसको भी बड़ा नाश।।

4. அழியாத சொற்சிற்பம் ஆளுலகை யன்பால்
    அழியா திருக்கும் அரும்பு.   0194

    Immortal sculpture of words ruling the world by love
    Remaining as an indestructible bud.

    करना शासन स्नेह से,
    पालन मधुर वचन रक्षा करता सारे संसार को।।

5. அரும்பு மலர அழகங்கே தோன்றும்
    மருவிலா உள்ளமே மாண்பு.   0195

    When the bud flowers beauty would appear
    Flawless heart is significant.

    कपट रहित मन बनता उत्तम,
    होता जब कली का विकास मिलता सौन्दर्य।।

6. மாண்பாம் செயல்களால் மாமனிதன் ஆனாலும்
    ஆண்டகைமுன் நாவை யடக்கு.   0196

    Though became a great personality by virtue of noble deeds,
    Restrain the tongue before the civilized people.

    उत्तम गुण का भी हो सज्जन,
    सामने अन्य के सदा करना जीभ पर संयम।।

7. அடக்கு மறிவுடையான் ஆய்ந்துணர்த்துஞ் சொல்லால்
    மடக்கிவிழ வைக்காத மான்.   0197

    Possessing reasonable knowledge by valid words making
    one to realize,
    An expert not making one to roll and fall.

    संयम में रखता बुद्धिमान करता शब्द नियंत्रण,
    होता वह न हार खाता हिरन समान।।

8. மான முயிரென மண்ணுலகில் வாழ்பவனே
    வானகத்துப் புள்போல் வலம்.   0198

    One who lives in this world with a principle that
    self-respect in soul,
    Would come around like birds of sky.

    मान अपने पर रखता जो ध्यान,
    रहता गगन पर घूमते विहंग बराबर।।

9. வலம்வரும் பண்புடையான் வன்சொல் மொழியான்
    கலங்காப் பயனுரைப்பான் கண்டு.   0199

    Having the nobility to come around will not speak harsh words,
    Would offer encouraging words to boost.

    कटु वचन न करता कभी न करता भय,
    कहता निडर अपना विचार।।

10. கண்டவுடன் வீழ்ந்தங்கே கையெடுத்துக் கும்பிடுவார்
    வண்ணமலர் கொண்டு வணங்கு.   0200

    Would stoop to revere with folded hands
    Bow with colorful flowers.

    सज्जन को देख कर जोड़ जन करते वंदन,
    रंग रंग सुमन से करना उसका नमन।।

அதி. 21. தீவினை அச்சம்

(தீமை செய்ய அஞ்சுதல்)

Chapter 21. Being scared of sinful acts

(Being fearful for immoral activities)

अध्याय -21. दुष्कृति पर डर

(अधर्म कार्य करने को डरना)

1. வணங்கும் குணமுடையார் வன்கொடுமை நீக்கி
   மணக்க நினைப்பார் மனத்து. 0201
   Having the tendency to respect avoiding violence
   By character would think to offer sweet smell.
   होते जिसमें सद्गुण,
   दूर कर दुष्कर्म करते उत्तम कार्य अपने मन।।

2. மனத்தினில் தீய வளந்தரா வெண்ணம்
   மனத்துள் நுழையுமுன் மாற்று. 0202
   In the mind the thoughts not harming others
   Change it before they enter into mind.
   दुष्कृति को न देना स्थान अपने मन,
   पूर्व उसे कुंठित करना है उत्तम।।

3. மாற்றுக வுள்ளத்தை மாற்ற மடையாமல்
   மாற்றியே செய்தால் மடி. 0203
   Change the heart without attaining change
   If do it other way enmity.
   दुष्विचार से मोड़ना मन अपना,
   न हो यदि मारना है अति उत्तम।।

4. மடித்தடித்துச் சாய்ப்பவன் மாளாப் பகைவன்
   அடித்தே நிலத்தினுள் ஆழ்த்து.   0204

One who quarrels and beat to uproot is a deadly enemy
Better lash and bury under the soil.

होता दुष्कर्म बडा वैर करता पतन,
गाड देना उसे भूमि के अन्दर।।

5. ஆழ்கிணற்றில் வீழ்ந்தான் அடுத்த நொடியினில்
   பாழ்ங்குழியில் சென்றிடுவான் பார்.   0205

Fell into a deep well within a second
Just see would go into the pit.

अंध कुएँ सम दुराचार में है जो गिरता,
डूबता वह गहरे गंदक में तुरंत ।।

6. பார்த்துப் படித்துக்கொள் பாழாம் பழிவந்து
   பார்க்கின்ற போதே படும்.   0206

Better learn by witnessing the recrimination, would draw near,
At time of seeing itself would suffer.

सीखना यह सदा,
दुष्कर्म से होता अपमान मिलता बडा नाश।।

7. படுத்துகின்ற துன்பம் பனிபோல நீங்க
   அடுத்தடுத்துச் செய்க அறம்.   0207

Desolation due to distress melt like snow
Do charity one by one.

करना सदा धर्म, हट जाता जिससे
ओस कण सम संकट अनेक ।।

8. அறஞ்செய்வா னென்றும் அறமிலாத் தீமை
   மறந்தும் பிறர்க்கிழையான் மாண்பு.   0208

One who offers money or other things voluntarily, wicked activities,
Would never do absentmindedly by the gentleness.

धर्मवान करता सुकर्म सदा,
भूलकर भी नहीं करता वह कभी धर्म विरोध।।

9. மாண்புடைய நல்லான் மனைவாழ்வில் மாண்புகழ்
    ஆண்மகனின் உள்ளுள் அருள்.   0209
    A gentleman with goodwill in homely life, great fame
    Blessings in the mind of a man.
    होती प्रतिष्ठि जीवन गुणवान में,
    रहती मन उसमें बड़ी दया।।

10. அருளாளர் அற்றார்க்கே அன்னைபோல் தந்தே
    வருவார்க்கும் ஆற்றிவாழ் வார்.   0210
    Merciful one giving like a mother to the needy and poor
    Would lead life serving to all coming with demands.
    दयावान देता सहारा माता सम,
    उचित और को भी सदा देता दान।।

அதி. 22. ஒப்புரவு அறிதல்

(உலகறிந்து பிறருக்கு உதவுதல்)

Chapter 22. Behaving after realizing worldly discipline

(Helping the people knowing their attitude)

अध्याय – 22. सामाजिक कर्तव्य

(उचित की सहायता करना)

1. வாழ்வில் வறியவர்க்கு வாழ்வளித்துத் துன்பத்தில்
   வீழ்ந்தவனைத் தாங்கும் விழுது.　　　　　　0211
   Providing rehabilitation to the poverty-stricken in life in
   desperation,
   A hanging root protecting the down hearted.
   दरिद्र को देता जीवन संकट से बचाता,
   रहता वह पेड के डाल बराबर।।

2. விழுதுகள் ஆல்தனை வீழவிடா வாய்விட்
   டழுதவரின் கண்ணீர் அழி.　　　　　　0212
   The hanging roots will not leave its mother banyan tree to
   fall to one who cries,
   Try to wipe out their tears.
   वटवृक्ष की रक्षा करते डाल सम,
   करना दूर अश्रु दीन का।।

3. அழியும் நிலையில் அருங்குருதி தந்தே
   எழிலான கண்களையும் ஈ.　　　　　　0213
   At perishing state offering blood
   Donate even attracting eyes also.
   अंतिम काल में खूब देना दान,
   सुन्दर नयन का भी करना दान।।

4. ஈந்தே மடியும் இயற்கையா முள்ளமோ
    ஈந்தாரின் முன்னோ ரியல்பு.   0214

    The nature would offer and die but the heart
    The heredity of the person's ancestors.

    देकर मर जाती महान प्रकृति,
    दानी करता मन उसीका पालन।।

5. இயல்பாய் உயிர்காத்தல் ஈகையா லின்பம்
    இயற்கை யழிவில் எழும்.   0215

    Saving the life by nature pleasure from extending support,
     It would raise from nature's destructions.

    करते दान व रक्षा जीव से,
    जीवित हो उठती विशाल प्रकृति भी।।

6. எழுந்தழிக்கும் நீரும் எரித்திடுந் தீயால்
    அழுகின்றார் மக்கள் அருள்.   0216

    The water destroyed by tempest and by the burning fire
    People cry, save them.

    बहते जल जलती आग से,
    दुखित होते जन करना उनपर दया।।

7. அருள்பொழியும் வாழையா யன்பி லிறையாய்த்
    திருவளிக்கும் நீள்மலைத் தேன்.   0217

    Pouring blessings like banana, in loving like god
    Honey of mountains range honouring with blessings.

    दया में कदली पेड़ स्नेह में ईश्वर,
    दान में पहाड़ी मधु बराबर रहना सदा।।

8. தேன்போன்ற வுள்ளமுஞ் சீர்நிறைந்த ஈகையும்
    வான்போல் வழங்கும் மழை.   0218

    Honey like heart and generous gesture to render
    Like the sky offering torrent.

    शहद सम मन में होती दया जिसमें,
    होते वे वर्षा देते गगन सम।।

9. மழைத்துளி வீழ்தலை மக்க எறியார்
   அழைக்காமல் வந்தருளு மாம்.   0219

   People may not know about the drops of rain falling
   It will come itself without calling and will grace.

   जन न जानते गिरती वर्षा बूँद गगन से,
   बिन बुलाये लाकर देती दान।।

10. அருளே வடிவுடையான் அன்பி னுணர்வால்
    கருணை வெளிப்படுங் கண்.   0220

    Possessing his own shape of divine by the feel of love
    The eyes exposing mercy.

    अन्य पर अनुकंपा करता दयावान,
    प्रकट होता सदा अपने स्नेह से।।

அதி. 23. ஈகை

(பிறருக்கு அளித்தல்)

Chapter 23. Philanthropy

(The practice of donating money to help people in need)

अध्याय – 23. परोपकार

(उपकार करना)

1. கண்சொல்லுங் கண்ணீர்க் கதையறிந்த நல்லோரே
   கண்போலுங் கார்மழையாய்க் காப்பு.   0221
   Oh! Magnanimous people! knowing the tearful stories eyes telling,
   Escort as if monsoon rain like eyes.
   कहती आँख कथा दुख की,
   समझ यह सज्जन करते उपकार वर्षा काली घटा सम।।

2. கார்மேகம் போலவே கைம்மாறு மெண்ணாது
   பார்காக்குஞ் சான்றோரைப் பார்.   0222
   Like dark rainy cloud not expecting in return for benevolence ,
   Look at the soft-hearted earnest persons shielding the world.
   काले बादल बराबर,
   करते सज्जन निस्वार्थ उपकार रखना ध्यान उन पर।।

3. பார்ப்பார்க் குதவிடுவான் பல்லுயிரை யோம்பிடுவான்
   ஆர்க்குங் கடல்போல் அருள்.   0223
   Would help the people coming across, safeguard variety of beings,
   Humanity like the seas with raising waves.
   जीव सब का करता उद्धार और उपकार,
   बनता वह दया में सागर बराबर।।

4. அருளாய் விருந்தோம்பி ஆன்ற உடையும்
   இருக்கு மிடத்தையும் ஈ.   0224
   Extending hospitality as a gesture fitting dress
   Give home too as shelter.
   वस्त्र और स्थान दे करो उपकार,
   कर स्नेह से अतिथि सत्कार ॥

5. ஈந்ததைச் சொல்லான் இறப்பினிலும் நற்சிறப்பே
   மாந்தனே தேவை மற.   0225
   Would not reveal what he gave, it is a virtue, even in death,
   Oh! Man forget your necessities.
   दान अपना कभी न कहता,
   चाह अपना करता दूर मौत उसका है महान॥

6. மறக்கும் மனமே மகிழ்வின் அரும்பாம்
   நறவா முளத்தான் நலம்.   0226
   The mind forgetting is the bud of happiness
   It is sagacious to have heart not greedy.
   विस्मरण देता आनंद मन भर,
   पाता उत्तम मन अनेक भलाई॥

7. நலமா யிருக்கின்ற நல்லவரே நாளை
   நலமா யெழுவோமா நாம்?   0227
   Oh! Healthy man with wisdom! tomorrow
   Would we wake up with the same health?
   हे उत्तम मानव होते आज स्वस्थ,
   क्या उठेंगे कल हम स्वस्थ?

8. நாம்வாழுங் காலத்து நல்லதுசெய் இன்றைக்கு
   நாம்சேர்க்கும் வைப்புநிதி நன்று.   0228
   Do good during our lifetime, for today
   What we accumulate and deposit is wiser.
   करना जीवन भर उत्तम उपकार,
   बन जाता जमा निधि बराबर जीवन भर॥

9. நன்றாய் நிலைக்க நமக்குரிய செல்வத்தை
   அன்றே மகிழ்வாய் அளி.   0229

   To live for ever the property belonging to us
   Better give it on that day itself with exuberance.

   प्रसन्न मन करना दान अपना,
   संसार में स्थापित करना कीर्ति अपना।।

10. அளிக்கும் பணமோ அகத்திற்குள் சென்று
    களிப்பையும் நல்கிடுங் காண்.   0230

    The money given would enter into belly
    See it would cater joy and merriness.

    देख यह, देता दान पहुँचता अंतर मन
    दिलाता भरपूर आनंद सदा।।

அதி. 24. புகழ்

(சீரிய செயலால் வருவது புகழ்)

Chapter 24. Fame

(Eminence is gained by constructive service)

अध्याय-24. कीर्ति

(उत्तम कार्य से प्राप्त यश)

1. காணுகின்ற ஏழையின் கண்ணீர் துடைப்பவர்க்கு
   மாணுலகில் மேன்மையாம் வாழ்வு.   0231
   To the person who wipes out the tears of the poor person he sees,
   In the reverent world life is dignified.
   मिटाता जो दुख गरीब का,
   पाता स्वर्ग में जीवन महान।।

2. வாழ்பவர் யாரெனின் வள்ளன்மை கொண்டவரே
   வாழ்வினில் வெற்றி வழி.   0232
   Who leads the life is one, who possesses talents
   It is the way to success in the life.
   दानी पाता सच्चा जीवन सदा,
   वही है जीत का पथ जीवन में ।।

3. வழிகாட்ட மண்ணில் வளமான நல்ல
   வழியில் மழலை மனம்.   0233
   To guide in the soil good resourceful
   Way childish mind.
   बच्चे का मन है उत्तम,
   दिखाता वह धरती पर उत्कृष्ट पथ।।

4. மழலைக்கு நற்புகழின் மாண்பை யுணர்த்த
    வழக்கத்தில் மாற்றம் வரும்.   0234
    To the baby to make to realize the uniqueness of fame
    Change would come in practice.
    देते बच्चे को जब कीर्ति का ज्ञान,
    होता कार्य में सुपरिवर्तन।।

5. மாற்றமொன்றே மாறாது மாறுதலும் நல்வழியில்
    ஆற்றும் அறமே யணி.   0235
    Changes only would never change, the change itself in refined way,
    The style of performing with purgation is the guard.
    स्थायी है बदलाव संसार में,
    करें यदि उत्तम धर्म बढ़ती शोभा कार्य में।।

6. அணியாம் விருதளித்தா லார்வம் மிகுமே
    அணிதான் புகழ்க்கே யணி.   0236
    As a token of recognition, if honour with award, the curiosity would
    increase,
    Appreciation is the adoration for the eminence.
    सम्मान से बढ़ता उत्साह,
    उससे कीर्ति भी चमकती तेज।।

7. அணியும் விளம்பரத்தா லாகா மனத்தின்
    பணிவாலே தூய்மைப் பயன்.   0237
    Not achieving by the publicity, through advertisement of the mind,
    By the humbleness, the benefit is sanctity.
    विनीत मन से होता सुफल,
    दिखावा नहीं देता ऐसा कोई लाभ।।

8. பயன்தரும் நற்செயலைப் பாராட்டி நாளும்
    அயரா துளங்கொண்டே யாள்.   0238
    Though admire the fruitful activities
    Reign with confidence tirelessly.
    उत्तम कार्य पर मिलती स्तुति,
    बेथक करना अपने ध्येय का काम।।

9. ஆளுகின்ற நாட்டின் அரும்புகழைக் காத்திட
   நாளும் அறஞ்செய் நலம்.

   0239

   To safeguard the honour of the government governing
   It is wiser to do welfare activities daily.

   कीर्ति अपने देश की होती स्थापित,
   करते नित धर्म कार्य से सदा।।

10. நலமுடைய மக்களும் நற்புகழை நாட்ட
   நிலவளஞ் சீராய் நிலைத்து.

   0240

   The public with wishes also to establish illustriousness
   The fertility of the land, consistent permanently.

   समृद्धि धरती की बढ़ती वहाँ,
   रहते जन कीर्ति कार्य करते जहाँ।।

அதி. 25. அருள் உடைமை

(உயிர்களிடத்து உருகுதல்)

Chapter 25. Humanitarianism

(Pitying for the sufferings of others)

अध्याय -25. सहानुभूति

(जीव पर अनुकम्पा करना)

1. நிலையிலா வாழ்வில் நிலைக்கா திடும்பை
   அலைக்கு முயிர்க்கே யருள்.   0241
   In the unstable life the grief not constant
   Bless the soul moving from place to place.
   करते जब जीव सभी पर सहानुभूति,
   नश्वर जीवन में दुख होता नाश।।

2. அருளோதம் வாழ்க்கை யகத்தினில் கொண்டோர்
   இருள்நீங்கி வாழ்த லியல்பு.   0242
   Showing pity is principled persons having this in mind
   Leading life getting rid of worries is usual.
   मन में जब करते जीवन भर संवेदन,
   होती जिंदगी दुख से दूर।।

3. இயல்பாக அற்றார்க்கே ஈத லருளாம்
   இயங்குக வான்மழை யென்று.   0243
   By common practice helping the down-trodden is meaningful,
   Better function as rain of the sky.
   बना लेना स्वभाव गरीब का दान,
   रहना गगन देती वर्षा बराबर।।

4. என்றுமவர் கையூட்டே ஏற்கார் மனத்தினில்
   நன்றல்ல தெண்ணார் நலம்.

   He never accepts bribe, in mind
   Would not even think other than good is feature.

   बुरा न सोचता मन अपने में जो,
   कभी न लेता लाभ किसी से।।

   0244

5. நல்வழியை நாடுவர் நாட்டினில் செல்வத்தை
   அல்வழியி லீட்டார் அருள்.

   Would aspire fair means wealth in the country
   Would not even think other than good, is feature.

   बढ़ाता देश का धन उत्तम पथ पर,
   कभी न जाता वह कुपथ पर।।

   0245

6. அருளே துணையாக ஆளுகின்ற வுள்ளம்
   அருந்துணை யாக்கு மரண்.

   The heart dominated by the accompanying mercy
   Will be a protective wall created as loyal escort.

   मन जिसमें शासित है रहम,
   करती सुरक्षा दिलाती बल।।

   0246

7. ஆக்கும் அருளுடையான் அன்பிலாக் காதலியோ
   வாக்கை மறுத்தாலும் வாழ்த்து.

   Constructive kind hearted but the love with affection
   Greet even if she rejects, her promise.

   स्नेह रहित प्रेमिका करें नकार,
   सहानुभूति अपने से करना उसकी बधाई।।

   0247

8. வாழ்க்கை முழுதும் வளமாக்கக் கற்றுக்கொள்
   வாழ்வினில் நாடு வளம்.

   Throughout life learn to make life with resourcefulness
   In this life the prosperity of the nation.

   सीखना जिंदगी भर पाने समृद्धि,
   जन उनसे बढता देश का ऐश्वर्य।।

   0248

9. வளமாக்கு முள்ளம் வளர்ச்சியில் வெற்றிக்
   களமும் அமைந்தால் கனி. 0249

   The mind to make prosperous, the success in the growth
   If conducive base set up, is setting down will be headway.

   उन्नत करने का मन,
   हो विकास में योग्य स्थान मिलता सुफल।।

10. கனியாம் அருள்வழியைக் காட்டிட இல்லம்
    நனிமிக நாடும் நலம். 0250

    The home to guide the most fruitful way, the courtesy
    Seeking health to make more merry.

    घर में जब दिखाते सहानुभूति,
    भरता देश में आनंद होता प्राप्त सुफल।।

அதி. 26. புலால் மறுத்தல்

(இறைச்சி உண்ணுதலை விலக்கல்)

Chapter 26. Refusing Flesh

(Avoiding eating meat)

अध्याय – 26. मांस निग्रह

(मांसाहार परहेज करना)

1. நலம்பெறத் தீப்புலால் நாம்வாழ நீக்கு
   நிலத்தினில் மன்னுயிர் நீடு.   0251
   To gain wellbeing and as to live, keep away harmful meat,
   To live long of all people on the earth.
   बुरे मांस का करना दूर,
   करना भूमि पर जीव का बचाव।।

2. நீடுபுகழ் பெற்றிடுக நீளுலகில் நல்லருள்
   நீடுமே யென்றும் நிலைத்து.   0252
   Obtain long-standing fame, in the broad wide world holy grace,
   Would exist for ever unchanging.
   जीव पर करना सदा दया,
   पाना अपार कीर्ति संसार में।।

3. நிலையா வுடலில் நிலைக்கா வுயிரை
   அலையா திருக்க அருள்.   0253
   In the temporary body the soul not to be stable
   Bless not to wander.
   नश्वर तन में अनित्य प्राण को,
   दुख न देने करना दया।।

4. அருள்நிறை சான்றோரும் ஆருயிர் மீதே
   கருணை பொழிவர்தங் கண்.   0254
   A person of great goodness on the lovely soul
   Would be gracious through their eyes.
   जीव सब पर बिन भेद करते
   सुजन नित वर्षा बराबर।।

5. கண்ணால் வணங்கிடும் கைகூப்பி மன்னுயிர்
   கண்ணோடி வாழ்த்துவதைக் காண்.   0255
   Showing respect through eyes with folded hands, the
   permanent soul ,
   See greeting with long steady look.
   जीव पर दया करते सज्जन को,
   करते जन नमन देते आशीष।।

6. காணு மிடத்திலுனைக் காணா உயிர்களும்
   மாணுயரென் றேத்தும் மகிழ்ந்து.   0256
   All beings not meeting in the place where you will be seen ,
   Would commend to reach the sky with gladness.
   रहे परोक्ष भी करते जीव पर जो संवेदन,
   सुख से करते जीव सब कीर्ति गान।।

7. மகிழ்ச்சியிங்கு மண்ணுலகில் மாற்றத்தால் வந்தால்
   மகிழ்ந்துயிர் கொள்ளுமே மாண்பு.   0257
   If the gratification hare on the earth, comes by changes
   The soul would absorb with gratitude.
   बढ़े मन में जीव पर संवेदन विचार,
   होगा प्राप्त धरती भर आनंद।।

8. மாண்டதை யுண்டால் மகிழ்ந்தே கிருமிகள்
   நாண்மீன் எனப்பரவும் நாடு.   0258
   If eat one thing dead the virus with jubilation
   Would spread in the country like Alpha Aretis star of the sky.
   खाते हम मृत को जब,
   देश भर फैलता रोगाणु तब जरूर।।

9. நாடு முலகும் நலமானால் பூமலிந்த
   காடுங் கழறுங் களிப்பு.

   0259

   If the world you aspire become disease free and healthy flowers filled,
   Forest would also draw happiness.

   देश और संसार होता जब स्वस्थ,
   सुमन से भरा वन भी होता खुश।।

10. களிப்பைக் கடலிலும் காணுவோம் எண்ணில்
    அளிக்கு மியற்கை யழகு.

    0260

    If think, we can see visual of bliss on the sea also
    If nature provides, it is beautiful.

    देखना चाहते सौंदर्य जब सागर में,
    देती प्रकृति उसे भी वहाँ।।

அதி. 27. தவம்

(உணர்வையடக்கி உயரும் முறை)

Chapter 27. Prayer after renouncing all attachments

(The apt method to elevate oneself restraining the sense)

अध्याय – 27. तपश्चर्या

(इंद्रिय निग्रह करके उन्नति पाना)

1. அழகாய் உயர்தவஞ்செய் ஆன்றோ ருயிராம்
   அழகுயர் வீடடைவர் ஆம்.   0261
   Observe penance with observance the soul of respected person,
   Yes, he would succeed to attain a holy home.
   करना उत्तम तपस है वह सज्जन के प्राण,
   दिलाता वह मुक्ति का धाम।।

2. அடையு மழிபகை யாடிடு மன்றே
   யடைக்க முளைக்கும் அரும்பு.   0262
   The hostility obtaining would shake on that day itself
   To seal shoot would sprout.
   करते जब योग साधना,
   होती शत्रुता नाश अंकुरित होता विकास।।

3. அரும்பாய் முளைவிடும் ஆசையே தீதாம்
   இருமடங்காய் ஏறும் இரங்கு.   0263
   The papilla a small projection like craziness is unpleasant,
    It would intensity two fold, show mercy.
   अंकुरित होती इच्छा है बुरी,
   बढा देती दुख अत्यधिक।।

4. இரங்குவார் மன்னுயிர்மேல் எண்ணம் அடக்குங்
   கரவிலா உள்ளத்தைக் காண்.

   0264

   Will be clement to the lives on the earth controlling thought,
    See the heart not hiding.
   करते जो जीव पर दया,
   देख यह उसका है मन निष्कपट।।

5. காணும் அனைத்துமிவர் கட்டுக்குள் நின்றிடும்
   வாணுதலாள் போற்றுமவர் மாண்பு.

   0265

   Whatever he sees would abide to be under his control
   With brightened face appreciating others his uniqueness.
   करता अधिकार जब इन्द्रिय निग्रह पर,
   कीर्ति उसकी गाती देवी भी।।

6. மாண்பா மமைச்சர் மறப்போரில் வென்றாரும்
   மாண்டாரைச் சேர்த்தே வணங்கு.

   0266

   The brave minister, the soldiers who won and like
   Salute the soldiers who gave their life also.
   गुण होता उत्तम विजित मंत्री का,
   युद्ध में बलि हुए शत्रु का जब करते नमन।।

7. வணங்கு முயிர்களும் வாழ்த்தினைப் பெற்றால்
   மணக்கும் உயர்நிலையில் வாழ்வு.

   0267

   If all the souls praying get the blessings
   The life at the peak with pleasant odour.
   निर्बल जीव भी जब पाते आशीष,
   मिलता जीवन में सुविकास।।

8. வாழ்க்கை யொருமுறை வாழ்வி லுணர்ந்திட்டால்
   ஆழ்கடல் வந்தருளு மாம்.

   0268

   Life is only once, if realized during lifetime
   Deep sea would come to grace.
   समझते जब सत्य जीवन का,
   लहराता सागर भी करता दया जरूर।।

9. அருள்நிறையாத் தீத்துறவி ஆசையால் பெண்ணாம்
    அரும்புகளை யிட்டார் அனல். 0269
    The bogus saint without due grace, he by hankering feminine,
    Buds planted became fire.
    मोह नारी का बोना अनल सम,
    अध तपस है बुरा साधु का।।

10. அனலுலகம் மாற அருங்குளப்பூப் போல
    மனங்குளிரச் செய்திடும் மண். 0270
    World of fire to change, like flowers of brimming pond
    The soil pleasing the heart and soul.
    होता जब माया मोह से दूर,
    ताल खिले सुमन सम धरती देती बडा आनंद।।

அதி. 28. கூடா ஒழுக்கம்

(பொருந்தா ஒழுக்கம்)

Chapter 28. The behavior to be forbidden

(The conduct detrimental)

अध्याय – 28. धूर्त कार्य

(कुटिल व्यवहार)

1. மண்ணில் செயலால் மலர்ந்திடும் நம்முயிர்
    விண்ணகரப் பேறடையும் வீடு.   0271
    Our life would prosper by the ventures on the soil
    The home would achieve heaven's grace.
    कार्य उत्तम से जीव पाता विकास,
    मिलता उसे स्वर्ग में स्थान।।

2. வீடுணர வைப்பனெனும் வீண்சொல் துறவியர்
    வீடுணராச் சேற்றில் விழும்.   0272
    The priest of flattery saying that I will bring heaven
    Would fall in the mud of ordinary soil.
    दिलाता मोक्ष कहते साधु निरर्थक कथन,
    गिरा देता वह कीचड़ में।।

3. விழுகின்ற பெண்டிரை வீழ்த்தி மடக்கும்
    பழுக்காத் துறவி பலர்.   0273
    The destitute senoritas by attracting words cheated
    There are many filthy saints.
    कच्चे साधु हैं ऐसे होते अनेक,
    माया मोह में गिरा देते नारी को।।

4. பலர்புகழ்ப்பே ராசிரியர் பாரில் முனைவர்
   நலன்நாடிச் சென்றார் நலிந்து.   0274
   Many famous professors, doctorates in the world
   As become lacking approached to seek favours.
   कीर्ति प्राप्त विद्वान है वह,
   गया स्वार्थ पीछे बना कमजोर।।

5. நலிந்தாரின் செல்வம் நயமாகப் பேசி
   நலிவாக்குந் தீயர்சூழ் நாடு.   0275
   Property of poverty stricken speaking attractively to lure
   The country surrounded with cunning people making weak.
   देश वहाँ होते बुरे अनेक,
   मधुर वचन से अपनाते कमजोर का धन जरूर।।

6. நாட்டில் அறந்தழைக்க நாடாத காவலரைக்
   காட்டாகச் செய்வோங் கடிந்து.   0276
   The protectors of the country not wishing moral principles to thrive,
   Let us all protest united.
   शासक न करता देश में धर्म विकास,
   करें उसे कठोर आलोचना।।

7. கடிக்கின்ற சிங்கத்தைக் கண்டால் விலகு
   நடிக்கும் மனிதர்சூழ் நாடு.   0277
   Better move away when see the lion biting
   The country encircled by people acting artificially.
   काटते शेर से हट जाते दूर सम,
   मानव देश में रचते नाटक अनेक।।

8. நாட்டை யழித்திடும் நஞ்சான தீத்துறவி
   யாட்டம் அடங்க அழும்.   0278
   The poisonous priest ruining the country
   Would cry for the cessation of his game.
   बुरे साधु का कार्य देश को करता नाश,
   दूर करने उसे जन होते दुखी।।

9. அழுத்துகின்ற வுள்ளத்தான் ஆன்ற துறவி
   அழுக்கினில் கிட்டா தருள்.   0279

   Compressing and minded the so called saint
   If take by heart, cannot accomplish sanctity.

   काले मन से न मिलती दया,
   रखता सच्चा साधु मन अपना नियंत्रण।।

10. அருளு மெளிமையும் அன்புடனு முண்மைத்
    திருவுழுடை நல்லார் தெளி.   0280

    Gracefulness and simplicity, love and truthfulness
    Better acquaint with irreproachable celebrity.

    समझ सत्य यह, दया सादगी
    सत्यता से होते सज्जन।।

அதி. 29. கள்ளாமை

(பிறர் பொருளைக் கவர நினையாமை)

Chapter 29. Abandoning snatch

(Not to think to grab other's belongings)

अध्याय – 29. अस्तेय

(पर वस्तु ग्रहण न करना)

1. தெளிந்திட்ட உள்ளத்தில் தெய்வமெதிர் நின்று
   தெளிவாக்கும் பாதையைத் தேர்ந்து.

   In a candid mind the god present in front of
   Would clarify the right direction.

   मन जिसका होता निष्कलंक,
   आते ईश्वर खुद बनाकर देते पथ।।

   0281

2. தேர்ந்தே திருடினால் தீப்போலுந் துன்பத்தைத்
   தீர்க்க வியலா தெளி.

   If steal professionally fire like ordeals
   Try to understand those cannot be solved.

   करते यदि छल से चोरी,
   समझ यह न बच पाते आग सम संकट से ।।

   0282

3. தெளிந்தாய்வில் வேண்டும் திடமாந் தரவாம்
   களிப்பாய்க் கவருதல் காண்.

   More confidence is required while probing
   Try to see you are attracted by artificial smile.

   समझ स्पष्ट रहो सदा दृढ,
   देता वह आनंद असीमित।।

   0283

4. காணும் பொருள்கள் கவர்பவனைப் பார்த்திட
   வாணுதல் வாடும் வறண்டு.   0284

   When things see a robber robbing, he sees
   The forehead would become pale by dryness.

   देखती चीज सब करता जो चोरी,
   देख उसे पत्नी भी होती दुखी।।

5. வறண்ட நிலையில் வளந்தரா எண்ணம்
   மறந்தும் வளராமை மாண்பு.   0285

   In the penniless condition the thoughts not giving affluence,
    It is wiser not to prosper even mindlessly.

   होता मलिन विचार जब सुख,
   रखना गौर कभी न हो उसका विकास।।

6. மாண்புடையர் தீயாம் வரும்பொருளை நீக்கியே
   மாண்புடன் வாழ்வர் மகிழ்ந்து.   0286

   Respectable people neglecting the products coming by fraudulent way,
   They would live happily with dignity.

   कमाई बुराई से रहते सज्जन दूर,
   शान से रहते वे सदा।।

7. வாழ்வில் கவர்ந்தே வறுமையில் தள்ளினார்
   ஆழ்கடலில் வீசி யழி.   0287

   By attracting in the life pushed into famine
   Destroy throwing into sea.

   मिले दरिद्र जीवन भी,
   चोरी से प्राप्त धन करना नष्ट सागर में।।

8. அழியும் பொருளை யமைச்சன் பறிக்க
   அழிவனைத்தும் வந்துநிற்கு மாங்கு.   0288

   As the minister seizes the perishable products
   All destructions would be present there.

   नश्वर चीज का जब मंत्री करता लूट,
   आकर जमजाते विनाश अनेक।।

9. ஆங்காங்கே செய்யும் அறமே துணையாகத்
   தாங்கும் வலிமை தரும்.   0289
   The alms offering then and there and here and there as the
   companion,
   Would give confidence to resist.
   करना समय पर कार्य धर्म का,
   देता वह जीवन में बडा सहारा।।

10. தருகின்ற உள்ளந் தவற்றினைச் செய்யா
    திருடா வுலகஞ் சிறப்பு.   0290
    The heart having the tendency to help would not commit error,
    The world without stealing is significant.
    दानी का मन कभी न करता दोष,
    महान है चोरी रहित संसार।।

அதி. 30. வாய்மை

(உண்மையே நன்மை)

Chapter 30. Candour

(Harmlessness is the benefit)

अध्याय – 30. सत्यता

(सत्यवादिता से लाभ)

1. சிறப்பான வுள்ளத்தில் சீர்மெய் மொழியும்
   திறவுகோல் வாய்மை தெளி.   0291
   In the magnificent heart the truth what the healthy body states,
    The key is veracity try to get mind cleared.
   उत्तम मन में होता वह सत्य वचन,
   समझ वह सत्यता है चाबी।।

2. தெளிந்த மனத்துடையான் தீமை நினையான்
   அளித்தும் வளர்ப்பான் அறம்.   0292
   One who is straight forward would not think sinfully
   He would sponsor, contributing to develop virtues.
   स्पष्ट मन कभी न सोचता कोई बुराई,
   देकर भी करता रक्षा धर्म का।।

3. அறத்தா லுயர்ந்தா லணுகாதே யச்சம்
   மறத்திற்கும் வாய்மையே மாண்பு.   0293
   If one comes up in life by just and appropriate way, fear will not come close,
    For bravery also the truthfulness is the attribution.
   होता धर्मवान सदा बड़ा निर्भीक,
   वीरता में सत्यता है उत्तम।।

4. மாண்பான சிந்தை மனம்நிறை தூய்மையன்
   மாண்பால் சிறப்பான் மகன். 0294
   Excellent thinking whole heartedly a puritan
   The son would become popular by good character.
   निष्कपट मन के सज्जन का पुत्र,
   पाता महान कीर्ति।।

5. மகனி னுயர்வோ மலைமலர் மேன்மை
   அகத்தினில் வாய்மை அருள். 0295
   Elegance of son reputed like flowers of the mountain
   Truthfulness in the heart is the breeding.
   मन की सत्यता से होती प्रगति पुत्र की,
   पहाड पर खिले सुमन सम।।

6. அருள்நிறை நெஞ்சம் அமைந்தவன் வாழ்வில்
   இருளே நுழையா எழில். 0296
   In the life of a person filled with gracefulness in the heart
   The refinement, ungraciousness, darkness would not penetrate.
   सत्यता से भरपूर जिंदगी में,
   कभी होती नहीं अँधेर।।

7. எழிலான வுள்ளமதே யேர்கட லாகும்
   அழியா வரலாறாம் அங்கு. 0297
   The mind with nobility itself is like the wide and vast ocean,
   Immortal history is there.
   सत्यवादिता का मन है सागर,
   बन जाता वह इतिहास।।

8. அங்கிருக்கும் மக்களோ அன்பும் அருளொளியும்
   எங்கும் பொழிவார் எழில். 0298
   Citizens living there with goodwill also and benevolent
   He would pour rapid and strong suavity everywhere.
   देश वहाँ रहते जन सारे,
   देते सब को स्नेह व दया प्रदीप।।

9. எழிலாம் விளக்கா லெவர்க்கும் மகிழ்வே
    இழிவு வராதென்றும் இங்கு.   0299
    For all jubilation through the lamp of decorum
    Ignominy would never come here.
    सुन्दर सत्य से सब होते प्रसन्न,
    होता पतन नहीं वहाँ।।

10. இங்குள்ளோர் வாய்மையால் ஏற்ற மடைந்திடுவர்
    அங்குப்பின் பற்ற அருள்.   0300
    People here would gain upliftment by candour
    All to follow would prosper.
    सत्यता से होते जन यहाँ उन्नत,
    करते पालन दया स्नेह सदा।।

அதி. 31. வெகுளாமை

(கோபங் கொள்ளாமை)

Chapter 31. Not getting infuriated

(Not enraged)

अध्याय – 31. क्रोध का निरोध

(कभी गुस्सा न करना)

1. அருள்நீங்கி யன்பே யறியா தடர்ந்த
   இருளுளத்தில் வெம்மை இயல்பு. 0301
   Humanity departing, dishonest one not aware of love
   It is quite natural anger prevailing in the crooked one.
   दया व स्नेह रहित अंधेर मन में,
   ताप है स्वभाव वहाँ।।

2. இயல்பில் வெகுளாமல் ஏங்காத வுள்ளம்
   கயத்தி லுயிர்கள் கலை. 0302
   As character the heart will not be longing without anger
   On this surface all creations in the pond are artful.
   क्रोध रहित व इच्छा से दूर का मन,
   है ताल में होते जीव सम ।।

3. கலையிழந்த ஓவியம்போல் கண்கள் சிவந்தே
   அலைகடல்போல் பாய்ந்தே யழி. 0303
   Like drawings losing charm the eyes become redness
   Destroy like waves arching and breaking on the shore.
   क्रोध भरी आँखें होती शोभा रहित चित्र सम,
   लहर भरे सागर सम करना उसे नाश।।

4. அழிக்கும் உயர்பதவி ஆயின் வெகுளிப்
   பழிவரும் எண்ணிப் பணி.   0304

   If it is a punishing high post do not be angry
   Think to be polite as blame would come.

   सोच सत्य यह, प्राप्त पद से बढ़ता
   जब क्रोध होता बड़ा अपमान।।

5. பணிந்திடக் கோபம் பழக்கத்தில் நீங்கப்
   பணிவாங் குணமும் படர்ந்து.   0305

   As to be humble, the anger to be erased by practice
   Submissive character would also spring.

   उद्दंड क्रोध से जब होता दूर,
   पलता विनम्र गुण बढता अपने आप।।

6. படர்ந்தே உயரழுத்தம் பாயுங் குருதி
   அடர்ந்தே யழுத்திடும் ஆம்.   0306

   Spreading higher pressure flowing blood
   Yes, density would pressurize.

   तेज क्रोध से चढता रक्त भी तेज,
   बन जाता वह प्राण घातक।।

7. அழுத்துகின்ற கோபம் அணுகா தொழிய
   எழுவார் மலைபோ லெழில்.   0307

   Intimidating anger practicing, not to be habitual
   Would raise with mammoth fame and popularity.

   घातक क्रोध से रहता जो दूर,
   उठता जीवन में पर्वत बराबर।।

8. எழில்நிறைந்த வுள்மகிழ்ச்சி யெங்குமே நன்மை
   இழிவுதரா இன்பம் இயக்கு.   0308

   Saturated in born happiness is good everywhere
   Direct elation not defaming.

   मन में उठती आनंद विभा,
   करती भलाई देता उत्तम सुख।।

9. இயக்குஞ் சினத்தை இயல்பாய்த் துறந்தார்
   இயக்கமே சீராம் இருப்பு.   0309

   By nature abandoned the anger operating'
   Very functioning streamlined is the balance.

   प्रेरित करते क्रोध पर करें अधिकार,
   होगा सदा कार्य सुगम।।

10. இருண்ட சினமாம் எரியை யணைத்தால்
    இருக்கு முலக மினிது.   0310

    If extinguish the fire, the severe anger
    The world dwelling will be sweeter.

    बुझता जब क्रोध अनल,
    रहता संसार बड़े आनंद में।।

அதி. 32. இன்னா செய்யாமை

(துன்பம் செய்யாமை)

Chapter 32. Not to be hurtful

(Not making one to agonize)

अध्याय – 32. अहिंसा

(दुख न देना)

1. இனியவை யெண்ணி இனிக்கும் மொழியில்
   கனிபோ லளிக்கக் களிப்பு.   0311
   Thinking pleasant matters, in a sweet language
   Offering like fruits will be joyful.
   मृद कथन में देना उत्तम सोच,
   होगा फल सम सुख वहाँ।।

2. களிப்பை யுருவாக்கக் காண்போர் மகிழ்வர்
   அளிக்கப் பெருகும் அருள்.   0312
   If organize gladness, the people witness would be happier,
    If contribute, the bliss would multiply.
   करते जब कार्य उत्तम,
   संवेदना बढती तेज जन होते आनंद।।

3. அருளைப் பொழிந்திடும் அன்பெனும் ஊற்றால்
   இருளை அழித்த லியல்பு.   0313
   By the fountain of love, would cater compassion
   Removing the darkness the temperament.
   दया से भरपूर स्नेह से,
   सरल है कार्य तमस का विनाश।।

4. இயல்பாய் மனத்தி லியங்கிடு முண்மை
   இயங்கு மசைவும் இனிது.   0314

   The truth prevailing in the mind by birth
   The passive movement also harmonious.
   सत्य से होता कार्य सरल सुलभ,
   होता प्राप्त मधुर फल।।

5. இனிமை மழலையை எட்டிப் பிடித்துக்
   கனிவின்றி ஆள்கடத்தல் காண்.   0315

   Catching the babbling infants
   See kidnapping without humanity.
   मन में नहीं होती दया रखते न प्रेम,
   क्रूर करते बच्चे का अपहरण।।

6. காண்பார் பிறர்துன்பம் கண்வழியே உள்ளுணர்ந்தால்
   நாண்மலராய் மாறுமே நாள்.   0316

   Watching other's grief if recognize through the eyes
   The day would change like a flower blossomed on that day.
   अन्य का दुख देख करता संवेदन,
   होता हर दिन बड़ा आनंद।।

7. நாளும் பிறருக்கு நன்மையே செய்திடுக
   நாளும் பொழுதும் நலம்.   0317

   Extent worthy to others on all days
   It will be worthiness round the clock.
   करते यदि अन्य को सदा भलाई
   मिलता हर दिन बड़ा सुख।।

8. நலத்தினை நாடும் நலஞ்செய் மனத்தான்
   கலங்காமற் செய்வான் கடன்.   0318

   One who is well-being hearted aspiring welfare
   Would perform his duties with boldness.
   सोचता जो अन्य की भलाई,
   करता वह दृढ़ता से कार्य अपना भी।।

9. கடல்போன்ற துன்பங் கனிவா லகலப்
   படர்ந்திடும் நல்லின்பம் பார்.   0319

   Numerous agony to move away politely
   Look at the copious joy suffusing.

   स्नेह कार्य से सागर सम दुख हटता,
   देख वह बढ़ाता सुखानंद सदा।।

10. பாரி லூதவி பகுத்தறிந்து செய்பவன்
    காரிருளில் நல்லொளியாம் கண்.   0320

    A Samaritan in the world, providing assistance by scrutinizing people,
    He is offering light in the darkness.

    करता जो जीव सब की भलाई,
    रहता अंधेर में होती चमक बराबर।।

அதி. 33. கொல்லாமை

(உயிர்களைக் கொல்லாமை)

Chapter 33. Not slaughtering

(Not killing any creature)

अध्याय – 33. हत्या न करना

(जीव को न मारना)

1. கண்காட்டும் போக்கிலே கண்டே யுயிர்வதைத்தால்
   அண்டுமே மண்ணி லழிவு.   0321
   In the ways eyes showing if torture anything
   In the world the destruction would seek asylum.
   करते जीव की हत्या जब,
   होता संसार का सर्वनाश तब।।

2. அழிய நினைப்பான் அழிந்தே மறைவான்
   அழிகுணம் போக்கிட அன்பு.   0322
   One who thinks to perish would disappear ruining
   To eradicate wicked character, love the only way.
   करता सोच सदा अन्य का नाश,
   पाता अपना नाश होता प्रेम से वह दूर।।

3. அன்பே யுயிரா யருள்வடிவங் கொண்டாரின்
   என்பு மிரங்குமே ஈங்கு.   0323
   Persons having the holy shape with passion for love as the soul,
    Even the bone would yield here.
   मानते जो स्नेह प्राण बराबर,
   हड्डी भी बरसाती दया।।

4. இரங்கும் மனங்கொள் இயக்கஞ் சிறக்கும்
   அரவநஞ்சா முள்ளம் அகற்று.

   Have a heart of courtesy all efforts would prosper
   Keep away the poisonous cobra mind.

   गरल मन करना अपने से दूर,
   मन करुणा से होते सब महान।।

5. அகற்றுக தற்செருக்கை யான்றோர் மதிப்பர்
   அகலாதா மின்பம் அகத்து.

   Remove conceitedness esteemed people would respect
   Will the internal satisfaction leave?

   करना दूर दंभ अपना, मिलता
   सम्मान भरता आनंद पूरे मन।।

6. அகத்தை ஒழுங்காக ஆள்வா னெவனோ
   அகலொளியாய் வீசும் அழகு.

   Whoever controls his mind and body decently
   Attractive feature would shine as bright light.

   मन अपना रखता जो पूर्ण वश,
   दीप सम वह देता प्रकाश।।

7. அழகாம் விலங்கை அறுத்தழித் துண்ணும்
   பழக்கத்தை மாற்றிடப் பார்.

   Slaughtering to eat the beautiful farm animal
   Try to see, to change the custom.

   जानवर मार करना आहार है बुरा,
   छोडना आदत वह उत्तम।।

8. பாரினில் துன்புறுத்தல் பாழாகித் தேய்ந்திடப்
   பாரிலின்பந் தோன்றும் பரந்து.

   Let the depredations deteriorate and depreciate
   Satisfaction would born in the world far-reaching.

   मिटता जब जानवर पर हिंसा,
   होता आनंद संसार भरा।।

0324

0325

0326

0327

0328

9. பரவுங் கதிரொளியைப் பார்த்திடும்புள் வானப்
   பரப்பில் மகிழும் பறந்து.   0329

   The birds seeing the spreading sunshine in the sky
   Would fly happily in the total area.

   उगते किरण सूर्य देख,
   चिड़िया उडती सुख से आकाश भर।।

10. பறக்கும் மனந்திறந்து பற்றிடுக கொல்லா
    அறமே யழியாத ஆறு.   0330

    Open the oscillating mind and grip it not killing
    As a principle the right way can never be eradicated.

    अहिंसा है धर्म महान,
    कर लेना उसे मन में सदा ध्यान।।

அதி. 34. நிலையாமை

(அனைத்தும் நிலையில்லாதவை)

Chapter 34. Transience

(All in the world are temporary)

अध्याय – 34. क्षणभंगुरता

(सब अस्थिर हैं)

1. ஆற்றிலே வந்த அனைத்தும் நிலைக்காவே
   காற்றின்முன் தூசாகுங் காண்.   0331
   All came floating in the river would not last long
   See those will become dust before wind.
   हवा सम्मुख उड़ जाते धूल सम,
   आये सब होते अस्थिर।।

2. காண்பன வெல்லாங் கடிதினில் நீங்கிவிடும்
   நீண்டறத்து வாழ்வை நினை.   0332
   Whatever we see would vacate very fast
   Think about the life with moral code.
   रहना सदा स्थायी धर्म पर,
   हट जाता संकट क्षण भर।।

3. நினைத்ததைச் செய்யும் நிலைத்த செயலே
   அனைத்தையுங் காக்கும் அறம்.   0333
   Doing whatever thought the consistent activity
   The virtue protecting everything.
   स्थायी धर्म करता सारा कार्य,
   करती रक्षा भी सब का।।

4. அறத்தினைச் செய்தே அகத்தை யடக்கப்
   பறக்கு மிருவகைப் பற்று.   0334

   By doing developmental activities to control the internal wishes,
   Flying two types of affection.

   कार्य धर्म से मन लाते वश,
   चिड़ियाँ लालच लोभ दो उड़ जातीं।।

5. பற்றால் செருக்கும் பரவும் வினைகளும்
   உற்றா ருறவும் ஒழி.   0335

   By whim arrogance out stretching guile
   Abolish the relationship with kith and kin.

   इच्छा से बढ़ता दंभ,
   कार्य बुरा और संबन्ध करना सब दूर।।

6. ஒழித்திடுவோம் ஆணவ மொட்டுமுயிர் மாயை
   அழிப்போம் வினைகளை யாழ்ந்து.   0336

   Let us exterminate the bud life imagination of scorn
   Let us suppress unfair activities after careful study.

   करना नाश माया दुष्कर्म,
   तुरंत करना अंत अहंकार भी।।

7. ஆழ்ந்தே நிலையாமை யாக்கம் உணர்ந்திடப்
   பாழ்மனம் நீக்கிடும் பற்று.   0337

   To grasp deeply the impermanence to understand
   The poor mind would detach intimacy.

   बुरा मन होता इच्छा से दूर,
   समझता सत्य यह नश्वर है सब।।

8. பற்றால் பழிவந்து பாவம் வளருமே
   அற்றார்க் குதவ லழகு.   0338

   By fondness criticism would follow, sin would develop
   It is wisdom to help the people who approach.

   दीनहीन पर करना दया,
   इच्छा से बढ़ता पाप होता अपमान।।

9. அழகுநிறை பேற்றை அறிந்திட நல்ல
   பழக்க முருவாகும் பார்.   0339

   To know the appreciable goodwill authentic
   See acquaintance would generate.

   समझता स्थायी सत्य जब,
   बढ़ता उत्तम व्यवहार देख यह।।

10. பாரில் நிலையாமை பற்றிடப் பேரின்பம்
    காரிருள் நீங்குதல் கண்டு.   0340

    It is much satisfactory as people griped with transience in
    the world,
    On seeing the ignorance is deleted.

    प्रकाश से होती कालिमा दूर,
    सत्य अनित्य का बोध देता आनंद।।

அதி. 35. துறவு

(ஆசைகளைத் துறத்தல்)

Chapter 35. Relinquishment

(Abandoning the longings and wishes)

अध्याय -35 . परित्याग

(इच्छा का त्याग)

1. கண்முன்னே பார்த்திட்ட கற்கண்டே யானாலும்
    எண்ணம் விலக்கி யெழு.   0341
    Even if it is kalkandu seen by naked eyes
    Arise ignoring thoughts.
    आँख समक्ष होती इच्छा मिश्री बराबर,
    परित्याग कर उठना है उत्तम।।

2. எழுதலும் நாமே எழும்பியபின் நாமே
    விழுதலும் நீக்க விழிப்பு.   0342
    We are rising, after rising, it is we
    To fall to write off awareness.
    करते खुद इच्छा में गिरना लालच से उठना,
    समझना सत्य यह परित्याग का।।

3. விழிப்புணர் வுள்ளத்தில் வேரூன்றி நிற்க
    விழிக்குள் வழியுணர்த்தும் வித்து.   0343
    Acquaintance to be rooted deeply in the heart
    The seed to insist the way in the eyes.
    परित्याग जब पकड़ता जड़ मन में,
    आँखों में दिखता पथ उत्तम।।

4. வித்தையைக் கற்றால் விளங்கிடுந் தூய்மையும்
   வித்தகர் ஆகவே வேண்டு.   0344

   If learn the arts purity could be clarified
   Pray to become an expert.

   क्षमता यह करना प्राप्त परित्याग का,
   होता बोध मूल्य निर्दोष का।।

5. வேண்டார் வெறுக்காதே வேற்றுமை காட்டாதே
   ஆண்டிடுவாய் ஆசை யறுத்து.   0345

   Do not hate the persons unwanted, do not show difference,
   Would rule relinquishing aspirations.

   रखना अपना मन इच्छा से दूर,
   अन्य पर न करना कोई घृणा और भेद।।

6. அறுத்தால் நிலைத்தின்ப மாக்கும் பிறப்பும்
   அறுமு னுறவை யறு.   0346

   If disconnect, it would make joy permanent, birth also
   Cut off, the early relationship sever.

   धर्म से मिलता स्थायी आनंद,
   उठती इच्छा को करना परित्याग।।

7. அறுத்திடுக ஆசையை அண்மையில் வீடாம்
   அறுக்கும் விளைச்ச லழகு.   0347

   Disengage to hanker as the house is nearby
   It is charm the yield to harvest.

   इच्छा को करना परित्याग,
   पाते आनंद अनेक और मिलता मोक्ष।।

8. அழகா முடலேலா அறுந்துவிழுஞ் சட்டை
   அழகா முளமேன் அழுக்கு.   0348

   Attractive physique is a garment to be detached and fall
   Grime on the upper portion of the heart.

   नश्वर तन है कपड़ा सम,
   सुन्दर मन पर होता क्यों दाग।।

9. அழுக்காம் மனத்தில் அகந்தையை நீக்கப்
   பழுக்கும் அனலில் பழம்.　　　　　　0349
   Pollution in the mind, to rub out ego
   Fruit in the fire with flames.
   मन का दंभ है गंदा हटते जब दूर,
   होते संकट में भी लाभ अनेक।।

10. பழுத்திட்ட நற்றுறவி பண்பொடு வாழப்
    பழுமரமாம் வீட்டினைப் பற்று.　　　　0350
    The holy saint to live with honour,
    Occupy the house, the ripe tree.
    फलदार पेड़ सम है परित्याग,
    जीवन सज्जन का करना पालन जरूर।।

அதி. 36. மெய் உணர்தல்

(உண்மையை உணர்வது)

Chapter 36. Realizing the fact

(Understand the reality)

अध्याय – 36. सत्यानुभूति

(सत्यता को समझना)

1. பற்றழிய மெய்ப்பொருளைப் பற்றிப் பிறப்பறுக்கக்
கற்றார் ஒளியையுள் காண்.
To perish the attachment believing the existing realism to detach next birth,
Scholar's enlightenment see interior.
बचता चक्र जन्म-मरण से,
पाता मन अपने में सत्यता बोध।।

0351

2. காண்கின்ற எல்லாமே கண்மு னழிந்தாலும்
தூண்டப் பயனாம் துளிர்த்து.
Whatever all seen even if they delay infront of eyes
The benefit is to kindle the blossom.
बढ़ता जब सत्यता का विकास,
करते न चिंता होता सब का नाश।।

0352

3. துளிர்க்கும் உயிர்தான் துவண்டழிந்து மீண்டும்
அளிக்கும் பிறப்பை யழி.
The soul buds collapse once again
Destroy the birth to be given next.
जन्म-मरण है चक्र देता बड़ा दुख,
सदा करना उसका नाश।।

0353

4. அழிவைத் தருகின்ற ஐம்புலன்கள் செல்லும்
   வழியைத் தடுத்துநீ வாழ்.   0354
   The five senses giving destruction leading
   Forbid the route and you make heyday.
   ले जाता पंचेन्द्रिय नाश और,
   करना रोक पाना उत्तम जीवन।।

5. வாழ்க்கை சிறக்க வழியாகும் மெய்ப்பொருள்
   வீழ்த்திடும் மாயை விலக்கு.   0355
   The life to flourish the essence of life becoming guide
   Prohibit the imagination defeating.
   माया करती नाश,
   करना उसे दूर होता जिससे जीवन महान।।

6. விலக்கிடுக காமம் விழிசிவக்குங் கோபம்
   கலக்கும் மயக்கங் கழி.   0356
   Omit sex and the anger making the eyes reddish
   Subtract the kindling confusion.
   समझ सत्य यह, वासना आँख लाल होना,
   वे हैं बिगाडती माया रहना उनसे दूर।।

7. கழிந்தால் இறப்புவரும் கன்மந் தொலையும்
   அழியாத வீட்டை யருள்.   0357
   If all leave away, death would come, all evils would vanish,
   Bless with a house which will never collapse.
   पूर्व कर्म का करना नाश और मौत दे,
   कर देना स्थायी मोक्ष।।

8. அருளை உணர்ந்திட ஆளுமை கிட்டும்
   கருணைப் பொழிவாங் கடந்து.   0358
   On realizing the grace personality could be gained
   At the end showering of mercy.
   समझते जब स्नेह बढ़ता बल,
   संकट पार मिल जाती दया।।

9. கடந்துநின்று முள்ளேயுங் காட்டி அகத்தில்
    அடர்ந்திருளில் அன்பொளியால் ஆட்டு.   0359

    Abandoning the worldly luxuries exposing the inner heart, internally,
    Activate by the rays of pity in the pitch darkness.

    स्नेह ज्योति से करना अंधेर में उजाल,
    रहना लालच से पार।।

10. ஆடுங்கால் அற்றார்க் கருளைப் பொழிந்திடின்
    காடு மளிக்குங் களிப்பு.   0360

    During lifetime if live with tender heart and showered mercy,
    Even the graveyard would offer happiness.

    दीनहीन को देते जीवन में दान,
    वन भी देता उसे आनंद।।

அதி. 37. அவாவறுத்தல்

(ஆசையை விடல்)

Chapter 37. Relinquishment of craving

(Giving up all kinds of desires)

अध्याय – 37. इच्छा दमन

(इच्छा को त्यागना)

1. களிப்பினை உன்மனக் கண்ணால் உணர்ந்தே
   அளிக்கும் அவாவை யறு.   0361
   Realizing the joy through your mind's eye
   Abandon joy it provides.
   करना मन में आनंद का अनुभव,
   त्यागना मिटाती इच्छा भी।।

2. அறுத்திடுக ஆசையை ஆழ்கடலாந் துன்பம்
   மறுபிறப் பில்மருட்டும் வந்து.   0362
   Give up all wants, innumerable distress
   Would threaten even in the birth follows.
   त्यागना इच्छा उत्तम आकर देती
   दुख वह अगले जन्म में भी।।

3. மருட்டும் பிறவியினை மண்டா தொழிக்க
   அருள்வழியைக் காட்டிடும் அன்பு.   0363
   To ban the menacing rebirth not to continue
   The attachment showing the holy path.
   स्नेह दिखाता दया पथ,
   काट देना जन्म मरण का चक्कर।।

4. அன்புநிறை தூய்மை அருள்பொழிவு வீழருவி
   இன்பம் நிலைத்த லியல்பு.   0364

The cascade pouring, heavenly-minded love, clean and grace,
It is natural that pleasure prevails stably.

निर्मल स्नेह है दया झरते झरने सम,
स्थापित करते सुख सदा।।

5. இயல்பாய் மனத்தி லிணையு மவாவை
   இயக்கி யகழ்ந்தே யெடு.   0365

Temperamentally linking the greediness with the mind
By operating, remove it drilling.

मन में आप उठती इच्छा है बुरी,
उखाड फेंकना सदा उसे।।

6. எடுத்த மனிதன் இயக்கு முணர்வும்
   அடுத்தடுத்து வந்தா லழிவு.   0366

To the man who removed the tendency to function
If it comes, one by one disastrous.

मन में उठता विचार अत्याचार,
होता उससे बड़ा नाश।।

7. அழித்திடும் பெண்ணாசை ஆட்டுவிக்கும் மண்ணும்
   பொழிகின்ற கல்பொதியாம் பொன்.   0367

Ruining lust for woman and land deranging
Spilling gold of stone bag.

नारी पर बुरा विचार, मिट्टी पर इच्छा,
स्वर्ण पर लालच करते सब नाश।।

8. பொன்னையும் ஓட்டையும் பூமியில் ஒன்றெனும்
   பொன்னாம் மனமோசெம் பொன்.   0368

In this earth saying that gold and hole are the same
The golden heart is hallmark gold.

करता जो इच्छा दमन,
बन जाता पत्थर और सोन समान।।

9. செம்பொ னுளமது சேறாக மாறுமே
   தெம்பாகக் கையூட்டைத் தேர்ந்து.   0369

   The twenty four carat heart would change into mud
   By collecting bribe boldly preferring.

   अनैतिक धन पर जब होती इच्छा,
   भ्रष्ट मन करता उसे गंदला।।

10. தேர்ந்திட்ட நெஞ்சத்தார் தீயினில் நாள்தொறும்
    தீர்த்திடச் சுட்டிடச் சீர்.   0370

    Veterans used to burn their whims and fancies daily
    Would love to relativism and refrain from social evils.

    करना मन में अनल सम इच्छा दमन,
    पाना जीवन में उन्नति सदा ।।

அதி. 38. ஊழ்

(இயற்கையாற்றல்)

Chapter 38. Destiny

(The ability, skills of nature and knowledge about nature)

अध्याय – 38. नियति

(विधि का विधान)

1. *சீர்நிறை ஊழோ சிறப்பினை நல்கிடும்*
   தீர்வை மனத்தினில் தேர். 0371
   Auspicious fate would provide distinguished qualities
   Choose the solution in your mind.
   नियति है होता सदा प्रधान,
   विचार यह मन में मान।।

2. *தேர்ந்திடும் ஆய்வால் தெளிவு பிறந்திடச்*
   சேர்ந்தே முடித்திடுவர் சீர். 0372
   By selection of choice as clarity originate
   Would complete moderately including all.
   उत्तम विचार से होता प्रत्यक्ष,
   करता कार्य अपना महान।।

3. *சீர்மையைக் காத்துச் சிறப்புடன் வாழ்பவன்*
   கார்மழையாங் காலத்தின் கண். 0373
   Safeguarding the dignity, living with reputation
   It is a gift of reigning period.
   नियति की रक्षा कर जो बिताता जीवन,
   होता वह वर्षा बराबर।।

4. கண்ணாய்ப் பொருள்களைக் காப்பாற்றின் போகூழால்
   அண்டையில் வாழ்வார் அழித்து.   0374
   If protect the belongings very dear, by the fate to lose
   The neighbours would destroy.
   आँख सम करता जो सब की रक्षा,
   विधि के विधान से जीता सदा।।

5. அழித்திடுமே நற்பெயரை ஆர்க்குங் கடல்போல்
   பழிபாவம் வந்திடுமே பார்.   0375
   Would spoil the esteem like turbulent ocean
   Be careful profanity and blame would bother.
   अपकीर्ति से नियति दिलाती,
   लहराते सागर सम निंदा व पाप।।

6. பார்த்தே யிருப்பான் படையுடன் வந்தவன்
   ஆர்க்கும் அலையா யழித்து.   0376
   He would have seen one who came with battalion
   Would destroy like the violent tropical storm.
   शोर करते लहर सम आती नियति,
   सेना सहित करती विनाश।।

7. அழிக்கும் படைவீரர்க் காகூழன் நில்லை
   வழிபறிக்க மாய்வர் வழி.   0377
   For the soldiers with natural ability, no ill fate
   Even the highway robber would die by fate.
   दुर्भाग्य है चोर सम,
   नाश करता सैनिक मरता उसीसे।।

8. வழிகேட்டு வந்தெதிரில் வாட்டிடும் போகூழ்
   அழிந்தார் பலகோடி ஆம்.   0378
   The ill fate would ask to show the way and trouble the ill fate,
    Yes, expired many millions.
   आकर दुख देता दुर्भाग्य,
   हो गये करोड उसीसे विनाश।।

9. ஆமென்று சொல்ல அடிவிழும் மாற்றியே
   போமென்றால் சூறைமுன் பூ.   0379

Saying 'yes' will get strike, changing

If say 'go' like flower in front of dust storm.

सुभाग्य है ऐसा बहती हवा समक्ष होते

सुमन सम दुर्भाग्य देता दुख।।

10. பூமணம்போல் நல்லூழ் புகழுடன் வாழ்ந்திடுவர்
   பாமணக்கப் பாடும் பலர்.   0380

Fortune, like the scent of flower would lead life with fame,

Many would sing boosting the image.

रहता भाग्य सुगंध सुमन सम,

गाते जन उसका यश।।

பொருட்பால்
Prosperity
अर्थ-कांड

அதி. 39. இறைமாட்சி

(அரசின் சிறப்பு)

Chapter 39. Distinction of Ruling

(Significance of the government)

अध्याय – 39. प्रशासन की भव्यता

(शासन की महत्ता)

1. பல்லோ ருமைச்சூழ்ந்து பாடப் பரிசுதந்தாய்
   அல்லாரை யாய்ந்தே யழி.   **0381**
   Offered gift for many around you for praising
    Destroy analyzing the bad.
   गाते अनेक शासक तेरी कीर्ति,
   देते सम्मान करना शत्रु का नाश।।

2. அழிக்கா வளங்கொண்டான் ஆன்றோரைக் கேட்டு
   வழிநடக்க மேன்மை வரும்.   **0382**
   Having heart not to ruin enquiring great
   If follow greatness would come.
   सोचता शासक देश का विकास,
   सुनना सज्जन की सलाह।।

3. வருஞ்சிலர் நாணவே வாழ்த்திடுவர் துன்பம்
   வருமுன்னே சொல்வாரை வாழ்த்து.   **0383**
   Somebody coming would greet to shy hail
   Who advise in anticipation of distress.
   संकट आने पूर्व करना सज्जन का सम्मान,
   कुछ कीर्ति गान होने लज्जित।।

4. வாழும் உலகினில் வாட்டுமே தீக்கிருமி
   பாழுயிர் துன்பப் படும்.   0384
   Virus would agonize on this world living
   The pitiable soul would get strain.
   रोगाणु देती बड़ा संकट,
   संसार भर रहते जीव होते दुखित।।

5. படுத்துகின்ற தீமைகள் பாரை யழிக்கும்
   அடுத்துவரும் நல்ல தனைத்து.   0385
   Evils would devastate the earth
   Embrace auspiciousness coming next.
   होते संकट से मिटती धरती,
   करता नाश वह सारी भलाई।।

6. அனைத்து நிலையில் அருட்பார்வை யாயின்
   பனையின் பயனாகும் பார்.   0386
   If gracefulness on all occasions
   See it will be as high as palm tree.
   शासक बनता जब दयावान,
   होता वह फल ताड़ पेड़ बराबर।।

7. பார்ப்பா யறவழியைப் பண்பா மெறும்பெனக்
   கார்காலச் சேமிப்பைக் கண்டு.   0387
   One would look at ethical way as the trait of ant
   Saving on the expectation of autumn.
   वर्षा में भी बचाकर रखती चींटी सम,
   करना पालन सदा धर्म पथ।।

8. கண்களில் அன்பும் கருணையுங் கொண்டுயிரைக்
   கண்ணிமையாய்க் காத்தல் கடன்.   0388
   Keeping love and benevolence in the eyes
   It is duty to guard the soul like eyelid.
   करना स्नेह व दया से जीव सब की रक्षा,
   होता शासक का धर्म यह ।।

9.   கடமை யுணர்வுடன் கண்டிப்பும் வாழ்வில்
     அடக்கமா யாளு மரசு.   **0389**

With duty consciousness and strictness in the reign,
The government would rule humbly.

कर्तव्य और दृढता से करता शासन,
बनता जीवन में महान।।

10. அரசுக் குதவும் அமைச்சனோ மக்கட்
     கரணாவான் துன்பம் அழித்து.   **0390**

To the people the ministry helping the Kingdom,
Would be a protective rampart smashing humbly.

मंत्री बनता प्रजा रक्षक,
संकट दूर कर शासक का करता सहायक ।।

அதி. 40. கல்வி

(கற்கவேண்டிய நூல்களைக் கற்றல்)

Chapter 40. Education

(Learning the books to be studied)

अध्याय – 40. विद्या

(योग्य विद्या की प्राप्ति)

1. அழியாத செல்வம் அமுதமாம் கல்வி
   பழிநீங்கி வாழப் பழக்கு.
   Education is indestructible nectar
   Try to train and lead life without accusation.
   अमिट धन विद्या है बडा अमृत,
   बचाती वह अपमान से।। 0391

2. பழக்குக மக்கட்குப் பட்டறி வேதான்
   அழகின் வெளிச்சம் அறி.
   Acclimatize people one's experience is
   Know the light of charm.
   विद्या देती उज्जवल प्रकाश,
   समझ यह अभ्यास कराना सारे जन को।। 0392

3. அறிவைப் பெறுபவன் ஆள்வான் நலத்தை
   அறிந்தவர்க்குக் கல்வி அருள்.
   One who gains knowledge would rule welfare
   Offer education to who are aware of.
   सीख यह विद्या प्राप्त कराती भलाई,
   सत्य यह देना उसे अनेक को।। 0393

4. அருள்கல்வி சேர அழியா துலகம்
   இருளையும் போக்கும் எளிது.   0394

The world would not perish when grace and education join together,
 It is easy that it would remove darkness.

विद्या से न मिटती धरती,
मिटता अंधेर भी अति सरल से।।

5. எளிதா யெவரு மெடுக்க இயலா
   அளித்தாலும் வற்றா அமுது.   0395

No one can take it easily and even if supplied
It is nectar that would never dry.

विद्या है अमृत न लूट सकता कोई,
दान से भी न होता सूख।।

6. அமுதாய் மொழிய அயலார் விரும்பி
   அமுதம் அருந்து மழைத்து.   0396

If deliver with sweetness the foreigners would,
Come forward to taste nectar inviting you.

कहना मधुर वचन,
करते अन्य भी पसंद उसे सीखना यह सदा।।

7. அழைப்பவ ருள்ளம் அருந்தமிழ் வேட்கை
   உழைப்பா ருவக்கு முலகு.   0397

The heart of host filled with curiosity on Tamizh,
 The world admired by work force.

कहते मधुर वचन से होता मन उत्तम,
परिश्रमी को मिलता सम्मान।।

8. உலகினை மாற்று முவகை யளிக்கும்
   அலகிட லாகா அலை.   0398

Education will give happiness as uncountable waves,
For changing the world.

शिक्षा लाती परिवर्तन,
देती बड़ा आनंद संसार भर।।

9. அலைகடல் தாண்டி யறிஞரைப் போற்றிச்
   சிலைவைத்துச் செய்வார் சிறப்பு.   0399
   Across the ocean applauding the scholars
   Extend felicitation by erecting a statue.
   विद्या से होती कीर्ति सागर पार,
   मूर्ति स्थापित कर करते उसका सम्मान।।

10. சிறப்பினைத் தந்திடுஞ் சீர்மையாங் கல்வி
    அறவழியே செல்லும் அரசு.   0400
    Education a peerless one giving distinction
    Reign would proceed with moral values.
    उत्तम विद्या दिलाती सदा महान,
    चलता शासन भी धर्म पथ।।

அதி. 41. கல்லாமை

(படிக்காமையால் ஏற்படும் இழிவு)

Chapter 41. Illiteracy

(Abuses incurring due to ignorance)

अध्याय – 41 . अविद्या

(अशिक्षित से होती हानि)

1. அரசும் மதிக்கா அறிஞரும் போற்றார்
   அரங்கூர்மை யில்லா அறிவு.   0401
   Even the government will not respect and admire scholar whose,
    Knowledge is without wisdom.
   जिसमें न होती विद्या,
   शासक और सज्जन भी न करते सम्मान।।

2. அறிவை வளர்க்க அவையோர் மதிப்பர்
   அறிவிலியை எள்ளும் அணு.   0402
   When improving knowledge the cabinet would respect
   Mock the ignoramus sarcastically.
   विद्वान को मिलती आदर सभा भर,
   पाता मूर्ख बडा अपमान।।

3. அணுவளவுங் கல்லாத ஆளை மிதிப்பர்
   கணுபிழிந்த வெற்றுக் கரும்பு.   0403
   People would jam one not learnt even alphabet,
   He is a crushed bagasse of sugarcane.
   विद्याहीन होता निरादर,
   रहता वह कचरा गन्ना बराबर।।

4. கரும்பைச் சுவைக்கக் களிப்பா யிருக்கும்
   அரும்பினை வண்டணைக்கா தாம். 0404
   If taste the education sugarcane it will be joyous
   But the beetle will not embrace the bud, illiterate.
   अंकुर गन्ने का पसंद न करता भ्रमर भी,
   करते गन्ना मिठास अति पसंद।।

5. அணைப்பின்பந் தாரா அருள்திரு நங்கை
   இணையின்பம் ஊட்டுமோ? இல். 0405
   The holy transgender not giving pleasure while hugging
   Will feed ecstasy like better half as in the house.
   नपुंसक आलिंगन से मिलता न आनंद,
   क्या देता वह सच्चा सुख?

6. இல்லறத்தில் காணுகின்ற இன்ப முணர்வென்றால்
   கல்லார் பெறுவரோ கண். 0406
   If the elation found in the family is feeling
   Will the novice get sight?
   परिवार का आनंद पाता विद्यावान,
   मूर्ख को न होती वह अनुभूति।।

7. கண்ணுள்ளே கண்மணிதான் கண்ணொளியையக் காட்டிடும்
   கண்டுணர்ந்த கல்வியே கண். 0407
   In the eyes only the eyeball would show sight
   Education is seen and realized as eyes.
   आँख में होती पुतली से मिलता प्रकाश,
   विद्या से होता ऐसा भाव।।

8. கண்ணிலான் பாடுங் கவினியற்கை போற்றாரே
   மண்ணுலகில் கற்றவர்க்கே மாண்பு. 0408
   Scenic song by blind is not appreciated
   In the earth only the educated is honoured.
   शिक्षित पाते सच्चा सम्मान,
   कीर्ति न पाता अंध का गान।।

9. மாண்புடைய நற்கருத்தை மக்கள் நடுவினிலே
    மாண்பாய் மொழிந்திடார் மண்.   0409
    At the centre of the esteemed public, concept
    Will not mention with reverence on the earth.
    होता मूर्ख मिट्टी बराबर,
    प्रकट न करता उत्तम उपाय भरी सभा में।।

10. மண்ணில் மதிப்பை வளர்கல்வி தந்திடும்
    வண்டு குடைந்த மலர்.   0410
    Growing education would earn respect on the earth
    Like the flower drilled by beetle.
    विद्या से मिलता बड़ा सम्मान,
    खिले सुमन पर आते भ्रमर सम ।।

அதி. 42. கேள்வி

(கற்றாரிடம் கேட்டல்)

Chapter 42. Listening

(Pleading with the educated)

अध्याय – 42. श्रवण

(शिक्षित से श्रवण करना)

1. மலரினை யாய்ந்தே மகிழ்ந்திடுந் தேனீ
   மலர்மணம்போல் கேள்வி வளம்.   0411
   Bee would be happy on anatomizing the flower
   Like the sweet smell of flower the resources of listening.
   भ्रमर आकर सुमन से लेता आनंद,
   श्रवण देता सुमन सुगंध सा प्रभाव ।।

2. வளம்பல பெற்றிட வாழ்விலுறும் வெற்றி
   வளர்ச்சி மலைபோல் வரும்.   0412
   Gaining many resources would arise in life
   The development would be like mountain.
   श्रवण से होती समृद्धि जीवन भर,
   होती पर्वत सम जीत और विकास ।।

3. வருபவ ரெல்லாம் வளம்பெறுத லில்லை
   விரும்புஞ் செவிச்செல்வம் வேண்டு.   0413
   All who come do not get inventiveness unless
   One has the necessary sharp ears with curiosity.
   सब न पाते विकास देता वह श्रवण धन,
   सदा पाने उसे करना पसंद ।।

4. வேண்டி யறிந்திடவே வேணவாக் கொண்டிடு
   வீண்பேச்சு நீக்கி விதை.   0414
   Have much eagerness to learn requesting
   Sow avoiding gossip.
   बेकार बात है बीज,
   व्यर्थ को दूर कर अव्यर्थ अपनाना जरूर।।

5. விதைக்கு மவைக்கு விரும்பியே சென்றால்
   கதைபோலக் கண்முன்னே காட்டு.   0415
   If go voluntarily to the forum which sow
   Show like a story infront of eyes.
   दिखा देना आँखों के आगे,
   पसंद बीज उनको बोने पूर्व।।

6. காட்டும் விளக்கங்கள் காட்சியாய்க் கட்செவியில்
   பாட்டிலும் நீதிப்பண் பாடு.   0416
   All the narrations shown as scene in the ears and eyes
   Sing moral songs even in the lyrics.
   गाना नैतिक गीत सदा,
   कानों में और आँखों के सामने भी।।

7. பாடுகின்ற பாடல் பகுத்தறிவை யூட்டுமே
   ஆடுகின்ற தீயர் அழி.   0417
   Song sung would feed analytical mind
   Destroy bad persons harming.
   गाना गीत दिलाना सबमें विवेक,
   करना नाश सारे दुर्जन को।।

8. அழித்திடும் தீப்பழக்கம் ஆளுகின்ற தீமை
   அழித்திடும் பாதை அளந்து.   0418
   Bad habits would ruin reigning life
   So transform through listening.
   बुरी आदत करती विनाश,
   बुराई करती नष्ट उन्नत पथ भी।।

9. அளவா முணர்வால் அறிவுநிறை வாணர்
   கிளர்ந்தெழுப்பும் நற்பேச்சைக் கேள்.   0419
   By unlimited sense of learned scholar
   Listen to the speech, kindling emotions.
   करना श्रवण उत्तम जन का उपाय,
   होग परिवर्तन अपने अंतर मन।।

10. கேட்குஞ் செவிச்செல்வம் கேட்டவ னுள்ளத்தை
    ஆட்டியே மாற்றும் அரும்பு.   0420
    The asset of hearing would shake
    The fragrance of bud, as the heart of heard.
    उत्तम सज्जन का कथन,
    कर देता परिवर्तित श्रवण का मन।।

அதி. 43. அறிவுடைமை

(அறிவினை உடைமையாகக் கொள்ளுதல்)

Chapter 43. Enlightenment

(Keeping Knowledge as a possession)

अध्याय – 43. ज्ञान संपत्ति

(बुद्धि को अपना धन मानना)

1. அரும்பு மலர்ந்தால் அருகில் மணமாம்
   அருவிபோல் தூய அறிவு.   0421
   If had blossoms the pleasant smell nearby
   Refined knowledge like a falls.
   खिलती कली से होता सुगंध,
   होता विवेक बहता झरना।।

2. அறிவே யொருவன் அகப்பகை நீக்கி
   அறிவுடைய னாக்கும்நல் லாறு.   0422
   Knowledge is one which eradicates internal enmity
   Which creates a path of realization.
   विवेक मिटाता मन की शत्रुता,
   बना देता बड़ा बुद्धिमान।।

3. ஆக்கும் வழிகளை ஆய்ந்தே செலுத்துவான்
   பாக்கம் பிறந்தான் படகு.   0423
   After evaluating the constructive ways only one would sail,
   The boat like the sailor born in the fisherman's colony.
   उत्तम विवेक से समझकर करता,
   नाविक नदी पर अपना नाव।।

4. படகுசெல்ல வேகமாய்ப் பாதையைக் காட்டும்
   படரும் விளக்கொளியைப் பார்.   0424
   For a fast sailing boat showing the path
   Look at the light spreading.
   देखना दीप उसे,
   दिखाता वह उत्तम पथ नाव चलाने।।

5. பாரினில் சான்றோர் பயனுரையைக் கேட்டிடுவர்
   காரில் மழையாங் கரும்பு.   0425
   Seasoned people would listen the useful speech in the world,
   As autumn rain and sugarcane sweetness.
   धरती पर होती वर्षा सम,
   सुनते जन सज्जन के उत्तम कथन।।

6. கரும்பினை உண்டார் களித்தே மகிழ்வர்
   இரும்பாம் மனமும் இனிது.   0426
   Person who tasted sugarcane would be happier
   Their iron like heart is also soft.
   खाते जन गन्ना चाव से,
   उत्तम कथन से लौह सम मन भी बदलता जरूर।।

7. இனித்திடுஞ் செய்கை இயந்திரமுங் கண்டார்
   கனிமரமாய் வாழ்வர் கலந்து.   0427
   Warm performance invented machinery also
   They live like fruit bearing tree mingling with.
   मधुर कार्य से मिल जाती सफलता,
   देख यह उत्तम जन रहते फल भरे पेड़ सम।।

8. கலப்பிலா நல்லூரில் கற்றறிவார் தோன்ற
   அலகிலா மேன்மை அறிவு.   0428
   In the unadulterated calm village where knowledgeable takes birth,
   Unlimited great knowledge.
   उत्तम गाँव में होते विद्वान से,
   होती अनेक उन्नति।।

9. அறிவுநிறை மக்கள் அமைதியாம் வாழ்க்கை
   பறிக்காத சுற்றஞ்சூழ் பண்பு.   0429

   Scholarly people peaceful life
   Kith and kin not plucking the character.

   समझदार संतान, चैन जीवन,
   उत्तम रिश्ते होते उत्तम जीवन के लक्षण।।

10. பண்பாம் அறிவுடையார் பாராட்டும் பெற்றிடுவர்
    அண்ணலை நாடும் அருள்.   0430

    It is the temperament of the intellectuals would get felicity too,
    The grace approaching the celebrated.

    शिष्ट विद्यावान प्राप्त करता सम्मान,
    मिलती उसे खुदा की दया।।

அதி. 44. குற்றங்கடிதல்

(குற்றங்களை நீக்குதல்)

Chapter 44. Eradicating Crimes

(Avoiding misdeeds)

अध्याय – 44. दोष से दूर

(त्रुटि दूर करना)

1. அருளுள்ளங் கொண்டவன் ஆளுகின்ற நாட்டில்
   இருள்சூழுங் காமம் இரா.   0431
   In the country ruled by a king with the gracious soul
   There would not be sex surrounded with darkness.
   दयावान शासक देश है जहाँ,
   अंधेर कामवासना होती नहीं वहाँ।।

2. இரவினில் நாட்டை எளிதாகச் சுற்றி
   அரம்போல் பகைதீர் அறம்.   0432
   Encircling the country easily in the night
   Like file solving enmity the morality.
   रात में भी करना आरी सम देश रक्षा,
   होता यह शत्रु नाश धर्म।।

3. அறமே முதலாய் அமைச்சுக்கு வேண்டும்
   அறவழி செல்லார்க் கழிவு.   0433
   First it is virtue needed to ministry
   Destructed to who does not follow the ethical way.
   धर्म है प्रधान सदा मंत्री का,
   हटता जो पथ उससे होता नाश जरूर।।

4. அழித்திடு கையூட்டை ஆய்ந்தே பணத்தைப்
    பழிவரின் நீக்கிப் பறி.   0434

    Studying that money, eradicate bribe
    Removing abuses snatch.

    मिलता पाप धन बुराई से करना दूर,
    बचकर रहना सदा उससे ।।

5. பறிக்குங் கழுகும் பதமாகக் காக்கும்
    அறிவாம் பயனே யது.   0435

    Even the vulture garbing would protect
    It is the use of knowledge.

    छिनते चील से भी हो बडा विवेक,
    प्राप्त धन की सुरक्षा।।

6. பயன்தரா ஆணவம் பண்பிலாக் கோபம்
    கயமையும் வீழ்த்துங் கவிழ்த்து.   0436

    The useless arrogance anger without culture
    And bugger would defeat overturning.

    व्यर्थ दंभ अनाचार क्रोध बुरी कुटिलता,
    सब हैं करते पतन हमारे।।

7. கவிழ்ந்தே பணிவுடன் கற்றாரை நோக்கப்
    புவியது போற்றும் புகழ்ந்து.   0437

    If see the educated bowing with humbleness
    The world would felicitate praising.

    विनम्रता से करते नमन विद्वान को,
    गाती कीर्ति संसार हमारी।।

8. போற்றும் செயல்களைப் பொன்போ லுணர்ந்துசெய்
    ஆற்றும் பணியும் அழகு.   0438

    Execute all appreciable deeds understanding it as if gold
    All work performing would be perfect.

    करना उत्तम कार्य बडे ध्यान से,
    होगी कार्य में बडी कान्ति।।

9. அழகான திட்டம் அறிவுடன் திட்டப்
   பழமாய் முடிவமையும் பார்.   0439
   A useful project planned with intelligence
   See the end would be fruitful.
   सुयुक्ति से बनाते जब उत्तम उपाय,
   मिलता फल बड़ी सरलता से।।

10. பார்த்த பொருள்விழைவைப் பார்வையில் காட்டாதே
    ஆர்கடலுள் ஆழ்த்தும் அது.   0440
    Do not expose your willingness for the article seen by your look,
    It will plunge in the deep sea.
    दिखाना नहीं तड़क-भड़क सबके समक्ष,
    पलट देता सारा वह सागर में।।

அதி. 45. பெரியாரைத் துணைக் கோடல்

(ஆன்றோரைத் துணையாகக் கொள்ளுதல்)

Chapter 45. Having company of seniors

(Keeping the association with seasoned people)

अध्याय – 45. सत्पुरुष का सहारा

(उत्तम जन की सहायाता लेना)

1. ஆழ்ந்துள்ள நீள்மரமாம் ஆளு மமைச்சனும்
   வீழ்ந்தழியச் செய்யாது வேர்.   0441

   The minister ruling is like higher tree deeply rooted
   The root will not raze to wreck.

   जड़ न गिराती ऊँचे पेड को,
   होता उत्तम मंत्री भी शासक का।

2. வேர்போல் படர்ந்தே விழுதெனத் தாங்கிடுவார்
   மார்பினுள் நெஞ்சமே மாண்பு.   0442

   Spreading like roots would endure like aerial roots
   Inside the chest warm heart is significant.

   होते जिस में गुण उत्तम,
   रहते जड़ सम करते रक्षा डाल बराबर।।

3. மாண்புநிறை நல்லுரையை மாண்பாளர் சொல்லுவர்
   மாண்பளி சூரியனாய் வாழ்.   0443

   Highly seasoned people would deliver productive speech
   Lead life like sun offering health.

   कहते उत्तम जन सदा उन्नत विचार,
   पालन कर रहना सूर्य बराबर।।

4. வாழ்க்கையைத் தாக்கும் வறுமையாந் துன்பத்தில்
    வீழ்வதனைத் தாங்கும் விடி.   0444
    The pain of poverty affecting life
    Would defend from falling like sunrise.
    देती गरीबी जीवन में दुख बड़ा,
    सहायता सत्पुरुष से करना रक्षा सदा।।

5. விடிவெள்ளி தோன்றின் வெளிப்பகை யுள்ளும்
    அடித்தே நொறுக்கும் அறிவு.   0445
    If the dawn star rises external jealousy would disappear
    The knowledge crushing it beating.
    भोर का तारा देता प्रकाश बराबर,
    बुद्धि करती शत्रुता का नाश।।

6. அறிவார் துணையா லழியும் பகையும்
    செறிவாம் புதர்நடுவே தீ.   0446
    With the company of experienced seniors the adversaries can
    be eliminated,
    Like defusing the fire at the center of bush.
    झाड़ी बीच उठते अनल सम,
    सहारा सत्पुरुष से मिटती शत्रुता।।

7. தீமுன் சருகு சிதையும் பெரியோர்சொல்
    போமுன் புரியழிபோல் போர்.   0447
    The dry leaf would be burnt in the fire the words of elders,
    Should be borne in mind before war.
    अनल में जलते सूखे पत्ते सम,
    होता अंत युद्ध भी उत्तम जन के कथन से।।

8. புரிகின்ற நல்லுரையைப் போற்று மமைச்சன்
    அரிதாக ஆள்வா னழகு.   0448
    The minister praising the valuable advices
    He would offer justifiable governance.
    मंत्री जहाँ करता पालन उत्तम उपदेश,
    बन जाता देश वहाँ सुशासन।।

9. அழகான இல்லம் அமைதியாங் கோவில்
   அழகிய பெண்ணின் அறிவு.   0449
   Beautiful house peaceful temple
   The knowledge of beautiful lady.
   सुनारी के योग्य विवेक से,
   बनता सुन्दर घर शांतिधाम।।

10. அறிவுடையார் நாட்டில் அளவின்றிக் கொண்ட
    அறிவே படையின் அளவு.   0450
    In the country of scholarly people having unlimited
    Knowledge is the quantum of battalion.
    बुद्धिमान देश है जहाँ,
    अति विवेक से बन जाती असंख्या सेना।।

அதி. 46. சிற்றினஞ்சேராமை

(இழிந்தவருடன் சேராதிருத்தல்)

Chapter 46. Not associating with mean minded

(Not having attachment with vulgar people)

अध्याय – 46. धूर्त से दूर

(निकृष्ट से मित्रता न करना)

1. அளவிலாக் கூட்டம் அறிவின்றேல் நாடு
   களத்தில் விழிப்பிலாக் கண். 0451
   Unlimited crowd without having knowledge
   Is same as eyes without pupil.
   होता जब संख्या धूर्त का अधिक,
   गिर जाता देश युद्ध में।।

2. கண்டாய்ந்து சேர்ந்திடு கார்மழையு மோடிவந்து
   மண்ணினிிிறம் மாற்றும் வழி. 0452
   Join with seasoned people after careful study as the rain also rush,
   The way to change the colour of the soil.
   मिट्टी से मिल वर्षा जल,
   बदल लेता रंग उत्तम जन से करना मित्रता।।

3. மாற்றிடுவான் தீயன் மனத்தினில் நஞ்சினைக்
   காற்றில் கலந்த கழிவு. 0453
   Wicked person would poison the mind
   Like the waste mingled with mind.
   पवन में मिले जहर सम,
   बदल देता निकृष्ट मन हमारा।।

4. கலங்கியே வீழ்வர் கசக்கு முறவால்
   கலத்தில் விடமாய்க் கலந்து.   0454

   By bitter relationship all will fall shattered
   Like poison mixed in the bowl.

   पात्र में घुले गरल सम,
   मित्र बुरे से पाते जीवन में पतन।।

5. கலங்கிடு முள்ளத்தான் கையூட்டுப் பெற்றால்
   நிலத்தில் பழியே நிலை.   0455

   A person with confused mind if receive bribe
   Blame the only state on the earth.

   कलुषित मन से कमाता जो बुरी कमाई,
   धरती पर पाता अमिट अपमान।।

6. நிலைத்திட்ட சிந்தையான் நீரினைப்போல் தூய்மை
   கலைக்க முடியாக் கனிவு.   0456

   A confident minded cleanliness like water
   Their softness cannot be dissolved.

   रहता जो अपने उत्तम विचार में अडिग,
   स्वच्छ जल सम होता मधुर।।

7. கனிவது தோன்றிக் கனிபோல் மனமும்
   கனிந்தால் வலிமைக் களம்.   0457

   Softness generated in the mind like fruits
   If ripe, the territory will be with strength.

   पेड़ पर होते फल सम,
   मन भी पके रहे बढ़ता अधिक बल।।

8. களத்தி லமைச்சனின் காக்குந் துணையே
   அளவிலா தூற்றாம் அரசு.   0458

   The ministers protecting seasoned companionship in the field,
   Unlimited responsibility of the government.

   सच्चे मंत्री की सहायता से,
   देश को मिलता असीमित बल।।

9. அரசினை யாளும் அமைச்சனின் தோழன்
   கரவிலனாய் ஆய்க கணித்து.   0459
   The comrade of the minister ruling the kingdom
   Choose one who is without corruption.
   राज्य शासन करते मंत्री को,
   बना लेना ध्यान से मित्र अपने को।।

10. கணிப்பினில் தோல்வி களிப்பது நீங்கும்
    அணியல்லன் வாளால் அறு.   0460
    A defeat in the judgment enjoyment would leave
    Cut with sword it is not adorable.
    निकृष्ट से रहना सदा दूर,
    होगा कार्य विजय से आनंद।।

அதி. 47. தெரிந்து செயல்வகை

(செயல்களை ஆராய்ந்து செய்தல்)

Chapter 47. Performing after careful study

(Executing everything after thorough analysis)

अध्याय – 47. स्थिर विचार

(सोच समझकर कार्य करना)

1. அறுத்திடுந் துன்பம் அரசுக்கு வந்தால்
   அறுவை முறையில் அறு.   0461
   If the any severe problem comes to the government
   Solve it my operation method.
   होता जब बड़ा संकट शासन को,
   चीर फा ड़ देना उसे तुरंत।।

2. அறுவடைக்கு முன்களையை ஆய்ந்தே களைய
   அறுப்பார்க்கு வெற்றிவரும் ஆம்.   0462
   Before harvest remove the weeds after checking
   Yes it will bring benefits to the harvester.
   फसल को पकने पूर्व काटना बेकार,
   कार्य समय पर करें होगा सफल।।

3. ஆள்பவன் தீப்பகையை யன்றே அழித்திடத்
   தாள்பணிந்து வாழ்ந்திடுவர் சார்ந்து.   0463
   If the ruler shatters the rivalry then and there
   The citizen would lead the life bowing to the feet.
   करता शासक शत्रु का दमन तुरंत,
   होंगे वे सेवक उसके चरण।।

4. சார்ந்தவரின் பட்டறிவைச் சால்பாய்ப் பயன்படுத்தின்
   சேர்ந்தவனை வெற்றியுறும் தேர்ந்து.   0464
   If the knowledge of the dependents utilized fruitfully
   Success would flow with whom joined.
   करना उपयोग बुद्धिमान का,
   होगी जीत उसे जरूर।।

5. தேர்ந்தே தொடங்கினுஞ் சீரின்றி வீழ்ந்தாலும்
   சோர்விலாச் சான்றோர் துணை.   0465
   Even started after careful study if fall without success
   The tireless seasoned people would deputize.
   सत्पुरुष बनता जब सहायक,
   पतन बन जाता उत्थान।।

6. துணைநிற்கும் கூட்டமோ தொல்லையை நீக்கி
   அணையாகக் காத்திடுவார் அன்பு.   0466
   The supporting people would remove risks
   They would safeguard with love like a dam to flood.
   दूर करना संकट बड़े स्नेह से,
   रक्षा करते सदा उत्तम जन।।

7. அன்புடன் ஆன்ற அருளையும் நாளுமே
   சென்றவன் ஆய்தல் திறம்.   0467
   With ever love and grace one shall
   Inspect according to ability.
   बनता जब कोई सहायक शासक का,
   रखना ध्यान उसके स्नेह दया पर।।

8. திறமுடைய கூட்டணியில் சீர்தூக்கிச் சேர்ந்தே
   அறவழி ஆண்டால் அருள்.   0468
   Joining the honest alliance after careful estimation
   If rule ethically will be graceful.
   उत्तम गठबंधन में करना सोच विचार,
   चलाना शासन धर्म पथ पर।।

9. அருளொடு வாழ்ந்தே அயலவரை வெல்லும்
   மருட்சியிலா வீரர்தம் மாண்பு.   0469

   Winning the strangers with graceful life

   Is the greatness of soldiers without delusion.

   आदर्श वीर पाते जीत गुण अपने से,

   करते वे सहानुभूति शत्रु पर।।

10. மாண்பாம் படையும் மதிகூர் அமைச்சர்தம்
    மாண்பும் நிலைக்கவென வாழ்த்து.   0470

    Deserving army with brilliant minister's principles

    Greet they should stabilize.

    उत्तम सेना विवेकी मंत्री के सहारे,

    करें आशिष बनने आदर्श शासन।।

அதி. 48. வலியறிதல்

(வலிமையை அறிதல்)

Chapter 48. Assessing the strength of courage

(Knowing intensity)

அध्याय – 48. ताकत का ज्ञान

(बल को समझना)

1. வாழ்ந்திடும் வீரர் வலிமை கடலளவாம்
   வாழ்விடத்தில் தங்கும் வளம்.   0471
   The strength of soldiers living is like vast sea
   The resources stays in the residence.
   सागर सम बलपूर्ण वीर से,
   होती वहाँ समृद्धि ।।

2. வளமாம் பொருளுடன் மாண்புநிறை வீரர்
   களத்தினில் வெற்றிக் கனி.   0472
   In additions to soldiers the reserve of materials
   Will add victory the fruit in the battle field.
   विपुल ऐश्वर्य महान वीर से,
   मिलती विजय देश में।।

3. கனிபோல் படைவலியைக் கண்டால் பகைவர்
   அனிச்சமா யாடும் அயர்ந்து.   0473
   If mines like strength of battalion is seen the enemies
   Would be puzzled with reluctance.
   हवा में उडते सुमन की पंखुड़ियाँ सम,
   मजबूत सेना देख भाग जाते शत्रु।।

4. ஆடியே வீழ்வர் அறைகின்ற பேய்ப்பகைகண்
   டோடியே மாய்வர் உருண்டு.   0474

   Infront of slapping devilish enmity would fall shaking
   They will runaway and die rolling.

   बलिष्ट सेना बल देख पिशाच से मार खा,
   गिरते सम शत्रु सब भाग जाते।।

5. உருண்டே பகைவரெலாம் ஊர்விட்டே ஓடல்
   உருக்குலைக்கு மாற்றலை ஓர்ந்து.   0475

   All the rivals would run away from their residence
   Knowing the ability of deforming.

   कमजोर करता बलिष्ट बल देख,
   भाग जाते शत्रु सारे।।

6. ஓர்ந்தறிந் தெப்பொழுதும் ஓயா துழைப்பவன்
   ஆர்க்கும் அலைபோல் அணி.   0476

   One who labours nonstop gaining knowledge on work
   It is a garment like raising waves.

   समझकर करता जो अति परिश्रम,
   लहराते सागर सम होता महान।।

7. அணியென்ப நாட்டில் அளவாய்ச் செலவைத்
   திணித்திடா தாற்றல் இனிது.   0477

   Restricting the expenditure in the country the ornament
   It is sweeter not thrusting.

   करता नहीं जो अपव्यय शासन में,
   होता वह देश महान।।

8. இனிதென நீள்மலை யேறித்தேன் கொள்ளல்
   இனிதாகும் கீழன் நியம்பு.   0478

   Considering honey of brought from claiming high mountain,
    It is as worth as warrior's victory.

   परिश्रम अपने से चढ़ ऊँचे पर्वत पर,
   लेना शहद वहाँ होता वह मधुर।।

9. கீழ்நிலையில் மாற்றாரைக் கீழ்மையா யெண்ணுதல்
   ஆழ்கிணற்றில் வீழ்ந்தழியு மாம்.   0479
   Thinking inferior about other inferior for their destitution
   It will push further drowning in a deep well.
   सोचते जब अन्य को बडा नीच,
   होते गहरे कुएँ में गिरते बराबर।।

10. அழிக்க நினைக்கின் அயற்பகையை நீக்க
   வழியெல்லாம் வெற்றி வரும்.   0480
   If think to remove the eternal enmity
   It will bring victory all the way.
   बनाते जब उपाय अरि का नाश,
   बल अपने से मिलती पथ पर जीत।।

அதி. 49. காலமறிதல்

(ஏற்ற பருவம் அறிதல்)

Chapter 49. Knowing the appropriate timing

(Perceiving the time)

अध्याय - 49 . वक्त की पहचान

(उचित समय का ज्ञान)

1. வருபகையைக் கால வகையறிந்து வெல்க
   விரும்பார் அழிவர் விரைந்து.   0481
   Try to win the rivalry assessing the suitable time
   If not they will get destroyed fast.
   समय पर समझना आती शत्रुता,
   होते शत्रु का बड़ा नाश।।

2. விரைந்து செயலை விருப்புடன் செய்தல்
   கரையாத வெற்றிக்குக் கண்.   0482
   Doing one thing quickly with involvement
   It is like eyes for victory without less.
   करते जब लगन से अपना काम,
   मिलती उनको अडिग विजय।।

3. கண்டறிந்து வந்தவன் கண்ணயர்ந்த காலத்தில்
   விண்புயலாய்ச் சென்றவனை வெல்.   0483
   One who came knowing during slumber
   Try to beat him moving like cyclone from sky.
   होता शत्रु जब कमजोर,
   चक्रवात सम जाकर करना उसपर जीत।।

4. வெல்ல அணுக்குண்டு வேல்வாளும் பெற்றாலும்
   வல்லரவைக் கொல்பருந்தாய் மாறு.   0484
   Though got sword and lance and atom bomb to win
   Disguise like a vulture to kill the mighty.
   अणुबम हो या भाला तलवार हाथ में,
   बन जा साँप को मारते गिद्ध सम।।

5. மாறுகின்ற காலத்தில் மாற்ற முருவாக
   வீறு குலைந்தழிவர் வெல்.   0485
   To bring a change in the changing period
   Win they will get destroyed losing their vigour.
   होता शत्रु कमजोर करना सदुपयोग,
   परिवर्तन बनवाकर पाना जीत।।

6. வெல்ல நினைத்திட்டால் வீணாகச் சீறாதே
   மெல்லநட ஆமைபோல் வெல்.   0486
   If think to win do not scream
   Win walking slowly like tortoise.
   जीत पाने न करना क्रोध,
   चलना सतर्क पाना जीत कछुआ सम।।

7. வெல்லும் வரையினில் வீழ்ந்திறந்த பாம்பெனப்பின்
   வில்வெற்றி வேடன்போல் வேண்டு.   0487
   Until winning try to remain like a dead snake
   Then pray like a successful hunter with bow and arrow.
   जीत पाने तक रहना मरे साँप सम,
   तीर धरित व्याध बराबर।।

8. வேடன் பதுங்கியே வேண்டுவதைப் பெற்றிடுவான்
   ஆடலிலே தேர்ந்தாள் அடங்கு.   0488
   A hunter gets what he wants by ambushing
   Like an expert woman dancer.
   शिकारी करता घात लगाकर शिकार,
   उत्तम नाच करता होता नम्र।।

9. அடக்கம் அமைதி அமைச்சன் துணையால்
   அடங்கிப் பகையழியு மாங்கு. 0489

Humbleness, politeness and with the assistance of minister,
Remaining silent the enmity would perish there.
विनम्रता व शांति उत्तम मंत्री के सहारे,
रहना नम्र और मिटाना शत्रुता।।

10. அழித்திடு கோபத்தை ஆகுங்கால் வந்தால்
    அழித்தொழித்துத் தள்ளிடும் ஆழ்ந்து. 0490

Subdue anger if penetrates again,
It would push destroying far down.
बनते कार्य पर आता क्रोध,
गिरा देता पतन में मिटा देना क्रोध उत्तम।।

அதி. 50. இடன் அறிதல்

(ஏற்ற இடத்தை அறிதல்)

Chapter 50. Studying the place

(Finding a suitable place)

अध्याय – 50. स्थान पहचानना

(उचित स्थान को जानना)

1. ஆழ்கடல்சூழ் நல்லுலகை யாள விரும்பினால்
   பாழ்படா நல்லிடத்தைப் பார்.   0491
   If want to rule the genuine world surrounded by deep sea,
   Search a strategic place not damaged.
   सागर घेरा संसार का करना चाहे
   शासन पा लेना उत्तम स्थान।।

2. பார்ப்பார் அறியார் பதுங்கிப் பகைவரிடம்
   பார்போற்றும் வெற்றியைப் பற்று.   0492
   Not known to people keeping ambushing from the enemy,
   Get victory the world admires.
   करना हमला घात लगाकर शत्रु पर,
   पाना विश्व भर कीर्ति प्राप्त जीत।।

3. பற்று துணைவலிமை பற்றியபின் தக்கவிடம்
   பற்றுபவர் பாட்டிசைந்த பண்.   0493
   Grip the strength of companion after that if that the right place,
   As one holds is a suitable music for the lyrics.
   करना प्राप्त उत्तम सहारा,
   मिले यदि उचित स्थान होगा कीर्ति गान।।

4. பண்டத்தைப் பெற்றின்பம் பக்குவமாய்த் தங்குமிடம்
   பண்டைப்போர் வித்தை பயன்.   0494

The pleasure due to getting material the place where it shall rest,
It is the benefit from the techniques of earlier war.

उत्तम है युद्ध कला वह प्राचीन,
उचित माल स्थान प्राप्त करें होगा फल।।

5. பயன்மரம் போல்விளங்கும் பண்புடையார் தீயர்
   பெயல்கலக்கா வீரரே பேறு.   0495

The intellectuals acting like most people
Not mingling he soldiers the gift we get.

कुमित्र से रहता कुशल वीर जब दूर,
होता वह उपादेय पेड बराबर।।

6. பேறுபெற்ற நீள்படைகள் பீடுடனே தீப்பகையை
   வீறுடன் கொல்லும் விரிந்து.   0496

The army with acclamation would demolish the enmity with ,
Majestic walk would kill expanding.

कीर्ति प्राप्त लंबी सेना होती बड़े शान से,
मिटाती शत्रुता बड़ी वीरता से।।

7. விரிவாக ஆண்டிடுவர் வீழா மலைமேல்
   வரிகட்டி வாழ்த்தல் வரும்.   0497

Would rule stretching for and wide on the unshaky high mountain,
Greeting would come one by one.

प्रजा के आशीष से करता सुशासन,
होता धरा पर ऊँचे पहाड बराबर।।

8. வருகின்ற யானை வலிமை புலிமுன்
   மருண்டோடிக் கவ்வுமே மண்.   0498

The elephant coming is robust before the tiger
It will run away out of fear.

होता हाथी बडा बलिष्ट,
देख शेर जाता भाग और खाता हार।।

9. மண்ணுலகில் வெற்றிபெற மாண்பா மிடத்தினை
   மண்ணாய்வு செய்க மனத்து.   0499

   To be successful in this world for the importance of land with value,
   Do research on the soil in the mind.

   उचित स्थान बना लेना पूर्व ही,
   होगा धरा पर स्थायी जीत।।

10. மனத்தினி லூக்கமுள்ளோர் மாபெரும் வெற்றி
    மனத்தில் மகிழ்வு வரும்.   0500

    One who has enthusiasm in the mind would gain achievement,
    And happiness would come to mind.

    रखते जो अपने में बड़ा उत्साह,
    पाता मन में आनंद सदा।।

அதி. 51. தெரிந்து தெளிதல்

(தகுதியானவரைத் தேர்ந்து தெளிதல்)

Chapter 51. Getting clarified by learning

(Selecting the right person and understanding)

अध्याय – 51. स्पष्ट समझना

(उचित को चुनना)

1. வரும்பணியாள் சீர்மையும் மாண்பாம் மனத்தின்
   அருமையுங் கண்டுணர்வாய் ஆய்ந்து. 0501
   Sincerity and straight forwardness of the subordinates joining,
   Try to assess their uniqueness by careful analysis.
   आते सेवक के उत्तम गुण और मन,
   सोच समझ सब चुनना उसे।।

2. ஆய்ந்தறிவும் நேர்மை அறமும் உயிரிரக்கம்
   சேய்காக்கு முள்ளத்தான் தேர். 0502
   Deep knowledge, straight forwardness, virtue humanity
   Select a cheerful and child heartened subordinate.
   विवेक और नेक होते जिस में चुनना उसे,
   होता उसमें पुत्र की रक्षा करता सेवा मन।।

3. தேர்ந்தெடுக்கும் முன்பவனின் சீர்த்தகுதி கேட்டறிவாய்
   ஆர்வத்தைத் தேர்ந்தே யணுகு. 0503
   Before selecting try to gather his right qualification
   Approach most carefully.
   चुनने पूर्व पूछना योग्यता उसकी,
   देखना यह भी होते उसमें जितनी उमंग।।

4. அணுபோன்ற நுண்ணறிவும் ஆற்றல் கரும்பின்
   கணுவினிப்பும் கொண்டான் கணித்து.   0504
   Micro knowledge like atom ability as sugarcane's
   Sweetness predict his possession.
   अणु सम हो सूक्षम विवेक, गन्ने सम हो मधुर मन
   देखना क्षमता योग्य वे सब उसमें।।

5. கணிக்கப் பயனிலாக் காயென் றுணர்ந்தால்
   அணியல்ல என்றாய்ந்த றறி.   0505
   If felt useless half ripe to predict
   Try to know it is not aware.
   जानते जब वह होता कच्चा फल,
   समझना सत्य यह बन गया वह बेकार।।

6. ஆய்ந்தபின் நல்லவன் அல்லன் பிரித்தவனைக்
   காய்தலின்றி ஒற்றறிவாய் கண்டு.   0506
   Instead of segregating good and bad go
   For investigation without displeasure.
   समझते जब वह नहीं उत्तम,
   कर अलग रखना उस पर अधिक ध्यान।।

7. கண்டார் பரிந்துரையைக் காட்டிப் பணியமர்த்தல்
   கண்கெடவே வாய்ப்பாகுங் கண்டு.   0507
   Appointing based on recommendation of many
   It will lead to dismal failure after.
   अनुरोध अन्य से देते जिसे नौकरी,
   संभव है वह कार्य बुराई का।।

8. கண்ணைப்பார் பேசும் கனிமொழியை நம்பாதே
   அண்மையில் பார்த்தே அறி.   0508
   Do not believe on who attracts with sweet language
   Try to know keeping nearby.
   ध्यान देना आँखों पर न करना भरोसा मधुर वचन,
   पहचान लेना उसे अपने निकट।।

9. அறிவுடையான் நாட்டின் அமைச்சன் துணையை
   அறிதல் செயலால் அறி.   0509
   Minister of a country of a clever King's companion
   Assess by deeds this to learn.
   सहायक मंत्री का योग्य होता उसके कार्य से,
   समझता शासक यह अपने विवेक से ॥

10. அறியுந் தெளிவுடையான் ஆளுந் தலைவன்
    அறிவின் விளக்காம் அகம்.   0510
    Possessing clarity to study ruling leader
    The home will be a lamp of wisdom.
    होता जिस में स्पष्ट विवेक बनता वह शासक,
    बडा दीप बनता उसका मन ॥

அதி. 52. தெரிந்து விளையாடல்

(தேர்ந்தவரைச் செயலாற்றச் செய்தல்)

Chapter 52. Making the selected to perform

(Allowing the chosen to work)

अध्याय – 52. समझकर करवाना

(उचित द्वारा कार्य करवाना)

1. அகத்தினில் தூய்மையும் அல்ல தணுகா
   அகத்தானைத் தேர்ந்திடுக அங்கு.   0511
   Purity in the heart not approaching other than good
   Select such hearted one there.
   रखता मन पवित्र रहता बुराई से दूर,
   अपनाना उसे सदा निकट।।

2. அங்கிருந்த ஆள்களுள் அன்பறிவு நற்றெளிவு
   அங்குலமும் பேராசை அற்று.   0512
   Among the persons present love, knowledge and clarity
   Without least greediness.
    रहते पुरुष वहाँ रखते, स्नेह विवेक सरलता
   गुण सब नहीं रखते लालच अपने मन।।

3. அற்றார் அழிபசி ஆற்றுபவன் நற்றகுதி
   அற்றைநாள் தேர்ந்தால் அணி.   0513
   Apt qualification is one who feeds to hungry
   If available on that day select.
   मिटाता जो भूख अन्य का जानना योग्य वह,
   अपनाना है उत्तम उसी दिन वहाँ।।

4. அணியென எண்ணி அவனைத் தெளிந்தால்
   பிணிப்புடன் வெல்வான் பெரிது.   0514
   If selected thinking that he is an adorer
   He will conquer with pride.
   योग्य मान जब होते स्पष्ट उसे,
   करता वह चाव से कार्य अपना पाता जीत।।

5. பெரிதாம் தலைமையைப் பேணிப் பதவி
   அரிதென எண்ணாரை ஆழ்ந்து.   0515
   It is important to maintain leader one not thinking
   considering posting least bothered.
   मानता नहीं जो अध्यक्षता को प्रधान,
   सोचता पद है क्षीण देना कार्य उसे अपना।।

6. ஆழ்ந்தே பணியை யடுத்துவருஞ் சிக்கலைப்
   பாழ்படுத்தித் தீர்ப்பானைப் பற்று.   0516
   The crisis following after performing duty
   And least bothered on his leadership.
   अपनाना उसी को जो करता आते झंझट को चूर,
   कार्य अपना करता बड़े लगन से।।

7. பற்றியவன் சேய்போல் பணிக்குதவா னென்றாலோ
   அற்றைநாள் நீக்கிடுக ஆய்ந்து.   0517
   One who is appointed if not useful like a subordinate
   Dismiss on that day itself after enquiry.
   पुत्र सम करता नहीं जो सेवा सदा,
   मान उसे बेकार करना उसी दिन उसे दूर।।

8. ஆய்ந்தாலுந் தீயன் அறிவிலான் செய்கையால்
   தேய்ந்தே அழியுந் திரு.   0518
   By the actions of a bad and fool if not considered
   The goodwill downgraded gradually.
   दुष्ट और विवेकहीन के कार्य से,
   होता ऐश्वर्य का बड़ा नाश।।

9. திருத்தமாய்ச் செய்யுஞ் சிறப்பினைக் கொண்டால்
   அருமையங் காடு மடுத்து.   0519
   If one has the ability to do everything perfectly
   Efficiency would rule next.
   कार्य अपना करें सदा उत्तम,
   सत्य यह वन में भी होती बडी समृद्धि।।

10. ஆடுங் கலைஞர் அறிவர் வழிகாட்ட
    ஆடுபணிக் காலத்தி லாற்று.   0520
    To be guided by the efficient dancing artisan
    Dance during lifetime till health permits.
    मानना उत्तम जन की सलाह,
    करना कार्य अपना उचित समय पर।।

அதி. 53. சுற்றந்தழால்

(சுற்றத்தைப் பாதுகாத்தல்)

Chapter 53.Protecting kith and kin

(Safeguarding the kindred)

अध्याय -53. स्वजन सुख

(अपने रिश्तों की रक्षा)

1. ஆற்றுப் படுத்தி அருள்நிறை சுற்றத்தை
   ஏற்றிப் பணிவாய் இணைத்து.   0521
   Appease the graceful kith
   Propelling humbly coordinating.
   स्नेहपूर्ण रिश्तों को करना पथ दर्शन,
   मिलकर कराना उन्नत उनका।।

2. பணிவுடன் அன்பருள் பண்பாடா மென்ற
   அணிகள் தலைமைக் கழகு.   0522
   With humbleness, lone, grace and culture
   Ornaments of excellence to leader.
   नम्रता स्नेह दया सभ्य कार्य आदि सब,
   बनते नेतृत्व के सुन्दर भूषण।।

3. அழகான தாள்கள் அலைகடலின் முத்தம்
   பழக்கக் கரையே பயன்.   0523
   Beautiful sheet feel kiss of wavy sea
   Familiar beach the benefit.
   सुन्दर चरण को मिलता सागर तट पर लहर का चुम्बन,
   किनारे पर होते रिश्तों से मिलता आनंद जीवन।।

4. பயன்மரமாம் நாடு பலாச்சுளையாய்ச் சுற்றம்
   புயலறவே ஆட்சி புரி.   0524
   Country, the fruitful tree, pulp of jack fruit, the kin
   Rule without agitation.
   रहना फलदार कटहल पेड सम,
   करना शासन रिश्तों का दुख हो दूर।।

5. புரிந்தவர் ஏழைமை போக்கி யுறவைப்
   பெரிதா முவப்புடன் பேண்.   0525
   Eradicate poverty of people with trusted relationship
   Maintain with happiness and priority.
   समझकर गरीबी करना दूर,
   स्नेह से रखना रक्षित रिश्तों का सम्बन्ध।।

6. பேணுகின்ற காலம் பிழைநீக்க வின்பத்தைக்
   காணுவார் உள்ளத்தின் கண்.   0526
   In the patronizing period to rectify errors, joy
   Would realize in their mind.
   करते रक्षा जब रिश्तों को करना अपनी भूल दूर,
   मिलता अपार आनंद अपने मन।।

7. கண்கொண்டு பார்த்துக் களித்திடுஞ் சிற்றெறும்பும்
   அண்மையில் சுற்றும் அணி.   0527
   Listening with the eyes enjoying, ants
   Revolving around looks decorative.
   छोटी चींटी आँख अपने से देख,
   साथ आते रिश्ते अपने रो पाता आनंद।।

8. அணியாம் உறவை அழைக்குமே காக்கை
   அணியா யமர்ந்தே அறைந்து.   0528
   Crow would call its clan symbol of relationship
   Sitting with pride making raucous call.
   पुकारता कौआ अपने प्यारे रिश्ते को,
   जोर से कहता वह क्रम से बैठ।।

9. அறையும் புலிச்சுற்றம் அன்பா யுறுமும்
சிறையாகக் காக்குஞ் சிறப்பு.   0529

Wild tiger would roar lovingly to its species
It will also protect like sentry.

करता बाघ अपना गर्जन होता वह स्नेह से,
रखता रक्षित जेल सम अपना रिश्ता।।

10. சிறப்பான ஆட்சி திரண்டிடுஞ் சுற்றஞ்
சிறப்பினை நல்கிடுஞ் சீர்.   0530

Efficient reign kith and kin's grand gathering
Would offer distinction with pride.

रिश्ते हमारे सदा बनाते महान,
दिलाते हमें उत्तम शासन अपार।।

அதி. 54. பொச்சாவாமை

(மறதியின்மை)

Chapter 54. No absent mindedness

(Without forgetfulness)

अध्याय – 54. अविस्मृति

(कभी न भूलना)

1. சீர்தராப் பொச்சாப்புத் தீயா யழிக்குமே
   ஆர்த்தே யழுத்தும் அது.   0531
   Forgetfulness not bringing highness would destroy lifetime,
    It will pressurize like bond.
   अनल सम करता विस्मरण नाश,
   बढकर हमें दबाता वह सदा।।

2. அழுத்தும் மறதி அகத்தில் நுழைந்தே
   அழுத்தப் பிணியாம் அடுத்து.   0532
   Crushing absent mindedness entering into mind
   Becomes eternal pressure next.
   विस्मृति लेता जब मन में स्थान,
   वह दबाकर करता रोग अनेक।।

3. அணியாகுங் கல்வி அறிவைப் பெறவே
   அணியாம் நினைவை அணி.   0533
   To gain knowledge education is strength
   Try to develop the power of memory.
   देता गौरव शिक्षा ज्ञान पाना उसे,
   लेना मन में सदा अनुसरण।।

4. அணிந்திடு நல்லறிவை ஆற்றலுடன் உள்ளங்
   கணிக்கவே இன்பக் களிப்பு.   0534
   Possess deep knowledge with ability the mind
   To enjoy it is a pleasure.
   दिलाता अनुस्मरण उत्तम विवेक,
   होता जिससे सदा आनंद महान।।

5. களிப்புடன் செல்வங் கடிதில் நிறைவும்
   அளித்தே யருளும் அது.   0535
   With gladness wealth would accumulate
   It will give with blessing.
   महान ऐश्वर्य संतोष भरा मन,
   सब हमें दिलाता अनुस्मरण वह सदा।।

6. அருளாம் நினைவோ அனைத்தையும் நல்கும்
   அருமைக் கடமையை யாற்று.   0536
   The blessing of memory would offer everything
   Perform the outstanding duty.
   अनुस्मरण है रूप दया दिलाता वह सारा,
   करना अपना कर्तव्य सदा।।

7. ஆற்றுப் படுத்தியும் ஆன்றோர் மதித்திட
   ஆற்றுகின்ற ஆட்சி அமை.   0537
   To be respected by honourable people console by appearing,
    Form the government of performance.
   करना स्थापित शासन वह,
   दिलाना उत्तम पथ पाना सज्जन का सम्मान।।

8. அமைத்திடும்நல் லாட்சி அமைச்சர் அறிவால்
   அமையு மரசும் அழகு.   0538
   The fair government formed by the intelligence of minister,
   Will also be justifiable.
   मंत्री के बुद्धि विवेक से बनता सुशासन,
   होता राज्य अति सुन्दर।।

9. அழகி னுயர்வதுவே ஆளுமை யாகும்
   பழத்தினிப்பு வெற்றிப் பயன்.   0539
   Peak of the charm is that dominance of personality
   Like the sweetness of fruit the gain of success.
   उत्तम उन्नति होता विलक्षण,
   मिलती जीत में होता फल का मिठास।।

10. பழம்போல் நினைவு பயன்தரும் நல்ல
    பழக்கம் மனத்தினில் பற்று.   0540
    Memory would give benefit like goodness of as fruit, good
    Manners inculcate in the mind.
    अनुस्मरण देता फल सम बडा लाभ,
    लेना मन में सदा आदत यह।।

அதி. 55. செங்கோன்மை

(நடுவுநிலையான ஆட்சி)

Chapter 55. Unbiased reign

(Even-handed governess)

अध्याय 55. न्यायी सरकार

(निष्पक्ष शासन)

1. பற்றுக மக்களை ; பண்புநிறை கண்ணோட்டம்
   அற்றாரை மன்னித் தருள்.   0541
   Hold people civility filled review
   Pardon the opponents.
   दया है गुण उत्तम, करना उससे सेवा
   प्रजा का रहना सहनशील शत्रु पर।

2. அருள்பொழிவில் தாயாம் அவையினில் தந்தை
   அரும்போர்க் களவெற்றி யாம்.   0542
   Mother in showering grace, father in the public domain,
   This is outstanding victory in the battle.
   रहता जब दया में माता सम,
   सभा में पिता सम मिलती उसे युद्ध में जीत।।

3. வெற்றியுடை வீரர் விதிர்த்தெழுந்து தீப்பகையை
   அற்றிடச் செய்வ தழகு.   0543
   Successful soldier raising with vigor enmity
   Uprooting it, is fairness.
   देती शोभा महान वीर को बहादुरी से,
   करता वह शत्रु को मटिया मेट।।

4. அழுக்குள்ளங் கொண்டார் அரும்புகளைத் தொட்டால்
   புழுக்களெனச் சுட்டே புடை.   0544

People with unkind heart if touches the bud
Beat and burn them like worms.

दुष्ट करता बच्ची से जब दुर्व्यवहार,
कीडा मान जलाना उसे जरूर।।

5. புடைக்கும் புடைப்பில் புதைக்கும் பிணமாய்
   அடைத்திடு தீயால் அழி.   0545

In the swelling beat like a burying dead body
Brave it destroy it by fire.

शव सम दुष्ट को करना दफन,
जलती आग से जलाना उसे पूर्ण।।

6. அழிக்குங் குணமுடைய ஆணவப் பேய்கள்
   அழிப்பாய் திருந்தா அகம்.   0546

Arrogant ghosts with devastating temperament
The mind not refining from shattering.

घमंड है बड़ा शैतान करता हमारा नाश,
मिटाना उसे सदा अपने अंतर से।।

7. அகத்தினில் நீதியும் அன்புநிறை யில்லலில்
   பகன்றுணர்த்தல் நன்றாம் படிப்பு.   0547

Justice in the mind house filled with affection
It is a good lesson to share for realizing.

मन में धर्म घर में स्नेह सीख यह, देती
शिक्षा होती वह अति उत्तम।।

8. படிப்புடன் பட்டறிவும் பண்பையுங் கொண்டார்
   அடியை வணங்க லணி.   0548

Practical experience with book knowledge and having civility,
Bowing to touch the feet itself is adornment.

विद्या अनुभव शिष्टता होते ये सब जिसमें,
चरण उनका नमन है भूषण।।

9. அணியாய்ப் படையும் அடக்கம் எளிமை
   அணிவார் முதலமைச்சர் ஆம்.   0549

   As a guard army humbleness and simplicity
   The chief administrator would follow these.

   सुदृढ सेना विनय सादगी गुण ये होते जिसमें,
   बनता वह मंत्री सब का प्रधान।।

10. ஆமென்று சொல்லாதே ஆராய்ந்து நாட்டினில்
    நாமெல்லாம் ஒன்றல் நலம்.   0550

    Do not say 'yes' before careful study in the country,
    Wiser we are all stay together.

    हर बात पर हाँ कहना मत सोच सत्य यह,
    रहें सब हम देश में सदा एक।।

அதி. 56. கொடுங்கோன்மை

(நடுவுநிலையற்ற ஆட்சி)

Chapter.56. Despotism

(Despotism)

अध्याय – 56. निरंकुश शासन

(सापेक्ष शासन)

1. நலஞ்செய்யான் நாணமிலான் நாட்டை யழிப்பான்
   நலஞ்செய்வோர்க் கேதருவான் நஞ்சு. 0551
   Will neither do nor have good shyness, would destroy nation,
   Will give poison to good people.
   निर्लज्ज नहीं करता कल्याण करता देश नाश,
    करता जो भलाई उसको भी देता गरल ।।

2. நஞ்சாங் கொடுவிடம் நாளுங் கொலைசெய்யும்
   பஞ்சமா பாதகனைப் பார். 0552
   Deadly poisonous murderer
   Look at the sinner of all evils vicious king.
   कठोर जहर है अत्याचार, करता रोज
   हत्या अनेक वह है बड़ा पापी देख।।

3. பார்வை கொடுந்தன்மை பக்கத்தில் தீயவரே
   கார்காலம் பொய்க்குங் களம். 0553
   Sight of cruel bad people ever
   The rainy season will fail.
   होती नजर अति क्रूर होते निकट दुष्ट अनेक,
   ऋतु पावस में भी वहाँ मिलती नहीं वर्षा।।

4. களத்தினில் வெற்றியைக் காணார் களரால்
    உளத்துள் கலங்கு முழவு.   0554

    Will not witness victory in the field by crowd
    Disturbed heart like drum beats.

    मन में उठता जब दुष्ट विचार,
    मिलती नहीं जीत होती खेती भी नाश वहाँ।।

5. கலக்கம் புகுந்து கணக்கிலாத் தொற்றும்
    விலகாம லேயழுத்தும் வென்று.   0555

    Embarrassment filled unlimited infectious mind
    Without departing wins with pressure.

    करता जब पक्षपात मन में स्थान,
    उठते संकट अनेक होती जीत पतन की।।

6. அழுத்தும் வரியால் அகமோ துடிக்கக்
    கழுத்தைக் கடிக்குங் கவல்.   0556

    By back breaking taxes from people, as the heart beat,
    Worry biting neck.

    असीमित कर से होता मन में बड़ा दुख,
    काटता क्रूर वह गला हमारा।।

7. கடித்தே யழித்திடுங் காடுவாழ் மாப்போல்
    அடித்துவா ழெண்ணம் அறு.   0557

    Like the animals of forest will hunt for their living
    Remove the thought of torturing others.

    मारता सब को जंगल में ही जानवर सारे,
    तजना दूसरे को मारने का विचार।।

8. அறுக்கின்றார் வாள்போல் அகத்தில் நடுங்கி
    ஒறுத்துவா னென்றஞ்சும் ஊர்.   0558

    Cutting like sword shivering mentally
    The entire village fearful of bad king for punishing.

    काटता क्रूर वह तलवार बराबर,
    डरते जन सोचते मन में देगा वह बड़ा दंड।।

9. அஞ்சுகின்ற நாட்டில் அரவம் நிறைந்திடக்
   கஞ்சியிடார் அன்பிலாக் காடு.   0559

   In the country with fear as filled with snakes
   As forest of light fisted people.

   डरते जन रहते देश वहाँ होते साँप अनेक,
   स्नेह नहीं जहाँ बनता वह वन बराबर।।

10. காடு மெரிந்தே கவினியற்கை காய்ந்திடும்
    ஆடுகின்ற சிந்தை அழிந்து.   0560

    The lush greenish nature would be dried forest burnt,
    Happens in the devastating reign.

    होता शासन सापेक्ष जहाँ जल जाते वन,
    नष्ट हो जाती वहाँ सुन्दर प्रकृति भी।।

அதி. 57. வெருவந்த செய்யாமை

(அஞ்சத்தக்க செயல்களைச் செய்யாமை)

Chapter 57. Not carrying out frightening more

(Not doing dreadful activities)

अध्याय – 57. आतंकित कार्य न करना

(डरावना कार्य न करना)

1. அழிசெயல் செய்தான் அருகிருந்தான் சொல்லப்
   பழிநீங்க ஆய்க படை.   0561
   As the companion kindles committed destructive acts
   To get rid of blasphemy evaluate army of deeds.
   मिला आरोप यह था वह आतंकवादी के निकट,
   समझकर करना काम सत्य उसका।।

2. படைவீரர் மேலெழுந்து பாயாதே கோழி
   அடைபோல் பொறுப்பாய் அமர்ந்து.   0562
   Do not betray the soldiers be like the hen
   Incubating patiently sitting on its eggs.
   अंडा सेंकती मुर्गी सम सैनिक पर,
   क्रोध न कर सहनकर सोचना जरूर।।

3. அமர்ந்தே பொறுமையாய் ஆன்றோர்முன் ஆய்ந்தால்
   அமரகத்து வெற்றிவரும் ஆறு.   0563
   If sit calmly before the distinctive people and review the deeds
   Heavenly success would prevail the way.
   चैन से सोचकर उत्तम जन से लेना सलाह,
   करते कार्य में मिलती उसे जीत।।

4. ஆறாத தீச்சினத்தை யாட்சியிற் காட்டினால்
   ஏறாமல் வீழ்த்து மெளிது.   0564

   If unstrained enragement is shown in the governance
   It will defeat easily from development.
   करते कठोर क्रोध शासन अपने कार्य में,
   होता पतन उसका अति सरल।।

5. எளிமை பொறுமை இனிமை அமைச்சன்
   எளியவரைப் போற்றல் இனிது.   0565

   Simplicity, politeness and pleasing nature of the minister,
   It is sweeter praising the countryman.
   सरलता सहनशीलता मधुरता है गुण मंत्री के,
   साधारण की रक्षा भी चरित्र है उसका।।

6. இனிமையைத் தந்திடும் ஏற்றமாஞ் செல்வங்
   கனிபோல் மனமுங் கனிந்து.   0566

   The wealth would bring sweetness of development,
   Like fruit, mind would also ripe.
   मन बनता जब मधुर फल,
   बढ़ती मिठास मिलता ऐश्वराय जीवन भर।।

7. கனிவழிக்குங் கோபக் கடுஞ்சொல் உரையை
   அனிச்சமாய்ச் செய்ய அழிவு.   0567

   The speech with angry harsh words spoiling compassion,
   Would deteriorate even if do slightly.
   क्रोध में कठोर वचन मिटाता दया,
   सूँघते मृदुल सुमन राम होता बडा नाश।

8. அழித்திடும் ஆணையால் ஆட்சியும் வீழும்
   பழிவந்து சேர்ந்திடும் பாய்ந்து.   0568

   The government would fall by anti people order
   Incrimination would merge pouncing.
   आतंकित आज्ञा से होती अवनति देश की,
   अपयश भी मिल जाता अपने आप।।

9. பாய்மரமாய் நின்று பயன்தருவான் ஆட்சியைத்
   தாய்போலத் தாங்குந் தனித்து.   0569
   Would protect and offer aids like sail the reign
   Endure like mother individually.
   पालदार जहाज सम गुणी रहेगा लाभकारी,
   माता सम करेगा अकेला देश का शासन।।

10. தாங்கிப் பிடிக்குந் தடித்த கிளையினில்
    தேங்கும் பிணிநீக்குந் தேன்.   0570
    In the bearing the bulgy branch,
    Medicinal honey would pool.
    दृढ़ शाखा रक्षा करती फिसलते हमें,
    होता उस में रोग हराता शहद भी वहाँ।।

அதி. 58. கண்ணோட்டம்

(இரங்கும் பண்பு)

Chapter 58. Perception

(Wont of humanness)

अध्याय 58. दयालुता

(सहानुभूति का गुण)

1. தேன்போன்றோர் கண்ணோட்டம் செம்மையாம் பூமியில்
   ஊன்ற வுலகம் உவப்பு.   0571
   On this mighty world refinement of apprehension of people like honey
   The world is happy as it rooted.
   शहद सम उदारता गुण है अत्युत्तम,
   स्थापित उससे होता संसार सुखानंद।।

2. உவந்தே வருவர் உலகோர். விலங்கும்
   அவன்புகழைப் போற்றும் அது.   0572
   People of the world would come happily
   Animal also would praise his fame.
   होती जिसमें सहृदयता आते जन चाव से,
   जानवर भी गाते उसकी कीर्ति।।

3. அதுவென் றழைத்திடும் அஃறிணையாம் மாக்கள்
   அதுவே இரங்க அருள்.   0573
   It will call 'it' graceless animal
   Please grace that to show mercy to be human.
   होगा जानवर मानव से हीन,
   दिखाते रहम उन पर मिलता बडा अनुग्रह।।

4. அருளாள ரென்றே அகிலமது போற்றுங்
   கருணையாம் வள்ளலைக் காண்.　　　　　0574

   The world would facilitate a graceful person,
   See the sponsor of compassion.
   बनते जब दयावान जीव पर,
   उदार कह कीर्ति हमारी गाता यह संसार।।

5. காண்கின்ற காட்சியைக் கண்பாவை நல்கிடும்
   மாண்புறப் போற்றி வளர்.　　　　　0575

   The eyeball would give the scene which eye see,
   Is to Grow patronizing to get highness.
   पुतली आँखों की देती दर्शन सम,
   करना उदारता का विकास।।

6. வளரும் உலகம் வழங்க நிலைக்கும்
   அளப்பரிய வஞ்சம் அடக்கு.　　　　　0576

   Expanding world offer would stabilize
   Restrain unlimited enmity.
   दानशीलता से संसार पाता विकास,
   करना दमन कपट विचार।।

7. அடக்கு சினத்தை அகத்தில் பிறரை
   மடக்கவெண்ணா மாற்றம் மலர்.　　　　　0577

   Control anger in the mind for other persons
   Let the change blossom not to stop thinking further.
   करना संयम क्रोध पर,
   करना विकसित मन में अन्य पर उत्तम विचार।।

8. மலர்போல் மனத்தை மலர்ந்திடச் செய்ய
   வலம்வருந் தென்றலாய் வாழ்வு.　　　　　0578

   To make the mind to bloom like a flower
   The life like the breeze revolving around.
   बना लेना जीवन को हवा सम,
   सुमन सम होगा विकास मन में दया।।

9. வாழ்வார் புகழொடு வான்பொருளுந் தீதின்றி
   வாழ்க்கை நடத்த வளம்.   0579

   Will live with fame with sky level resources without evils
   Resources to run the life.

   करते जब धर्मनिष्ठ जीवन,
   मिलती समृद्धि पाते कीर्ति पूर्ण जीवन।।

10. வளமுடையோர் அற்றார் வயிற்றுக்கும் ஈந்தால்
    அளவின்றி வானீயும் அங்கு.   0580

    If the resourceful people feed the belly of the poor,
    The heaven would give in exhaustible wealth there.

    धनी देता जहाँ गरीब को अन्न,
    गगन देता असीमित वर्षा वहाँ।

அதி. 59. ஒற்றாடல்

(உளவாளியரை ஆளுதல்)

Chapter 59 - Detection

(Spying the secret agents of other country)

अध्याय – 59. जासूसी

(जासूसी का व्यवहार)

1. அற்றாராய் வேட மணிந்தே பகையோரைத்
   தெற்றென் றறிதற் சிறப்பு.   0581

   Disguising like a foreigner finding the enemies
   It is distinctive to understand them clearly.

   रूप अपना गरीब सम बदलना,
   उत्तम है शत्रु पर करना जासूसी का कार्य।।

2. அறிந்ததைக் கண்முன் அழகாகச் சொல்வான்
   அறிவொளி யொற்றன் அளந்து.   0582

   One will explain beautifully infront of eyes what know
   The intelligent spy relevantly.

   देखा जिसे आँखें अपनी से,
   ऐसे ही कहता स्पष्ट चतुर जासूसी।।

3. அளத்தினில் உப்பென ஆழ்ந்தே நடப்பை
   விளக்கிடும் ஆற்றலை வேண்டு.   0583

   Measure the friendship deeply as if salt
   Pray for the ability of explaining.

   लवण मिले जमीन सम,
   जासूसी में चाहिए सदा स्पष्ट कथन की दक्षता।।

4. வேண்டாத் துறவியாய் வீரம் மறைத்தவனாய்
   வேண்டுவன ஆவான் விழைந்து.   0584

   As an unwanted saint hiding bravery
   Would become as required with liking.

   साधु बराबर कायर बराबर बदलकर अपना रूप,
   करता जासूस सफल कार्य अपना।।

5. விழைவினில் உண்மையா வீழ்த்தும் பகைவர்
   அழைப்பினி லுள்ளம் அறி.   0585

   If wis the enemy would defeat truly
   Try to study his mind when calling.

   शत्रु का निमंत्रण समझना सत्य उसका,
   छिपा होगा उसमें हमारा पतन।।

6. அறிவைச் செயலினில் ஆற்றும் நிலையில்
   அறியா வகையினில் ஆய்.   0586

   When serving with knowledge in action
   Detect not known to others.

   जासूसी में करना प्रयोग अपना बुद्धि विवेक,
   प्रकट न होना वह अन्य को।।

7. ஆய்ந்தே முடிவெடுத் தாளுமைக்கீழ்ப் போர்செய்யப்
   பாய்ந்தால் விளையும் பயன்.   0587

   When fighting in the battlefield under the able captain after   thorough
   discussion
   If pounce, the benefit would boost.

   समझकर लेना निर्णय,
   महान अधीन करना युद्ध होगा उत्तम विजय।।

8. பயனு முழைப்பதற்குப் பாதையுந் தீர்வைப்
   புயலெனச் சொல்வான் புகழ்.   0588

   Favours the road to work give the solution
   Praise him would predict like tempest.

   श्रम का पथ मिलता फल,
   कहता उपाय यह पाता कीर्ति अपार।।

9. புகழ்ந்தே யெவர்முன்னும் போற்றிப் பழித்தும்
   பகருதல் தீதாகும் பார்.   0589

Infront of others do not speak complimenting and ill of others
See sharing would be detrimental.

समक्ष किसीके करना कीर्ति गान,
करना उसका अपमान देगा बडा दुख।।

10. பார்போற்று மொற்றன் பதவி உலகறியாக்
    கார்மழை நற்குளம்வீழ் கல்.   0590

The world would never know about the intelligent spy,
As the stone pushed into the pond by rain water.

संसार न जानती आगमन वर्षा सम,
पुष्कर में गिरे पाहन सम होता कार्य उत्तम जासूस का।।

அதி. 60. ஊக்கம் உடைமை

(மன எழுச்சி கொள்ளுதல்)

Chapter 60- Possessing Enthusiasm

(Having Optimism)

अध्याय- 60 . उत्साह

(जोश बढाना)

1. கற்கள் புரட்டிக் கவிழ்க்கும் மலையருவி
   கற்பெனும் ஊக்கமே காப்பு.   0591
   Waterfalls rolling down the stones
   Motivation of chastity the protection.
   गिरता झरना पर्वत से लुढकाता भारी शिला,
   पतिव्रता में महान रक्षा है उत्साह।।

2. காக்குங் கணவன் கடிதொழிலில் வீழ்ந்திட
   ஆக்கமா மூக்கமுயிர் ஆங்கு.   0592
   Protecting husband bankrupt in hard occupation,
   Constructive encouragement the soul there.
   पति जब पाता भारी घाटा अपने व्यापार में,
   बढाता उत्साह देता उसे प्राण।।

3. ஆங்குயர் பள்ளி அருந்தமிழ்ப் பாடத்தில்
   தாங்குக ஊக்கந் தழைத்து.   0593
   In the holy Tamizh subject in a reputed high school,
   Learn it with stimulation flourishing.
   उत्तम विद्यालय है वहाँ सीखना तमिळ,
   बढा लेना उत्साह उसी में।।

4. தழைத்திடுங் கல்வி தளரா வுழைப்பால்
   அழைத்திடுவர் மேனாட்டில் ஆங்கு.   0594

   Prospering education by tireless labour
   Will be welcomed by foreign country there from.

   पाते शिक्षा अत्युत्तम अपने उत्साह से,
   बुलाते उसे विदेश में बडी चाह से।।

5. ஆங்கிருள் வீழ்ந்திட்ட ஆடும் நுணலுந்தாம்
   பாங்கான வூக்கமே பாடு.   0595

   When darkness fall, the frog will dance
   Sing its meritorious encouragement.

   गहरे गड्ढे में जब गिरता मेंढक वहाँ,
   गाता उत्साह से बना लेता अपना पथ।।

6. பாட வியலாது பண்வரிசைச் சிற்றெறும்பும்
   ஆடவைக்கும் யானையை யாம்.   0596

   Unable to sing the sequence of song event the small ant
   Make the elephant to dance.

   चींटी न जानती मधुर राग,
   नचाती हाथी को भी वह बड़े उत्साह से।।

7. ஆடுகின்றான் காலிழந்தான் ஆனால் மலையேறி
   நீடுநிறை தேன்தொட்டான் நின்று.   0597

   A cripple dances but climbing the mountain
   For longtime waiting touches the honey.

   नाच करता वह पाँव खोकर भी,
   पर्वत चढकर लेता शहद बडे उत्साह से।।

8. தொட்டால் பிறப்புந் துறந்தா லிறப்பாகும்
   திட்டமிட லிங்கே தெளிவு.   0598

   Within minutes birth if forego death
   Here planning will boost.

   होता जन्म स्पर्श से होती मृत्यु त्याग से,
   करना पूर्व योजना है बड़ा उत्तम।।

9. இங்கிருக்கும் பேரறிஞர் ஏற்றதோ நற்பேறாம்
   அங்கேசெல் பாதைக் கறம்.   0599
   What the great scholars here accepted is blessings,
   The path leads there is ethics.
   सज्जन जो होते यहाँ मानते सत्य उत्तम,
   पाना मुक्ति पथ है वही महान धर्म।।

10. அறத்தை மறத்தை அணியாக்கல் வேண்டும்
    அறமுணர்ந்து வாழ்த லருள்.   0600
    Virtue and bravery shall be made wears
    Leading life by realizing the virtue is blessing.
    धर्म और शौर्य से बना लेना अपना आभरण
    सत्कर्म जानकर सदा रहना महान।।

அதி. 61. மடியின்மை

(சோம்பல் இல்லாமலிருத்தல்)

Chapter 61. Without laziness

(Remaining without laziness)

अध्याय - 61. आलस रहित

(सुस्ती से दूर)

1. அருளுடையான் கூர்மை அறிவுடையான் சோம்பல்
   மருள்நீக்கி மாற்றும் மலை.   0601
   Blessed with grave sharp knowledge laziness
   Removing darkness the mountain would change.
   करना उत्साह हीनता दूर,
   बना देता वह पर्वत सम दयावान और बुद्धिमान।।

2. மாற்றம் நிகழ்ந்திடில் வாழ்வு வளம்பெறும்
   காற்றினது வேகத்தைக் காண்.   0602
   If change takes place life would be prosperous
   As swift of the wind.
   देखना बहती तेज हवा करती परिवर्तन
   बनते उससे होता जीवन समृद्ध।।

3. காண்பதும் கற்பனையால் காட்டு முலகமும்
   மாண்பாக ஆக்கிடுமோ? மாற்று.   0603
   What seeing and what world show by imagination
   Will it make it unique change.
   परिकल्पना क्या करा सकती संसार को
   उन्नत? करना उसका परिवर्तन।।

4. மாற்றி மடியகற்றி மாண்பான வீரருடன்
   வீற்றிரு தீப்பகையை வென்று.   0604

   To win, discard defeating idleness
   Super cede the ripening change.

   लाना परिवर्तन दूर करना आलस,
   शत्रुता मिटाकर रहना महान वीर सहित।।

5. வெற்றிபெற நீக்கிவிடு வீழ்த்தும் மடியினை
   முற்றிவரும் மாற்றத்தை முந்து.   0605

   To get success remove the errors defeating
   Be pioneer in overcoming the changes established firmly.

   आते परिवर्तन को लेना साथ,
   जीत पाने कर देना जडता अपने से दूर।।

6. முந்தியே போர்செய்க முற்றா வெறுப்பின்றி
   உந்துதலைப் போற்று முலகு.   0606

   Fight the war at first without unripe hatred
   The world appreciating the pushing force.

   करना घृणा दूर बढ़ाना उत्साह अपने में,
   लडना युद्ध में पाना कीर्ति संसार में।।

7. உலகில் துயிலை உயிராய் மதித்தால்
   அலகின்றிப் போவா யழிந்து.   0607

   If respect the sleep as soul in the world
   You will perish without identity.

   मानते नींद को जो जीवन में प्रधान,
   हो जाते उसके गुण का नाश।

8. அழிந்திட வெண்ணும் அமைச்சனுங் காலங்
   கழிந்தபின் செய்வான் கடிந்து.   0608

   Even the minister would to crumble if
   Procrastinate his duties.

   मिट जाने को मंत्री जो रखता विचार,
   समय खोकर करता काम अति तेज।।

9. கடிந்திடு சோம்பலைக் கண்டார் பழித்தே
   அடித்து நொறுக்கி யழி.   0609
   Condemn laziness others teasing
   Destroy it crushing by thumping.
   गतिहीनता से होता बडा अपमान,
   मार गिरा देना उसे हटना उससे दूर।।

10. அழித்திடத் தீமடியும் ஆழ்கடலில் வீழும்
    பழியுமது நீங்கிடும் பார்.   0610
    If annihilate the bad idleness will fall into the sea
    See the accusation will be removed.
    मिटाने से बुझजाती अनल भी,
    सागर में गिरते सम आलस से होते अपयश भी हट जाते दूर।।

அதி. 62. ஆள்வினையுடைமை

(விடாமுயற்சியை மேற்கொள்ளுதல்)

Chapter 62 - Possession of Personal deed

(Undertaking persistence)

अध्याय – 62. कर्मठता

(निरंतर प्रयास)

1. பார்த்ததைச் சிந்தித்துப் பற்றிடவே எண்ணினால்
   கார்மலைசூழ் நாட்டின்மேல் கால்.   0611
   If think to gripe after conceiving what witnessed
   Logs on the country surround by mountain of black cloud.
   देखा जिसे सोचकर पाने उसे करते जब प्रयास,
   पर्वत घेरा देश भी होगा तुम्हारा।।

2. காலிழந்தான் ஆனால் கடுமுயற்சி சூறையாம்
   காலினும் வேகத்தைக் காண்.   0612
   Amputated but sincere efforts not decreased
   See the fastness than with leg.
   लंगड़ा तो है पर तेज हवा सम करता निरंतर श्रम,
   होती गति उसमें पैर से भी अधिक।।

3. காண்கின்றான் உள்ளத்தில் கண்ணிலா ஆசானும்
   மீண்டுயர்த்தும் மாண்பாம் விழி.   0613
   Even the teachers (elders) visualizes in mind
   The eyes elevates greatness.
   देखता अंधा निपुण सब मन आँखों से,
   आँख वह करती उसे अति उन्नत।।

4. விழிக்கு விளக்காய் விழிப்பா யிருந்தே
   வழிகாட்டக் கிட்டும் மணம்.   0614

   To be cautions to eyes as light
   Sweet smell could be gained by guiding.
   नयन को दर्शाता दीप सम रहना सचेत,
   होगी उससे सदा कीर्ति अपार।।

5. மணமிக்க நல்மலராய் மாற்றும் முயற்சி
   கணக்கிட நல்லுலகைக் காட்டு.   0615

   The effort to change as a scented beautiful flower,
   To assess the genuine world.
   सुगंधित सुमन सम होता जब जीवन प्रयास,
   होता तब दर्शन उत्तम संसार का।।

6. காட்டுக ஆட்சியில் கண்ணியமும் நற்கட்டுப்
   பாட்டினை ஆய்வுப் படுத்து.   0616

   Show dignity in the governance coordinating
   Subject the song to analysis.
   मर्यादा पालन करना शासन अपने में,
   सदैव रखना संयम पर ध्यान।।

7. படுத்தவரும் தீப்பகையைப் பாழுறுத்தி நம்மை
   அடுத்துவரும் நட்பை அணை.   0617

   Abolish the worst enmity torturing us
   Embrace the friendship approaching voluntarily.
   मिटाने आती शत्रुता का करना नाश,
   हमसे मिलने आती मित्रता से मिलाना हाथ।।

8. அணைபோல் படைகள் அயரா துழைக்கக்
   கணைவேக வெற்றியைக் காண்.   0618

   Army of soldiers fight timelessly, like dam
   Attain victory like an arrow at a rapid speed.
   सेना करती जब अथक परिश्रम,
   तुरंत तीर की गति सम होती विजय।।

9. காண்பரே நல்லாட்சி கண்கண்ட நல்லமைச்சால்
   மாண்புடன் வாழ்த்தும் மகிழ்ந்து.   0619
   By the able and noble ministry would witness legitimate,
   With pride, great with qualification.
   गुणवान मंत्री से होता देश भर सुशान,
   करती प्रजा उसे सम्मान सहित गुणगान।।

10. வாழ்த்திடத் தீமை வழியறியா தோடிடும்
    வீழ்த்துவர் ஊழையும் வென்று.   0620
    If salute, the evils would runaway without direction,
    Would defeat winning even the fate.
    सोचते जब हम अन्य की भलाई,
    भाग जाती बुराई प्रारब्ध पर भी मिलती जीत।।

அதி. 63. இடுக்கண் அழியாமை

(துன்பத்திற்கு வருந்தாமை)

Chapter 63 - Perseverance during misery

(Not worrying for misery)

अध्याय – 63 . विपत्ति में भी उम्मीद

(आपदा पर दुखित न होना)

1. வென்றாலுந் தோற்றாலும் வீரர்தம் முன்னிலையில்
கன்றருகே நற்பசுவாய்க் காண். 0621
Whether win or lose in the presence of soldiers
Listen as a motherly cow near the calf.
बछड़े निकट होती गाय सम जीत हो या हार,
रहना सदा साथ सैनिक के साथ।।

2. காண்போம் பகைவனைக் காட்சியைக் காணுமுள்ளம்
ஆண்மையை யேத்த அணி. 0622
Let us meet the foe, the heart wishing giving perils,
The adornment congratulating the manliness.
विपत्ति में भी रखते जो उम्मीद,
पाते शौर्य अपने में देखते मन में शत्रु का दर्शन।।

3. அணியணிந்த இன்பம் அழிவுதருந் துன்பம்
பணிவாய்ப் பொறுப்பதே பண்பு. 0623
The joy of the team, love the distress giving perils,
It is to endure humbly, is refinement.
आनंद दिलाता सुख नष्ट कराता दुख,
सहन कर रहना है गुण उत्तम।।

4. பண்புடையான் செல்வமென்றும் பாரில் நிலைத்திருக்கும்
   பண்பாளர் மண்ணின் பதிவு.   0624

   Wealth of the civilized would be stable in the world,
   The cultured is a gift of the soil.

   सम्मान गुणवान का रहता सदा संसार में,
   कीर्ति उसकी होती स्थायी यहाँ।।

5. பதிவுசெய்யக் கல்லைப் பதமாக வெட்டிப்
   பதிக்க வரலாறாம் பார்.   0625

   To register digging the stone mildly
   See installing a statue is a history.

   पथ पर हो शिला बड़ा बराबर काटना उसे,
   उसमें गाढना कीर्ति अपना होगा वह इतिहास।।

6. பார்க்குமுயர் கட்டடமும் பாழ்நிலமாய்ச் சாய்ந்தழிந்தால்
   ஆர்த்தழியா நம்பிக்கை ஆழ்.   0626

   If highly elevated building tilted and destroyed
   Regret and keep the faith cannot be hidden.

   ऊँचा इमारत भी ढहकर गिर जाए,
   रहना अडिग सदा अपने आत्मविश्वास पर।।

7. ஆழ்மனத்தில் நல்லுறுதி ஆளுகின்ற நற்செயலர்
   ஆழ்ந்தறிவால் ஆட்சியை யாற்று.   0627

   An active person ruled by confidence in deep mind,
   Rule the reign with vast knowledge.

   मन में हो दृढता रचना कार्य अत्युत्तम,
   महान विवेक से करना सुशासन।।

8. ஆற்றருகே உள்ள அரண்மனையே வீழ்ந்தாலும்
   மாற்றியரண் கட்டுமுள்ளம் மாண்பு.   0628

   Even if the palace near the river fall
   The mind to construct a rampart is special.

   नदी के निकट हो सुन्दर महल, ढहने पर भी फिर
   बनाने की हिम्मत होती जिसमें गुण वही है महान।।

9. மாண்பாம் பொருளால் மகிழ்வுறுதல் வீழ்ந்தாலும்
   மாண்டிடாக் காட்டாக வாழ்.　　　　　0629
   It is exceptional to be happy by material wealth even if go down
   Live like a role model never dying.
   ऐश्वर्य मिट भी जावे सुख अपना खो भी जावे,
   प्रतिमान बनकर रहना हमेशा शान से।।

10. வாழ்வில் உறுதியும் மாக்கடலாய் நம்பிக்கை
    வாழ்க்கை முழுதும் வளம்.　　　　　0630
    Ocean level confidence and assurance in life
    For life long prosperity.
    दृढ़ व आत्मविश्वास से जो रहते नित्य,
    होती प्राप्त जीवन भर समृद्धि।।

அதி. 64. அமைச்சு

(அமைச்சரின் கடமைகளைக் கூறுதல்)

Chapter 64 - About cabinet

(On the duties of ministers)

अध्याय – 64. मंत्रिमंडल

(मंत्रि का कर्तव्य)

1. வளம்பெருக்கு மெண்ணம் மனத்திலுயிர் மக்கள்
   அளவிலா ஆற்ற லமைச்சு.	0631
   Multiplying wealth, the thinking in the heart, the soul people,
    Unlimited ability of the minister.
   देश समृद्धि प्रजा पर प्रेम अपार क्षमता,
   रखते ये सब उत्तम मंत्रिमंड़ल है वही।।

2. அமைச்சனும் அஞ்சாமை ஆள்வினை கல்வி
   அமைதியை நாட லழகு.	0632
   For the minister bravenss also with energetic knowledge,
   Preferring peace shall be the quality.
   निर्भय स्थिरता कौशल शांति ये सब,
   आदर्श मंत्री के हैं भूषण।।

3. அழகாய்த் துணைநின்றால் ஆய்ந்தே களையை
   உழவன் பறிப்பான் உவந்து.	0633
   If support genuinely scrutinizing the weeds
   The farmer would remove willingly..
   साथ रहे किसान सदा अपने खेत में,
   करता वह उत्साह से घास फूस दूर।।

4. உவகை முகத்தில் உளத்திலோ கள்ளம்
   அவனழி சூழ்ச்சியினை யாழ்த்து.   0634
   Smiling on the face stealth in the mind
   Greet the conspiracy ruining him.
   दिखती सुन्दर सूरत कपट होता मन भर,
   समझ छल यह रहना सचेत।।

5. ஆழ்ந்து பகுத்தறியா தாள்பவனோ போகின்ற
   பாழ்வழியை நீக்கிடப் பார்.   0635
   Not analyzing deeply the ruler adopting
   Try to remove the disastrous method.
   सूझबूझ रहित करता जो शासन,
   पा लेता पतन रहना सचेत।।

6. பார்வையில் நல்லோரைப் பக்கத்தில் வைத்திருந்தால்
   ஆர்கடல் துன்பம் அறும்.   0636
   If be with honest people nearby
   Sufferings of vast sea will be solved.
   रखते जो सज्जन अपने निकट,
   सागर सम संकट भी हो जाता दूर।।

7. அறுக்கவரும் தீப்பகையை ஆள்வோர் மொழிய
   மறுக்காதே யேற்றால் மணம்.   0637
   The deadly enmity nearing to crumble on the instructions of ministry
   Don't refuse if accept good fortune.
   मानना सुझाव सज्जन का,
   होती जिससे शत्रुता नाश बनती कीर्ति अपार।।

8. மணக்கின்ற சொற்களால் மாண்புறுவார் போற்ற
   வணங்கு மரசு வளம்.   0638
   With kind and polite words would come commendable to praise
   Adore the government resources.
   सज्जन के मधुर वचन से,
   करता शासन उत्तम होगा देश संपन्न जरूर।।

9. வளந்தரும் நுண்ணறிவு வானுயர் நூல்கள்
   அளவாய் மொழிவான் அவை.　　0639
   Micro knowledge giving prosperity the heap of books,
   Would speak a little in the court.
   सफल सूक्ष्म ज्ञान उत्तम ग्रंथ सूचना अनेक,
   पाकर भी कहता मंत्री कथन मित।।

10. அவையில் பிறதுறை ஆளும் அமைச்சர்
    அவையடங்கிக் கேட்ட லழகு.　　0640
    In the court ministers of other departments
    It is ideal listen patiently.
    रहे विभाग अन्य के मंत्री,
    कथन उनका सहनकर सुनना है अति उत्तम।।

அதி. 65. சொல்வன்மை

(பேச்சாற்றல்)

Chapter 65. Power of Oration

(Skill of eloquence)

अध्याय – 65. शब्द शक्ति

(भाषण कला)

1. அழகான சொல்லா லரும்பொருளைக் கூறிப்
   பழகிடப் பாருயரும் பண்பு.   0641
   With apt words explaining the rare concepts
   It acquaint the fame would spread all over the world.
   अर्थ सहित उत्तम शब्द करना कथन,
   करते अभ्यास होता संसार का विकास।।

2. பண்புடையார் பேச்சில் பயனைத் தெளியலாம்
   பண்புமணம் வீசுமே பார்.   0642
   Could be clarified from scholarly speech
   See sweet smell of honour would blow.
   कथन सज्जन से फल होता प्रकट,
   गुण अपना सुगंध फैलाता देख।।

3. பார்ப்பார் வியந்திடப் பல்துறை யாய்ந்தவர்
   ஆர்கடல் போலிருப்ப ராம்.   0643
   To the surprise of listeners one who studied many fields
   He will remain like an ocean.
   विभिन्न विधा में होता जिसमें गहरा ज्ञान,
   रहता वह गहरा सागर बराबर।।

4. ஆர்வமாய் நற்கருத்தை யாய்ந்தே உரையாற்றத்
   தேர்ந்திடக் கேட்டல் தெளிவு.   0644
   With curiosity speak valuable ideas after thorough study
   Listening carefully enlightens.
   समझकर उत्तम विचार देते वचन उत्साह से,
   सुनना है उसे अति उत्तम।।

5. தெளிவாம் பயனைத் தெரிந்தே மனத்தில்
   தெளிக்கும் விதையே திரு.   0645
   With clarity knowing the utility in the mind
   Sowing seeds is purposeful.
   समझकर बोते बीज देता सुफल सम,
   सोचकर करते कार्य वह देता सुफल।।

6. திருவின் அருளால் தெளிவிலாச் சோர்வை
   அருகிருந்து நீக்கு மழகு.   0646
   By the grace of super power the clumsy tiredness
   It is the excellence erasing staying nearer.
   कमजोर थकान जब करते अपने से दूर,
   होगा ऐश्वर्य से सौन्दर्य अपार।।

7. அழகிலான் ஆன்ற அறிவால் மொழியப்
   புழங்கும் பலாவெனப் போற்று.   0647
   One not beautiful pronouncing by virtue of learning's
   Admire it as a tasty jackfruit.
   हो वह असुन्दर कहता विवेक कथन,
   करना उसे कटहल सम सम्मान।।

8. போற்றுகின்ற நன்மை புவியோ ருணர்ந்திட
   ஆற்றுபவ ரிங்கே யரிது.   0648
   Applauding the benefits making the public to grasp
   Those performers are rare here.
   जन सब समझने करता कोई महान भलाई,
   भरे संसार में होते वैसे अति दुर्लभ।।

9. அரிதாம் கருத்தை அருமை மொழியால்
   புரியப் புகன்றால் புகழ். 0649

   It is scarce the opinion by finer language
   Brings fame if describe to understand easily.

   कथन मधुर से कहता अद्भुत विचार,
   पाता वह कीर्ति महान।।

10. புகலும் பொழிவினைப் போற்றுமிச் சான்றோர்
    அகத்தில் கிளரும் அருள். 0650

    The distinctive personalities who deliver a discourse
    Kindling gracious understanding internally.

    उत्तम कथन को जब करते सम्मान,
    खिल उठती सज्जन के मन बड़ी दया।।

அதி. 66. வினைத் தூய்மை

(செய்யும் செயலின் தூய்மை)

Chapter 66 - Untaintedness in endeavour

(Unadulterated action)

अध्याय – 66. निर्मल कार्य

(कार्य की पवित्रता)

1. அருள்நிறைந் தாய்ந்தே அணுகப் பணியோ
   கரும்பா மறிவால் களிப்பு.   0651
   If approach with graceful reviews the work
   Will be pleasing by intelligence like sugarcane.
   दया सहित जब करते काम,
   गन्ने सम समझ अपने से होता आनंद।।

2. களிப்பை விரும்பியே கையூட்டுப் பெற்றால்
   களிற்றினைப் பற்றிக் கவன்று.   0652
   Just for pleasure if get bribe
   One will regret as if griped by the elephant.
   आनंद पाने लेते जब बुरी कमाई,
   होता ऐसा हाथी के सूँड फंस गया वह।।

3. கவலையைத் தந்தேனும் கைப்பற்றுஞ் செல்வம்
   அவர்வா எறுக்குமே யாம்.   0653
   The wealth acquired by troubling others
   It will prick the heart for ever.
   अन्य को दुख दे लेते जब धन उसका,
   पाता वह तलवार से काटा दुख सम।।

4. அறுத்துப் பொருளை அவாவுடன் சேர்க்க
   அறுக்கும் பகையோ அடுத்து.   0654

Adding wealth with desire without analyzing good and bad,
Troubling enmity next.

जोड़ता धन लालच से अत्यधिक,
आती शत्रुता काटने उसे साथ साथ।।

5. அடுத்திடுந் துன்பத்தை ஆள்பவன் செய்யின்
   உடுப்பு மிலாதொழியும் ஓர்.   0655

If a ruler does severe agony
Understand, one has to lose even his dress.

देता शासक जब अन्य को बडा दुख,
होता वह वस्त्र रहित और मिटता जरूर।।

6. ஒழிப்பான் பகையினை ஓர்ந்தறிந் துள்ளங்
   கழியப் பறித்திடான் காண்.   0656

He will root out enmity knowing the heart of all
See he will not grab wounding the feelings.

समझकर करता शत्रुता का नाश,
मन करता आनंद देख यह।।

7. காணுகின்ற செல்வத்தைக் கானல்நீர் என்றெண்ணக்
   காணும் வினையில் கனிவு.   0657

Thinking all assets seen are mirage
Kindness in all activities.

होता ऐश्वर्य सब समझना मृगजल,
बनता कार्य तब अपने से मधुर।।

8. கனிந்த செயலில் கனவிலுந் தூய்மை
   மனிதனின் நற்புகழே மாண்பு.   0658

Purity even in dreams in the compass note deeds
The fame of a person is the distinction.

कार्य में स्नेह सपने में भी पवित्र विचार,
उत्तम गुण इनसे बनता मानव महान।।

9. மாண்பணி செய்வான் மலைத்தேனின் தூய்மையன்
   ஆண்மை வழியில் அறம்.   0659

   Untainted like honey from mountain would execute extraordinary,
    Ethic in the form of manliness.

   गिरि शहद से भी पावन है वह,
   करता कार्य महान निभाता काम धर्म पथ पर।।

10. அறவழியி லாளும் அமைச்சனின் நாட்டில்
    அறக்கடவுள் காட்டிடும் ஆறு.   0660

    In the country the minister ruling with virtuosity
    The god of virtue would guide the way.

    धर्म पथ पर करता मंत्री शासन जहाँ,
    वहाँ धर्म देव भी आ दिखाता धर्म पथ।।

அதி. 67. வினைத்திட்பம்

(செயலில் உறுதி)

Chapter 67- Determination in ventures

(Single mindedness in all efforts)

अध्याय – 67. दृढशीलता

(कार्य में दृढता)

1. ஆற்றுஞ் செயலினில் ஆழ்கடலி னுள்ளுறுதி
   மாற்றான்வீழ் வாகை மலர். 0661
   It all determined activities the stability like deep sea
   Fall of opponent would bring garland of success.
   गहरे सागर सम होना करते कार्य में सुदृढ,
   होगा शत्रु का पतन जरूर।।

2. மலர்மணமும் ஆற்றலும் மாவூர்தி ஓட்டும்
   வலவனால் வெற்றி வரும். 0662
   Pleasant smell of lower ability driving heavy vehicle
   By a talented one victory would come.
   होता जो अति कुशल चलाता महान यान,
   सुमन सुगंध सम उसी से मिलती जीत।।

3. வருவாய் உயர்வெண்ணி வாழ்வான் வினையின்
   வருமுடிவைக் கூறான் மறைத்து. 0663
   In the activities of one giving undue importance to gain
   He will hide would not expose premonition.
   छिपाता कार्य अंत तक अपने का,
   करता रहता पाने अधिक कमाई।।

4. மறைவேதம் போல மலரினுள் வண்டாய்
   அறையாதே உண்மை அழுத்து.   0664
   Like Vedas containing morals and beetles in the flower
   Do not expose conceal the truth.
   वेद के गूढ़ार्थ सम सुमन में रहते भ्रमर बराबर,
   सत्य कार्य का छिपा रखना है उत्तम।।

5. அழுத்தமாய் மாற்றார் அறிந்திடாச் செய்கை
   பழுத்த கனிவெற்றி பார்.   0665
   The action with rigidity not revealing to third person
   See it is totally a great success.
   छिपा रखना कार्य अपना,
   प्रकट न करना अन्य को मिलता लाभ फल देख यह।।

6. பார்புகழை யெண்ணிப் பயனாம் செயல்புரிவார்
   ஆர்கடலைக் கைப்பற்றும் ஆர்ப்பு.   0666
   Thinking worldly fame people would serve aiming gains
   With happiness to seize the booming sea.
   संसार भर कीर्ति पाने करता उत्तम काम अपना,
   पाता वह शोर करता सागर सम जीत।।

7. ஆர்ப்பரிப்புச் செய்யான் அவன்வினையில் வல்லவன்
   ஆர்க்கும் பகையை அழித்து.   0667
   Will not do any exaggeration expert in his execution
   Abolishing the roaring enmity.
   करता नहीं कभी शोरगुल,
   शत्रु सेना पतन करने शूर रखता अपने कार्य में ध्यान।।

8. அழிக்கவரும் பேரலையில் ஆடாத கப்பல்
   பழிசேராப் பாதை படும்.   0668
   The ship not shaking amidst the waves devastating
   It will sail in the route not wrecking.
   नाश करने उठ आती बडी लहर,
   तब भी न हिलता जहाज पाता बडाई।।

9. படுத்துந் தடைகள் பகைவரை வீழ்த்தி
   அடுத்தடுத்து வெற்றி அடுக்கு.   0669
   Defeating the enemies and disturbing hurdles
   Build steps of success one by one.
   रोकती बाधा आवें अनेक,
   गिराना शत्रु सब पाना जीत अनेक।।

10. அடுக்கடுக்காய்த் துன்பம் அவற்றினா லுள்ளம்
    படுத்துவிடா எண்ணம் பருந்து.   0670
    Successive sufferings the mind by that
    The thought of not discouraged is noble.
    संकट आवें अनेक कभी न खोना आत्म बल,
    करना विचार चील बराबर।।

அதி. 68. வினை செயல்வகை

(செயல்புரியும் முறை)

Chapter 68 - The manner of performing

(Procedure to be followed when executing an action)

अध्याय – 68. कार्य पद्धति

(कार्य करने का तरीका)

1. பருந்தா யழிப்பதைப் பார்த்திருந்த வல்லான்
   அருங்குளத்துக் கொக்காய் அடு.   0671
   A strong soldier who had seen the vulture ruining
   Wins like a stork awaiting near the pond.
   नाश करता चील देखा यह चतुर ने,
   रह गया वह जलाशय में होता सारस सम।।

2. அடுபகையை வெல்லுகின்ற ஆற்றலுடை வீரர்
   படுமழிவைப் பார்த்தே பணி.   0672
   The soldier having mettle to win the powerful enmity
   Surrender seeing the devastation.
   शत्रुता पर जीत पाने क्षमता रखता शूर,
   देख उसकी दशा हो जाना विनीत।।

3. பணிந்து பெருக்கிப் படையால் பகையை
   அணிவகுத்துப் போரில் அழி.   0673
   Humbly multiplying the army by it the enmity
   Destroy in the war parading.
   रहना विनयशील बढ़ाना सेना बल,
   बढ़कर आगे युद्ध में करना अरि का नाश।।

4. அழிக்க நினைப்பின் அடுபோர் விரைந்தே
   அழிக்கப் பகையும் அழிவு.   0674

   If think to devastate declare war smartly
   To shatter the opponent would collapse.
   अरि जब सोचता मन में तेरा नाश,
   करना तुरंत उसपर युद्ध होगा उसका नाश।।

5. அழிப்பதே நோக்கம் அயல்பகைவர் வல்லார்
   கழிக்காமல் நட்பாக்கிக் காட்டு.   0675

   Main motive to defeat if foreign enemy mightier
   Not wasting show making friendship.
   होता शत्रु बलवान सोचता सब का नाश,
   मित्रता उसका करना है उत्तम।।

6. காட்டுங் குறிப்பால் கனிவுடன் குற்றமிலா
   நாட்டாட்சி செய்வதே நன்று.   0676

   By the indication shown with courtesy crimeless
   Administering fair rule is good.
   मिलते संकेत को लेना स्नेह से,
   दोष रहित शासन करना देश का है उत्तम।।

7. நன்றாம் பொருள்காலம் நல்லிடம் நற்றுணை
   நன்றாய் வினைவெல்லும் நன்கு.   0677

   It is good material timing apt place good company
   It will win operated fairly well.
   उत्तम धन उचित समय योग्य स्थान लायक साथी,
   ये सब बनते कार्य विजय में बडे सहायक।।

8. நன்றாய்த் தொழிலில் நலமே விளைந்திட
   நன்கறிந்த வல்லுநரை நாடு.   0678

   To come up well in profession
   Approach familiar experts.
   कार्य अपने में उत्तम सफल प्राप्त करने,
   लेना मदद अधिक जानकार से।।

9. நாடுஞ் செயல்களால் நாட்டினை யாளுவோர்
   நாடுநலம் பெற்றிட நாட்டு.   0679
   People ruling the country by relevant actions
   Activate to get welfare to the country.
   शासक देश का करने भलाई उसकी,
   करना कार्य सब का पसंद।।

10. நாட்டில் அமைச்சனின் நல்லாட்சி சீருற
    நாட்டுமே நல்லோர் நலம்.   0680
    When the ruling of the minister takes place unbiased
    Would gain wholesome benefit.
    स्थापित होता जब मंत्री का सुशासन,
    बनती देश में उत्तम की भलाई।।

அதி. 69. தூது

(தூது உரைப்போர் பண்புகள்)

Chapter 69 - Diplomacy

(The qualities of envoys)

अध्याय – 69 . दूती

(आदर्श दूत)

1. நலத்தினைத் தந்திடும் நற்பசுப்பால் காக்குங்
   கலம்போன்ற தூதுவனே கண்.
   The cow's milk would give good health protecting
   Shield like ambassador, is the pride.
   बर्तन करता रक्षा गाय का उत्तम दूध सम,
   दूत बनता नयन सम देश रक्षक।।
      0681

2. கண்ணிமையாய் நாட்டின் கலங்கரையாய் நேர்மையாம்
   கண்ணோட்டம் அன்பாங் களம்.
   As eyelid of the country as seashore for ship honest
   The viewpoint the love the field.
   पलक बराबर प्रकाश स्तंभ बराबर,
   होता दूत सत्यनिष्ठा स्नेही और संवेदनशील।।
      0682

3. களத்தில் பிடிப்புடன் காணும் பகைவர்
   உளத்தினைக் கண்டறிவா யோர்ந்து.
   In the battlefield enemies with stubbornness
   Study their mind thoroughly.
   युद्ध मैदान में होते शत्रु का दृढ़ मन,
   कुशल दूत वह लेता पहचान।।
      0683

4. கண்டார் மதிக்குங் கலைநூ லறிந்தாரின்
   கண்சிவப்பை நீக்குமிளங் காற்று.   0684

   The scholars respected by whoever see
   The mild breeze curing reddish eyes.

   सम्मान प्राप्त विद्यावान का क्रोध,
   शीतल कर देती मृदुल पवन।।

5. காற்றினும் வேகமாய்க் கண்டுணரா மாற்றத்தால்
   ஆற்றும் பணியே யழகு.   0685

    The changes not realized that is faster than the wind
   The duty performing is stunning.

   करता दूत काम अपना हवा से भी तेज,
   होता परिवर्तन अति सुन्दर।।

6. அழகான வீறுகொண்ட ஆணழகன் செல்வம்
   இழக்கானே வெற்றியும் இங்கு.   0686

   A handsome brave fighter a wealth
   Not losing is the victory here.

   बनता दूत जब सुन्दर और शौर्य,
   नहीं खोता अपना धन प्राप्त होती जीत उसे।।

7. இங்கிருப்போர் தீப்பகையை யென்றுமே வென்றிடுவாய்
   அங்குமே நட்பால் அணைத்து.   0687

   You will win the opponent's enmity here always
   There attracting all by friendship.

   दक्षता अपनी से पाना जीत शत्रुता पर,
   बढा लेना स्नेह से अपनी मित्रता।।

8. அணைக்கட்டாய்க் காத்தே அரவணைத்துத் துன்பக்
   கணைமாற்றிச் சேரக் களிப்பு.   0688

   Protecting like a dam accommodating changing
   The fro wounding arrow is the joy.

   होता आनंद तभी, जब करता दूत रक्षा
   बाँध बराबर और हटा देता दुख।।

9. களிக்கும் வகையில் கனிவாகக் கூறி
   அளிதேனாய்ச் சொற்கள் அணி.   0689

   Telling politely to accept and enjoy
   Use honey like words the manner.

   कहता दूत मधुर वचन,
   होते उसके शब्द सब शहद बराबर।।

10. அணிந்திட்ட ஆடையில் ஆட்டத்தில் மாற்றார்
    அணிவிருந்தி லாய்த லறிவு.   0690

    Will not change in the game the garment wore
    It is the wisdom to investigate even tasty dinner offered.

    योग्य दूत पहने परिधान करते नाच होते
    दावत सब में रखता बड़ा ध्यान।।

அதி. 70. மன்னரைச் சேர்ந்தொழுகல்

(அரசனொடு பழகும்முறை)

Chapter 70 - Conducting along with the King

(The way of dealing with the ruler)

அध्याय – 70 . शासक के साथ व्यवहार

(सम्राट के साथ संबन्ध रखने का ढंग)

1. அறிவா லணுகி அவையில் புறத்தில்
   அறியா வனைத்து மறி.   0691
   Approaching by cleverness in the court and in the outside,
   Try to learn what not known.
   सभा में हो या बाहर हो अपरिचित सब,
   समझना उत्तम बुद्धि विवेक से।।

2. அறிவை வளர்க்கும் அரிச்சுவடித் தோழன்
   அறிவ னெனினும் அகல்.   0692
   The comrade is the alphabet developing knowledge
   Though knowledged better keep away.
   विवेक बढाता ग्रंथ बराबर जब रहे मित्र,
   तब हट जाना उत्तम है उससे।।

3. அகன்ற மலைபோ லமைச்சனும் தம்மின்
   அகவைக் குறையை யழி.   0693
   Broad mountain like minister himself also
   Do no mind the age difference.
   मंत्री रहे पर्वत बराबर विवेक में,
   मन से दूर कर देना आयु भेद।।

4. அழிபகைவன் சூழ்ச்சி அமைச்சனிடம் சொல்லா
   தழித்திடச் செய்தல் அணி.   0694

   Not disclosing the conspiracy of deadly enemy with the minister,
   Badly damaging is brainy.

   मंत्री से कहने पूर्व शत्रु का षडयंत्र,
   मिटा देना उसे गुण उत्तम।।

5. அணிபோலக் காத்தும் அகன்றே யிருந்தும்
   கணிக்காமல் வீசுமே காற்று.   0695

   Though guarded like ornaments and remaining away
   The wind will blow beyond prediction.

   करती रक्षा और हटकर बहती हवा सम,
   रहना सदा शासक के साथ।।

6. காற்றாய்ப் பணிசெய்து கண்ணில் புலப்படா
   ஆற்ற லுவக்கும் அகம்.   0696

   Serving like wind not visible to eyes
   The skill making the heart happy.

   अप्रकट रहती हवा करती सेवा अनेक,
   रहे वैसा होता आनंद अंतरमन।।

7. அகத்தில் விரும்பு மமைச்சன் பொருளை
   அகத்தினி லெண்ணி னழிவு.   0697

   The minister having desire in mind object
   Longing in mind is destruction.

   मंत्री जो जन मन में पाया स्थान,
   करें मन वह अपने में लालच होगा बडा नाश।।

8. அழிபாதை செல்லு மமைச்சனை மாற்றிப்
   பழியின்றிக் காத்தலே பண்பு.   0698

   Changing the minister who is following destructive ways
   It is brainy protecting without recrimination.

   मंत्री चलता जब कुपथ रोकना उसे,
   करना रक्षा दोष से दूर है यह गुण उत्तम।।

9. பண்பும் பரிவையும் பாருளோர் போற்றுவதும்
   அண்டிய ஆன்றோரின் ஆறு.   0699

   Culture, courtesy people on the soil
   The right way of refined refuges.

   उत्तम गुण स्नेह मन करते जन उसका गान,
   करना पालन यह रहते जो शासक के साथ।।

10. ஆறுதலாய்த் தாய்போல் அருகிருந்து தூய்மைசெய்
    ஆறுபோ லின்ப மளித்து.   0700

    Clean staying closely like consoling mother
    Giving pleasure like the river.

    माता बराबर देना चैन पावन नदी बराबर देना सुख,
    यही है गुण जो रहते साथ शासक के साथ।।

அதி. 71. குறிப்பறிதல்

(முகக் குறிப்பை எண்ணத்தால் அறிதல்)

Chapter 71 - Understanding the Intention

(Intention from facial reaction)

अध्याय – 71. मन भाँपना

(संकेत को समझ लेना)

1. அளித்திடுவான் பல்பொருளை ஆயுங்கண் கொண்டான்
   அளிவண்டாய்த் தேரு மழகு.   0701
   Would give many things having the attitude of scrutinizing,
   The beauty added as offering beetle.
   समझता सत्य मन का देता सब कुछ दान,
   देते भ्रमर सम होता वह अति सुन्दर।।

2. அழகாம் முகத்தில் அணியிதழின் மாற்றம்
   வழங்குங் குறிப்பே வளம்.   0702
   The change of slim lips is the beauty of the face
   The hints giving is the resume.
   सुन्दर सूरत में होंठ देता संकेत,
   करती प्रकट वह परिवर्तन समृद्धि का।।

3. வளமழிக்குந் தீப்பகைவன் வான்படை கொண்டே
   களப்போர் விழைவைக் கணித்து.   0703
   The deadly enemy destroying all means by air force
   Predicting reactions of the battle field.
   सेना वायुयान से करना यह अनुमान,
   युद्ध में नाश करते अरि का बल।।

4.   கணிக்கும் முகநூலுங் கட்செவியுஞ் சொல்லா

    அணியாகும் ஆற்ற லழகு.   0704

    Foretelling Facebook watts up not suggesting

    The potentially becoming the ornament is the beauty.

    नयन और कान कहते अप्रकट,

    अनुमान यह कहता शास्त्र मुख लक्षण सुन्दर।।

5.   அழகணியாம் நல்மணியி லாடுகின்ற நூல்போல்

    அழவைக்கும் தீதை யறி.   0705

    The thread swinging with the beads in beautiful wear

    Try to know the sins making to cry.

    मणि माला में स्पष्ट दिखते धागे बराबर,

    साफ समझना बुराई जो करा देती रुलाई।।

6.   அறிவே வடிவாம் அமைச்சன் துணையாம்

    அறியா வனைத்து மறி.   0706

    Intelligence is the structure the minister is associate

    Try to learn what yet to know.

    मंत्री होता बड़ा विवेक कर लेना साथ,

    जान लेना उससे अज्ञात सब।।

7.   அறிந்திடுவான் பார்த்தே அவனுள்ளம் நோக்கி

    யறிந்தே பணிகளை யாற்று.   0707

    One will know by looking studying his mind

    Perform your duty.

    समझना मन देता संकेत,

    करना कार्य सब उसके अनुसार।।

8.   ஆற்றிய செய்கையை யாய்ந்துபிறர் சொல்லிடக்

    காற்றெனக் கேட்டுணர் கண்டு.   0708

    Review the duties performed hearing the comments of others,

    See understand like wind.

    किये कार्य पर कहते अन्य जो गुण-दोष,

    सुनना हवा सम रखना बड़ा ध्यान।।

9. கண்ணாம் அளவுகோல் காட்டுகின்ற காட்சிகள்
   கண்ணே கதைசொல் களம்.   0709

   The eyes are the yardstick the scenery shown
   The eye is pitch telling story.

   नयन है बड़ा मापदंड दृश्य सबका,
   कहती हमें वह कथा अनेक।।

10. களத்தில் குறிப்பறிந்து காட்டுகின்ற வெற்றி
    அளவிலா எண்ண அலை.   0710

    The victory shown in the field by hint
    Unlimited waves of thoughts.

    असीमित विचार हैं लहरें जो करती प्रकट,
    संकेत यह मैदान में हमारी जीत।।

அதி. 72. அவையறிதல்

(அவையின் தன்மையறிந்து பேசுதல்)

Chapter 72- Being aware of the chamber

(Presenting thoughts knowing the mood of the court)

अध्याय – 72. सभा की सभ्यता

(सभा की गरिमा समझकर बोलना)

1. அலைகின்ற உள்ளம் அடக்கி மொழியுங்
   கலையே அவைக்குக் கவின். 0711
   Expressing one thing by controlling the wavering mind is
   The art gracing the council.
   सभा के लिए वही सौम्य है,
   भटकते मन संयम कर कहना उचित वचन।।

2. கவின்நிறை சொற்களைக் கட்டடமாய்ச் செய்து
   கவிக்கோவில் ஆக்குங் கவி. 0712
   Making a building with decorative words
   The poet making a temple of poems.
   आदर्श कवि वही है जो,
   सुन्दर शब्दों से कविता रचकर बनाता काव्य मन्दिर।।

3. கவிதையாஞ் சொல்லில் கதையும் விதையும்
   கவித்துவத்தி னாளுமையைக் காண். 0713
   In the form the poem words of story and seed
   See the expertise of poetic skill.
   कविता के शब्द में निहित है कथा और बीज,
   प्रबल पांडित्य गुण है यह देख।।

4. காணும் அவையில் கனிமொழியைக் கேட்டவுடன்
   மாணுயர் கூட்டும் மணம்.   0714

   In the court seen after hearing charming words
   Will add highness to flavor.
   भरी सभा में सुनते जब मधुर शब्द,
   बढता आदर मन में सुगंध बराबर।।

5. மணமிகு நல்லுரை மாற்றாரை மாற்றி
   மணத்திலுயர் நாடாக மாற்று.   0715

   Attractive speech changing others
   Change as an esteemed country.
   उत्तम वचन से करना मन का सुपरिवर्तन,
   बना देना देश को अति उन्नत।।

6. மாறு முலகமாம் மாற்றம் அனைத்தையும்
   ஆறுதலாய்ச் சொல்வா யறிந்து.   0716

   Changing world all the modifications
   Knowing, tell in a soothing way.
   परिवर्तनशील है यह संसार,
   सत्य यह समझकर कहना सांत्वना देकर।।

7. அறிவுடைய நல்லவையில் ஆழ்கருத்தைச் சொல்ல
   அறிவால் பயனமையு மாம்.   0717

   In the chamber of erudition to tell thought provoking
   The gain would be moulded by knowledge.
   सज्जन की सभा में कहते उत्तम विचार,
   होगा सुफल बुद्धि विवेक का।।

8. அமைத்திட்ட நல்மண்ணி லாழ்ந்தே யுழுதால்
   அமையும் பயிர்க எணி.   0718

   In the laid out fertile soil if plough deeply
   A field of farm would be created.
   उत्तम मिट्टी में जोतते जब गहराई से,
   होता तब उपज अति समृद्ध।।

9. அணிபோ லுயர்ந்தோர் அவையின் பொழிவைப்
   பணிவுட னேற்றலே பண்பு.   0719

   The talk in the council of established personalities
   Listening it with is the civility.

   उत्तम सज्जन करते भाषण सभा में,
   सुनकर उसे मानना है सुशील।।

10. பண்ணறியான் நல்லவையில் பாடானே சிற்பத்தைக்
    கண்ணிலா னாய்வானா கண்டு?   0720

    A novice will not sing in the forum sculpture
    Can a blind study it and enjoy?.

    राग का परिचय जानता नहीं नहीं गाता गीत,
    सुन्दर मूर्ति को अँधा कैसे देख पाता?

அதி. 73. அவை அஞ்சாமை

(அவைமுன் பேச அஞ்சாமை)

Chapter 73- Not shuddering towards court

(Not trembling to speak in the council)

अध्याय – 73. सभा में निडर

(परिषद के सामने निर्भीक कथन)

1. கண்டார் மனம்மகிழக் காணார் வருந்தமனக்
   கண்ணில் பதிந்திட்ட கல். 0721
   People who have seen to be happy those not seen to
   regret in the mind
   The stone erected in the eye.
   शिलालेख सम कहता कथन ऐसा,
   सुनते सब होते आनंद न सुने जो हो जाते उदास।।

2. கல்லில் செதுக்கியதாய்க் கற்றவனின் சொற்றிறம்
   வல்லான்சொற் கேட்டல் வளம். 0722
   Oration of an educated like letters inscribed on the stone
   It is productive to listen to the words of smart person.
   देता विद्वान भाषण होता शिला लेख सम,
   सुनता जो उसे मिलती बडी विभूति।।

3. வளமாய்ப் பலவிருது வாங்கியும் அஞ்சிக்
   களார்நில மானான் கவிழ்ந்து. 0723
   Though honoured with many awards by fear
   Became dry land bowing down.
   मिली उसे अनेक उपाधि,
   गुण अपने डर से हो गया वह ऊसर भूमि बराबर।।

4. கவிழ்க்கும் பகையைக் களத்தி லெதிர்க்கப்
    புவியில் வருவார் புலம்.   0724

    To oppose the conspiring rivalry in the field
    Would come in the world from all sides.
    गिराते शत्रु को हराने मैदान में,
    आते भू पर निर्भीक जरूर।।

5. புலவர் அவையில் பொழிந்த உரையோ
    கலம்பால் கலந்தகற் கண்டு.   0725

    The speech delivered in the poet's forum
    Candy mixed with a litre of milk.
    पंडित करता सभा में अपना भाषण,
    होता वह मधुर दुग्ध बराबर।।

6. கண்டான் அவையையக் கரியலகை யாட்டிடக்
    கண்மயங்கி வீழ்ந்திடுவான் கண்டு.   0726

    Saw the court as black ghost swing
    On seeing that he will fall down due to giddiness.
    भरी सभा देख अचानक आये हाथी सम,
    डर गया वह खो गया अपना होश।।

7. கண்விழித் தாய்ந்தறிந்தான் கற்றா ரவைமுன்பு
    விண்டுரையான் வீழ்வான் விதிர்த்து.   0727

    In front of the chamber learnt research waking up
    Who does not explain would fall shivering.
    प्राप्त कर लिया उत्तम ज्ञान,
    न कह पाया विद्वत सभा समक्ष गिर जाता जरूर।।

8. வீழ்ந்த துளியே விதையை விளைவிக்கும்
    வாழ்வும் மொழியால் வளம்.   0728

    Drops fell from the sky only would grow the seed
    Life would prosper by language.
    गिरती बूँद से होती बीज का विकास सम,
    मधुर वचन से होता जीवन का विकास।।

9. வளமாங் கருத்து வகையா யடுக்க
   வளமாக்கும் உள்ளம் மலர்.   0729

   Resource the concepts lay it in its kind
   Would fertile the heart to flourish.

   कहते स्पष्ट सम्पन्न विचार भरी सभा में,
   कर देता वह सुमन मन प्रभावशील।।

10. மலரோ மணத்தினால் வண்டினை யீர்க்கும்
    மலர்ச்சியாம் பேச்சே வளம்.   0730

    The flower would attract beetles by its sweet smell
    The speech is the resource of efflorescence .

    सुगंधित सुमन पर खिंच जाता भ्रमर,
    लुभाव विमोहन वचन से बढ़ती समृद्धि।।

அதி. 74. நாடு

(நாட்டிற்குரிய இலக்கணம்)

Chapter 74- The Country

(The formula, truth and general law to be implemented and followed by a nation)

अध्याय – 74 . देश

(आदर्श देश के लक्षण)

1. வளந்தேடி நம்மிளைஞர் வானூர்ந்து செல்லாக்
   களமேயெம் நாடெனக் கண்டு.
   In search of livelihood our youth not flying to
   See our country itself resourceful field.
   उत्तम देश है वही जहाँ युवक उन्नत होने,
   कभी न जाते विदेश मानते अपना देश।।

   0731

2. கண்டு பிடிப்புகள் கற்கண்டாம் நம்மவரைக்
   கண்ணிமையாய்க் காத்தல் கடன்.
   All the inventions are candy for our people
   It is the duty to protect them as eyelid.
   नवीन खोज सब होते मधुर,
   प्रधान है धर्म वह देश जन की रक्षा।।

   0732

3. கடமை அடக்கமும் கண்ணியமும் வாழ்வில்
   திடமெனல் மக்கள் தெளிவு.
   Duty, humbleness and dignity in the life
   People quit clear they are the basic.
   कर्तव्य संयम शिष्टता रहते इन पर सुदृढ,
   हो जाते जन जीवन में सब ज्ञात।।

   0733

4. தெளிந்த அமைச்சர் திறனாய்ந்த வாழ்வை
   அளித்துயர் வாக்கல் அரண். 0734
   The expert minister giving his evaluated life
   Making improvement is the protective tower.
   मंत्री जो होते ज़ेय, महत जीवन अपना
   देकर देश को करना रक्षा उत्तम।।

5. ஆக்கமாஞ் செல்வம் அறவோரின் நற்பணியுங்
   காக்கும் வறியவர்க்குக் கண். 0735
   Productive wealth welfare service of magnanimous persons,
   Eyes to the defending poor people.
   कार्य अपना धर्मवान का होता बडा धन,
   नयन सम करती रक्षा वह गरीब को।।

6. கண்ணாம் இளைஞரே காக்கின்ற நம்நாட்டில்
   புண்பெற்ற வீரத்தைப் போற்று. 0736
   The darling youth protecting our country
   Felicitate their bravery with wounds.
   युवक सब करते रक्षा नयन सम देश की,
   शौर्य उनका करना कीर्ति गान।।

7. போற்றும் அறிஞரைப் பூத்திடும் நீர்வளமுங்
   காற்றையும் மாசின்றிக் கா. 0737
   Applauded scholars flourishing water resources
   Protect air without pollution.
   करते रक्षा निर्मल जल पवन सुमन सम,
   करना विद्वान का उचित सम्मान।।

8. காக்கும் அரண்களளாய்க் காட்டில் பனிமலையில்
   காக்கின்ற வீரர்தாம் கண். 0738
   As protective cover in the forest and snowy mountains
   Defending soldiers are the eyes.
   हो घना वन या हो हिम पर्वत,
   नयन बन वीर वहाँ करते रक्षा अपना देश।।

9. கண்மணியாம் நாட்டைக் கவரநினை தீப்பகையை
   மண்குழிக்குள் தள்ளுதலே மாண்பு.

   Try to attract the country the eyeball deadly enmity
   Burying inside the soil in momentous.

   देश हमारा होता पुतली बराबर,
   सोचता शत्रु जो उसका अपहरण है उत्तम गिराना उसे गड्ढे में।।

   0739

10. மண்ணுலகில் கண்டுபிடி மாண்பாம் அறிவினைக்
    கொண்டே கிருமிகளைக் கொல்.

    Discover in this earth distinctive knowledge
    With that kill the virus.

    उत्तम बुद्धि विवेक से खोज निकाल,
    धरती पर होते रोगाणु का अंत।।

    0740

அதி. 75. அரண்

(பாதுகாப்பான கோட்டை)

Chapter 75 - Fort

(Safe castle)

अध्याय – 75 . किला

(सुरक्षित दुर्ग)

1. கொல்லவரும் தீப்பகைவர் கூடியெதிர் நம்படைக்குக்
   கல்லரணே காக்கின்ற கண். 0741
   Against the deadly enemy joining for our troupe strength
   The castle constructed with stone is the protecting physical eye.
   मारने आती शत्रु सेना को मिलकर हराने,
   शिला का किला है रक्षित स्थल।।

2. காக்கின்ற எல்லையாய்க் காடுமலை நீரகழி
   ஆக்கமே நாட்டின் அரண். 0742
   As safeguarding border forest, mountain moat
   Making them is the country's fort.
   घना वन ऊँचा पहाड गहरी खाई सब,
   रक्षित रखते देश की समृद्धि।।

3. அரவென முற்றுகைசெய் தாட்கொல்லி வீழ்த்திக்
   கரவாய்க் கவிழ்க்கக் களிப்பு. 0743
   Like snake siege and kill the soldiers beating
   It will be happier defeating them secretly.
   करना हमला साँप सम मार गिराना शत्रु को,
   हरा देना छिपे छिपे होता इनसे आनंद।।

4. கவிழ்ந்தான் பகைவன் கடிநகரில் வீசிக்
   கவினழித்த குண்டுகளைக் காண்.   0744

The enemies surrendered in the heart of the city thrown
See the destroyed bombs.
हार गया शत्रु अपने रक्षित शहर में,
देखना सौम्य उसका नाश किया बम।।

5. காணும் கணினியில் கண்முன்னே காட்டுவபோல்
   காணும் கருவிகளைக் காண்.   0745

As shown in the computer in front of the eyes
See all the visual instruments.
समक्ष दिखाते कम्प्यूटर बराबर,
देख दर्शति साधन सब।।

6. காணுகின்ற போதே கடத்தும் பகைவீரர்
   மாணுயி ரஞ்சா வளைத்து.   0746

On seeing itself kidnapping enemy soldier
Condon him not bothering about human life.
शत्रु करता समक्ष निर्दय अपहरण,
बडी हिम्मत से घेर लेना उनको।।

7. வளைத்துப் பிடித்திடுவர் வாளாண்மை காண்பர்
   களைத்திடாத் தீயெமனைக் கண்டு.   0747

They will catch rounding will witness fighting skill
Seeing the bad head of death who is not tired of.
हो शत्रु काल बराबर,
बेधक घेर लेता बडे निडर से उसे महान वीर।।

8. கண்போன்ற வீரர் கறிச்சோறு நல்லாடை
   உண்டுறங்க வுள்ளிருப்பில் ஓர்.   0748

Eye like soldier non-vegetarian meal uniform
A bunker to eat, sleep and review from inside.
समझ यह महान वीर को,
उत्तम अन्न सुन्दर परिधान रहने को घर चाहिए जरूर।।

9. ஓர்ந்தாய்ந்து செய்யும் உறுபோரில் வீரர்தாம்
   ஆர்ப்பரிப்பர் வெற்றி யடைந்து.   0749

   In the daring war declaring after deep analysis the soldiers,
   Would be cheerful after winning.

   सोच समझकर करते युद्ध में,
   मिलती विजय देख वीर सब मचाते शोर।।

10. அடைந்திட்ட வெற்றி அரண்வலிமை நன்றாம்
    புடைவீரர் தோள்வலிமை போற்று.   0750

    The victory after conquering the defence is good
    Appreciate the strength and stamina of soldiers.

    प्राप्त विजय में होती देश रक्षा बड़ा बल,
    चतुर वीर का करना बड़ा समर्थन।।

அதி. 76. பொருள் செயல்வகை

(பொருளை ஈட்டும் வழிகள்)

Chapter 76- Method of procuring resources

(The manner of obtaining something desirable)

अध्याय – 78. धनोपार्जन

(धन कमाने का उपाय)

1. போற்று பொருளைப் பொருந்திடு மின்பழும்
   ஆற்றும் அறமும் அணி.   0751
   The joy of matching demanded things
   Performing charity is the ornament.
   कमाना योग्य धन,
   करना उससे महान धर्म मिलता बडा आनंद।।

2. அணியென்ப பண்புடன் அன்பருளும் நன்றாம்
   பணிவு மியல்பாகப் பற்று.   0752
   With the dignity the adornment the love and grace is good,
   Hold obedience as nature.
   शिष्टता स्नेह दया विनम्रता,
   होते ये सब गुण के भूषण करना पालन सदा।।

3. பற்றால் அளவுடனே பற்றும் பொருளையும்
   பற்றற்றார்க் கீதல் பணி.   0753
   The things acquired at least quantum by eagerness
   It is duty do distribute them to the poor.
   मिलता योग्य धन जब हमें,
   कर्म है यह देना स्नेह से दान गरीब को।।

4. பணிந்து பரவிடுவர் பாரோர் வணங்கி
    அணியாக வாழ்த்திடுவர் ஆறு.   0754

    The people of the world would spread humbly venerating
    Would greet in group the right way.
    जन करता कीर्ति गान करता नमन,
    देता शुभाशीष उसे होता जब बड़ा धनी।।

5. ஆற்று மணலையும் அள்ளித் திருடிவிற்றுக்
    காற்றாய் மறைவான் கடிது.   0755

    Stealing and selling even river shore
    Soon would disappear as wind.
    नदी का रेत भी करता चोरी चतुर चोर,
    तेज हवा सम छिप जाता वह कहीं।।

6. கடிவாள மில்லாக் கடிகுதிரை போன்றே
    அடிபெயர்ந்து சாதலென ஆக்கு.   0756

    Like the fast running horse without bridle
    Make to die by very foundation falling.
    लगान रहित अश्व दौड़ते तेज बराबर,
    जड़ मूल उखाड़ गिरा देता है धन।।

7. ஆக்கப் பொருளோ அறிவிலான் கைவாளாம்
    வாக்கில் மழலையாம் மண்.   0757

    The sword in the hands of stupid's the creative thing
    On this earth gabbling in the words.
    मूर्ख हाथ होते तलवार बराबर,
    होता विवेक हीन का धन बेकार।।

8. மண்ணில் வளர்கல்வி மாண்பாம் பொருளாலே
    மண்வளத்தைப் பெற்றிடலும் மாண்பு.   0758

    The continuing education by money on this soil the pride
    It is egotism to acquire it than earthly resources.
    होती उन्नति विद्या के विकास से,
    होती समृद्धि धरती में धन से।।

9. மாண்புடைய சுற்றமிலார் மண்வரியும் நல்லோரின்
   மாண்பொருளும் கொள்க மனத்து.   0759
   Land tax of dignified people without kith of good people
   Keep it in mind the valuable material things.
   लावारिस के जमीन का कर,
   उत्तम जन की महान चीज इन पर रखना बड़ा ध्यान।।

10. மனத்தில் நினைத்தான் வளத்தினைப் பெற்றான்
    வினவுவார் போற்றலே வீறு.   0760
    He thought in the mind acquired wealth
    The cheers of people questioning is the success.
    सोचा मन में प्राप्त हुई बड़ी समृद्धि,
    कीर्ति ऐसी पाना है उत्तम।।

அதி. 77. படைமாட்சி

(படையின் சிறப்பு)

Chapter 77 - Majesty of Armed forces

(Special aspects of troops)

अध्याय – 77 . सेना की महत्ता

(सेना की विशेषता)

1. வீறுபெற வேண்டின் விழைவுடன் நற்றலைவன்
   ஆறுசெல்லும் பாதை யமை.
   If to be courageous with eagerness an able leader
   Pave way following the leader's path.
   बना देना पथ जिसपर जावे उत्तम नेता,
   होगा जिससे बड़ी जीत उसे।।   0761

2. அமைச்சனின் *சீர்மை* அறுபடையை வெல்லும்
   அமைதியா யாய்ந்துபணி யாற்று.
   The integrity of the minister will win all the troops
   Work patiently studying all thoroughly.
   कार्य है यह उत्तम मंत्री का,
   करता काम चैन से मिलती जीत शत्रु सेना पर।।   0762

3. ஆற்றுகின்ற வேலையில் அல்லல்கள் வந்தாலும்
   காற்றடித்தும் வீழாது காய்.
   If any disturbance come across while functioning
   Half ripe will not fall even the wind blow.
   तेज हवा से न झड़ता कच्चा फल सम,
   रहती सेना दृढ न हटती संकट से दूर।।   0763

4. காய்ந்திடுந் தீயர் கவிழ்ந்திடச் சூழ்ச்சிசெய்து
   பேய்போ லழுத்தும் பிளந்து.   0764

   To defeat the envious wicked people would conspire
   Compressing like devil splitting.

   करना षड्यंत्र शत्रु को हराने,
   गिराना उसे दबाना तेज पतन में ।।

5. பிளந்த பகைவன்மேல் பின்னோடா வீரம்
   அளவிலாக் கோடி அணி.   0765

   The bravery of not running behind the enemy who breaks,
   Countless crone accessory.

   हार खाकर जब भागता शत्रु,
   पीठ पीछे उसे न भगाना है वीरता का भूषण।।

6. அணித்தலைவன் நம்பிக்கை அன்பரு ளாற்றல்
   கணித்தறிவான் செல்வான் களம்.   0766

   The confidence, affection, grace and ability of troop leader,
    He will predict and study and go to the battlefield.

   विश्वास दया स्नेह क्षमता के बल,
   समझता जब सेना नायक बढता आगे युद्ध मैदान ओर।।

7. களத்தினில் துன்பக் களைப்பினில் உப்பின்
   அளம்போ லலையா அகம்.   0767

   In the field tiredness due to sufferings of salt
   The mind not wavering like salt pan.

   युद्ध मैदान में होगा दुख से थकान,
   मन को नमक की खेती सम रखना स्थिर।।

8. அகத்தில் உறுதி அழகான தோற்றம்
   அகமுனைப் பில்லான் அணுகு.   0768

   Confidence in the mind charming appearance
   Approach the person not having initiation in the mind.

   होती मन में दृढता होता सुन्दर रूप,
   नहीं है जिसमें आत्म प्रयास छोडना उसका साथ।।

9. அணுகும் முறையி லமைச்சன் பழகக்
   கணுக்கரும்பா யெண்ணியே கா.

   The minister practices in the way used to
   Protect thinking that it is a knot of sugarcane.
   गाँठ ईख करती उसकी रक्षा बराबर,
   अपनी युक्ति से मंत्री करता रक्षा सेना का।।

0769

10. காக்கின்ற வீரர் களிக்கும் படைபலமும்
    ஆக்குந் தலைமை யமைந்து.

    Guarding soldiers and enjoying military
    Will be made after fixing commander.
    रक्षा करती सेना को दिलाता आनंद जीवन,
    गुण है यह योग्य नेतृत्व का।।

0770

அதி. 78. படைச்செருக்கு

(படையின் பெருமிதம்)

Chapter 78 - Proudness of military

(The proudness of battalion)

अध्याय – 78 . सेना की प्रतिष्ठा

(सेना पर अभिमान)

1. அமையா இடத்தினில் ஆழ்பள்ளம் மேடாம்
   இமைக்காமற் காப்பா ரினிது.   0771
   In the place not suitable the pit is ridge
   Will protect every fraction of a second not closing eyelid.
   पर्वत घाटी सम शत्रु देश में होते संकट अनेक,
   योग्य सेना करती रक्षा सदा सचेत।।

2. இனிவரும் வீரர் இருகை படவும்
   துனிப்பின்றி வெல்வரே சூழ்ந்து.   0772
   The soldiers coming hereafter and their both hands touching,
    Would win without hatred encircling.
   घेर जाती शत्रु सेना,
   हाथ अपना खोकर भी सैनिक करता युद्ध प्राप्त करता जीत।।

3. சூழ்ந்து பிடித்தவன் சோர்வின்றி நாட்டிற்குள்
   ஆழ்ந்தழைத் தாடுவான் ஆங்கு.   0773
   One who captured surrounding inside the country without tiredness,
   He will call all kindly and dance there.
   वश में लाये देश में करता प्रवेश उत्साह से,
   मनाता आनंद अपनी सेना सहित।।

4. அழைப்பொலி கேட்டோரும் ஆருயிர் ஈயக்
   கழைபோல் நசுக்கக் களம்.   0774
   All who heard the sound of calling bell to give soul
   In the war field would crush like sugarcane.
   सुना जब युद्ध का आह्वान प्राण दे शत्रु को हराने,
   बांस को दबाने सम निकल पडा वीर वह।।

5. களத்தில் கலங்கினனைக் கண்டமைச்சன் சொன்னான்
   இளப்பமாய் நாளைவா இங்கு.   0775
   The minister who saw a shaky in the war field said
   Heedlessly come here tomorrow.
   युद्ध मैदान में चिंतित शत्रु को देख, मंत्री ने
   कहा उपहास में युद्ध करने आना कल।।

6. இங்குள்ள வீரனோ எத்தனையோ போர்வென்ற
   கங்குலிடைச் சூரியனாய்க் கண்.   0776
   The soldier here won many more bubbles
   Praise him as a sun amidst black clouds.
   अंधेर में निकलते सूर्य बराबर,
   वीर है यह महान शूर किया है युद्ध अनेक।।

7. கண்ணான போரில் கணைகளோ பாய்ந்தவுடல்
   பண்பாள ரைப்படுத்தும் பாடு.   0777
   In the eyelike war the body wounded with arrows
   Troubles the honourable too much.
   शरों के बौछार से पडा है तन वीर का,
   देख यह सत्पुरुषों ने किया यशो गान।।

8. படுத்தான் முகமோ பரிதி மிளிரும்
   அடுபகையை வாளா லழித்து.   0778
   He laid down but the face brightens like sun
   Destroying the deadly enemies by sword.
   लेटा है वीर शत्रु को गिराकर तलवार से,
   चमकती सूरत है उसकी होती सूर्य बराबर।।

9. அழித்தனர் கோள்களாய் அங்குள்ள வீரர்
   பழிதீர்க்கச் சூழ்ந்தார் படை.   0779
   Devastated as satellite the soldiers there
   To revenge battalion surrounded.
   शत्रु ने किया नाश देश को,
   गगन में होते ग्रह सम घेर ली सेना ने सब को मिटाने।।

10. படையின்முன் சூளுரைத்துப் பாய்ந்தவன் வென்றான்
    அடைந்தாரைத் தாங்கும் அணி.   0780
    One who bounced challenging before the troops won
    The squad protecting the refugee.
    शरण आये सब की रक्षा में वीर ने ली शपथ,
    कूद पडा वह युद्ध में मिली बड़ी जीत।।

அதி. 79. நட்பு

(நட்பின் இயல்பு)

Chapter 79 - Friendship

(The character of friendship)

अध्याय – 79 . मित्रता

(मित्रता के लक्षण)

1. அணியா முடலினுள் ஆருயிருந் தங்கி
   அணியாகும் நட்பே அரிது.   0781
   The dear soul dwelling in the structure of the body
   It is rare the friendship with honesty.
   तन में होते प्राण बराबर,
   बनती उत्तम मित्रता अति दुर्लभ।।

2. அரிதாம் பொருள்கள் அலைகடலி லுண்டாம்
   பெரிதான நட்படையப் பீடு.   0782
   Rare things are available in the deep sea with waves
   To develop true friendship is the pride.
   अथाह सागर में होते ऐश्वर्य बराबर,
   उत्तम मित्रता से होता बड़ा गौरव।।

3. அடைந்திடு மின்பம் அளவில் மலைத்தேன்
   அடைந்தவன் தூய்மை யமுது.   0783
   The joy acquired is honey from hill in quantity
   One who get pure nectar.
   पर्वत से प्राप्त शहद से होता अति आनंद सम,
   उत्तम मित्रता से होता बड़ा उल्लास।।

4. அமுதாந் தொடர்பும் அருந்தமிழ் நூல்கள்
   அமுத மளிக்கும் அது.   0784
   Contact the nectar enriched Tamizh books
   All will provide nectar.
   उत्तम मित्रता और विलक्षण साहित्य से,
   मिलता आनंद अमृत बराबर।।

5. அளித்ததைச் சொல்லார் அருநண்ப ரென்றும்
   அளித்த மனமகிழ்வி லாழ்ந்து.   0785
   The true friend would never tell what he gave
   Submerging in happiness for giving.
   उत्तम मित्र प्रकट न करते कभी अपना दान,
   रहते सदा वे अपने दानशील आनंद में।।

6. ஆழ்ந்தறியாப் புத்தியென் றங்கே அறிந்தாலும்
   போழ்படுத்தா னுள்ளத்தில் புண்.   0786
   Though knowing it is not a wise mind there
   Wound in the mind of one not dividing.
   मित्र रहे विवेकहीन,
   मन उसका दुखित न करता आदर्श मित्र।।

7. புண்ணாய் மனமிருந்தும் பூங்கண் உதிர்த்திடுமே
   மண்ணிலிந்த நட்பொன்றே மாண்பு.   0787
   Though the heart is with hurt the soft eyes would shed
   The friendship is the precious one on the earth.
   नयन की अश्रु प्रकट करती मन का उदास,
   लक्षण उत्तम मित्र का भी है वही।।

8. மாண்பான நட்பில் மதமோ பிரிவென
   ஆண்பெண் நினைப்பார் அரிது.   0788
   In the eternal friendship religion dividing is
   Man and woman thinking in that way is rare.
   धर्म जात नर नारी भेद सोचना सब,
   आदर्श मित्रता में है अति दुर्लभ।।

9. அரியினது நேர்பார்வை ஆழ்நன்றி நாய்போல்
   கரியின் குணமிலை கண்டு. 0789
   Straight look of the lion like the dog with gratitude
   See, the character of elephant is not.
   शेर की दृष्टि कुत्ते की वफादारी हाथी के
   महान गुण होते उत्तम मित्र के गुण सारे।।

10. கண்ணின் இமையாகக் காண்போர் வியக்கநல்
    வண்ணமாய் நட்பை வளர். 0790
    As eyelid of the eyes the viewers to wonder
    Grow the friendship like charming colour.
    नयन की रक्षा करती पलक सम,
    मित्रता अपनी योग्य ढंग से करना विकसित।।

அதி. 80. நட்பாராய்தல்

(நண்பர்களைத் தேறும் திறம்)

Chapter 80 - Examining the Friendship

(The ability to test friends)

अध्याय - 80 . मित्रता की शोध

(उत्तम मित्र की पहचान)

1. வளர்பண்பும் வான்குடியும் வாழுறவு முள்ள
   வளர்மனத்தான் நட்புறவே வாழ்வு.   0791
   With developing trait family with reputation congenial relationship,
   The friendship of the one having the tendency to grow is life.
   आदर्श गुण उन्नत परिवार सुसंबन्ध पावन विचार,
   गुण है उत्तम मित्र के करना उससे मित्रता।।

2. வாழ்வி லுயர்பொறுப்பில் மாண்பா யமர்ந்தாலுங்
   காழ்ப்பினில் நட்புங் கடு.   0792
   Though occupy a higher position with respect in life
   The friendship would be spoiled due to jelousy.
   मिले जब जीवन में उत्तम पद,
   जलन में कभी न भूलना उत्तम मित्रता।।

3. கடுகாய்ப் பொரிந்தே கரித்தே யெரித்தான்
   அடுங்காலங் கொல்லும் அனல்.   0793
   Like frying mustard fired with swear word
   It is radiance of heat killing forever.
   कहते कठोर वचन दिखाते अपना क्रोध,
   होते वे कलियुग में अनल बराबर।।

4. அனலாக நின்றே அநீதியைச் சுட்டிச்
   சினத்தினை நீக்கிடலே சீர்.   0794
   Standing like thermal pointing out injustice
   It is sensible to dismiss anger.
   सूचित करना अनल सम अनाचार को,
   दूर करना क्रोध को है वही उत्तम।।

5. சீர்குடியில் தோன்றித் தெளிவாய் வழிகாட்டும்
   தேர்ந்த கெழுதகைமை சேர்.   0795
   In a cultured family existing by birth guiding properly
   Better join with selective creditable friend.
   जन्मे उत्तम परिवार में करते स्पष्ट प्रदर्शन,
   कर लेना मित्रता सदा उससे।।

6. சேர்ந்தபின் பேதையன் தீய நுணர்ந்தவுடன்
   சேர்க்கை விடுதல் செழிப்பு.   0796
   After joining the innocent after realizing bad element
   It is prudence to relinquish association.
   समझता जब मित्र बुरा,
   संबन्ध उसका छोड देना है उत्तम।।

7. செழிப்பி லுறவுந் தெருட்டப் பிரிவும்
   தொழிலிலிலும் வேண்டாத் தொடர்பு.   0797
   Friendship when prosperous leaving during poverty
   Even in the profession contact not wasted.
   सुख में रहते निकट दुख में हट जाते दूर,
   मित्रता उसका छोड़ना है उत्तम।।

8. தொடர்பினை யாய்ந்தே தொடர்ந்திடும் ஆய்வுச்
   சுடரால் அனைத்தையுஞ் சுட்டு.   0798
   Carefully studying the union continuing by rays of
   Torch point out all.
   संबन्ध मित्र का समझना बुद्धि विवेक से,
   होगा सब स्पष्ट करना मित्रता।।

9. சுட்டிப் பலபேருஞ் சூழ்ந்திருந்து மெய்ம்மொழியால்
   திட்டி மகிழ்வார் தெளி.   0799
   Pointing out many people surrounded with by factual words,
   Try to would feel happy scolding.
   कहते सम्मुख मधुर वचन,
   पीठ पीछे कहते बुरा समझना सत्य वह।।

10. தெளிவு முலகறிவுந் தேர்ந்த முதிர்ச்சிக்
    களிப்பினிலுங் கண்டுணர்ந்து கா.   0800
    Clarity, general knowledge, expert maturity
    In the exultation realize watching protection.
    स्पष्टता सांसारिक ज्ञान उत्तम अनुभव,
    है बल समझकर करना अपनी रक्षा।।

அதி. 81. பழைமை

(பழகிய நண்பர்களின் அன்பை மதித்தல்)

Chapter 81- Conservation

(Respecting the love of former familiar friends)

अध्याय – 81 . प्राचीनता

(पुराने मित्र पर स्नेह करना)

1. கண்வழி யுள்ளத்தைக் கண்டறிந்து தாங்குகின்ற
   நண்பரைப் போற்றிடுமே ஞால.   0801
   Knowing the heart by verk look or eyes protecting
   The world will laud that friend.
   अपनी नयन से समझना स्पष्ट मित्र का मन,
   संसार में होता उत्तम मित्र का सम्मान।।

2. ஞாலமோ பாராட்டும் நண்பரிடம் தோற்றவரை
   ஞாலம்பெற் நாற்போல் நகை.   0802
   The world would venerate who was beaten by friend
   Laugh like gained the world.
   कीर्ति प्राप्त मित्र से जब खाते हार,
   पृथ्वी हाथ आये सम हो जाना खुश।।

3. நகைப்பால் நமைவருத்த நாணுமே கேண்மை
   நகைமுகமாய்ப் பார்ப்பார் நலம்.   0803
   Teasing us by laughing the dignity would feel shyness
   As smiling face would see well being.
   उत्तम मित्र रखते सदा हमें प्रसन्न,
   करते लज्जा उपहास से दिल दुखाने।।

4. நலத்தினைச் செய்கின்ற நல்லார் தொடர்பை
   அலர்ந்தே யுடன்படுவர் ஆய்ந்து.   0804

The contact of the people doing exemplary things
Would agree rapidly after careful study.

करना बुद्धि विवेक से दोस्ती सज्जन की,
करते जो उत्तम कार्य सदा।।

5. ஆய்ந்தே தொடர்கை அறியாத் தவற்றினைக்
   காய்ந்தே வருத்தார் கனிவு.   0805

When proceeding with care unintentional mistake
Sensible will not wound by harsh words.

अपने अनजान में यदि करें हम दोष,
समझता मित्र न देता कोई दुख।।

6. கனிவிலா நண்பன் கவிழ்க்க நினைத்தால்
   அனிச்சமென் றெண்ணும் அழகு.   0806

Insidious friend if think to oust
Thinking it is not intentional is charming.

मित्र में होता नहीं स्नेह सोचता हमें बुराई,
समझना वह है कोमल सुमन बराबर।

7. அழவைக்குந் துன்ப அழிவினைத் தந்தால்
   புழங்கிய அன்பால் பொறு.   0807

If give destruction making to cry
Be calm by habitual love.

संकट देता बड़ा दुख करता हमारा नाश,
सह लेना स्नेह से सब अपने मन।।

8. பொறுமையைக் கண்டவர் போற்றிப் புரப்பர்
   பொறுத்தல் முதன்மைப் புகழ்.   0808

One who saw patience would patronize praising
Tolerance the primary fame.

सहनशीलता से होती कीर्ति अपार,
बन जाते प्रधान जो रखते सहन।।

9. புகழாரே மன்றத்தில் போற்றவுஞ் செய்யார்
   அகத்தில் மகிழ்ந்திடுவர் அன்பு.   0809

   Will not hail and magnify in the forum
   Would be happy in the heart with adulation.
   उत्तम मित्र न गाते सभा में कीर्ति गान,
   न करते सम्मान हो जाते आनंदित अपने मन।।

10. அன்பருள் கொண்டவர் ஆழ்படகின் காட்டியென
    அன்புநண்ப ருள்ளமோ ஆல்.   0810

    Possessing love with grace like most of boat
    The mind of the dear friend is a banyan tree.
    मित्र जिसमें हो स्नेह व दया बनते वे वट वृक्ष सम,
    हो जाते जीवन में प्रकाश स्तंभ।।

அதி. 82. தீநட்பு

(தீய நண்பர்களின் தன்மை)

Chapter 82 - Vile friendship

(Temperament of distressing friends)

अध्याय – 82 . कुमित्रता

(बुरे मित्रों के लक्षण)

1. ஆலமரம் போன்றே அசைவிலா நட்பினையும்
   ஆலவிட மாக்கிடும் ஆறு.   0811
   Like the banyan tree even the unshakable friendship
   Would be made deadly poison the way.
   वटवृक्ष बराबर बनी दृढ़ मित्रता भी,
   कुमित्र से हो जाती कठोर गरल।।

2. ஆற்றில் படகோட்டி ஆழத்தில் கைவிட்டால்
   காற்றறுத்த காற்றாடி காண்.   0812
   While boating in the river if desert in the deep
   See it is palm leaf fan cut by the wind.
   गहरे नदी में नाविक छोडता अपना हाथ सम,
   हो जाते हम हवा से कटी पतंग बराबर।।

3. காண்பார்முன் போற்றிக் கடுந்துன்பம் வந்தக்கால்
   மாண்பிலா னோடும் மறைந்து.   0813
   In the presence of others admiring when difficult situation,
   The undignified would run away and disappears.
   कुमित्र करता सम्मान सब के समक्ष,
   संकट आए छिप जाता वह कहीं।।

4.   மறைவினில் தூற்றியும் மன்றில் புகழ்ந்தும்
     அறைபுலி யெண்ண மழி.   **0814**

Defaming at the back but complimenting in the chamber
Erase the thought about them from the mind.

पीठ पीछे करता बुराई सबके समक्ष सम्मान,
गुण है यह बाघ बराबर करना उसे दूर।।

5.   அழிக்கும் நினைப்பால் அணைத்தே மொழியும்
     பழிக்கஞ்சாப் பாவியைப் பார்.   **0815**

With an intention to desist applauding cordially
Look at the sinner not bothered about criticism.

पापी है वह बड़ा कभी न डरता अपने दोष पर,
प्यार कर नाश हमारा करने रहता तैयार।।

6.   பார்த்தால் அறியார் பதுங்கித் திருடனெனும்
     பார்வை பரத்தை பறிப்பு.   **0816**

By look cannot understand and hiding as a thief
The look like a prostitute would snatch.

दिखता वह मासूम सोचता चोर सम,
छिन लेता सब वारांगना बराबर।।

7.   பறித்தழித்துத் தின்னும் பறக்குங் கழுகாய்
     அறிவின்றிச் சாய்ப்பான் அடித்து.   **0817**

As a flying eagle capturing birds to eat
Would beat and push without common sense.

बुद्धि विवेकहीन लेता सब छीन,
होता वह छिनकर खाता चील बराबर।।

8.   அடித்தழிக்கும் புன்கேண்மை யாய்ந்தால் பகைமை
     அடித்தோட வைத்தல் அரண்.   **0818**

The very friendship is destroying by smashing, if investigate enmity,
 Better beat and make to run is the protection.

कुमित्र करता हमारा नाश,
शत्रुता उसका करना दूर बनेगी इससे रक्षा अनेक।।

9. அரணாய்ப் பெருங்கேண்மை ஆன்ற மதிலாம்
   கரவால் கவிழுங் கடிது.   0819

As a watchful protection fair friendship a secured compound,
By cunningness would fall hurriedly.

सुमित्र से होती हमारी रक्षा,
कुमित्र उससे होता हमारा पतन।।

10. கவிழ்க்க நினைத்தால் கவிழ்ந்தழியக் காண்பர்
    புவியில் நடப்பதெலாம் பொய்.   0820

If wish destabilize one, they would see abolishing themselves,
What all happen in the world is not true.

सोचते जो मित्र की बुराई,
पाते जीवन में संकट अनेक सत्य यह संसार की।।

அதி. 83. கூடா நட்பு

(மனத்தால் ஒட்டாத நட்பு)

Chapter 83. Hostile friendship

(Not an affable friendship)

अध्याय – 83 . बुरी मित्रता

(बेमेल मित्रता)

1. பொய்யாஞ் சிரிப்பில் புகழா மனத்தினில்
   மெய்யாய் மிதக்குமிம் மெய். 0821
   In the bogus laughing and the heart not applauding
   This physique floating truly.
   होती मन में कीर्ति पर इच्छा,
   होंठ पर होता झूठा मुस्कान समझ सत्य यह।।

2. மிதந்திடும் நீர்க்குமிழி வீழ்ந்திடும் நட்பே
   பதமிலான் பார்த்துப் பழகு. 0822
   Floating bubble the dwindling friendship
   Not matured better be cautious to move.
   फूट जाता बुदबुदा सम,
   होती दोस्ती कुमित्र की रखना उसपर ध्यान।।

3. பழத்துட னொட்டாப் பழமாம் விளாங்காய்ப்
   பழத்தினுள் ஓடாய்ப் பழகு. 0823
   The wood apple fruit in which the flesh will not affix
   Associate like flesh with shell.
   बेल व छिलके बीच होता न कोई संबन्ध,
   रखना उसी सम दोस्ती कुमित्र से।।

4. பழக்கியே பாலைப் பருகுதற் கூற்றப்
   பழகியே தீண்டும் படுத்து.   0824
   Though adopting and give milk to drink the snake
   Would bite the person who fed.
   साँप को पिलाने नित देता दूध,
   पर न भूलता वह अपना बुरा गुण।।

5. படுக்க இடங்கொடுத்துப் பல்லுதவி செய்தால்
   அடுத்துக் கெடுத்தாடு மாம்.   0825
   If offer a place to sleep and do many helps
   Next it would create more trouble.
   ठहरने देते स्थान करते अनेक सहाय,
   पर कुमित्र करता सदा हमारी बुराई।।

6. ஆடும் பகையோ அடிமனத்தி லாழமாய்ப்
   பாடும் பணிவுமே பாழ்.   0826
   Extreme enmity at the bottom of the hearts
   Humbleness shown would harm.
   होती शत्रुता कुमित्र के मन,
   रहता नम्र वह करता हमारा नाश।।

7. பாழ்மனங் கொண்டவரைப் பத்தடியில் தள்ளிவை
   ஆழ்கடலில் தள்ளிடுவர் ஆய்ந்து.   0827
   Keep the wicked people ten feet away
   They will push you into deep otherwise.
   होता जिसमें कुविचार रखना दूर,
   डुबो देते वे हमें गहरे सागर में रखना ध्यान।।

8. ஆய்ந்தே தொடர்பா லரிதாம் உறவெண்ணப்
   பாய்விரித்தால் பாயும் படகு.   0828
   After careful study establishing relationship
   Would be like the boat sailing with mast.
   पालदार नाव बराबर होगा जीवन तेज,
   जब रखते ध्यान मित्र पर।।

9. பாயாத மென்மைப் பசுப்போல் நடித்தாலும்
   பாயாதே செல்வம் பறித்து.
   Though acting like a soft cow not bouncing
   Do no pounce robbing the property.
   बेमेल मित्र करता अभिनय गाय बराबर,
   छिन लेता वह हमारे सारे ऐश्वर्य।।

0829

10. பறித்துண்ணுங் கூட்டம் பசுக்கன்று சேர்ந்தால்
   அறியாமல் துள்ளு மழுக்கு.
   If a calf and cow mingles with pig like
   It will also become like them.
   बछड़ा देख प्रसन्न होती गाय सम,
   जब देखता कुमित्र अपना दल होता तब सत्य प्रकट।।

0830

அதி. 84. பேதைமை

(அறிவில்லாமை)

Chapter 84 - Ignorance

(Lacking Knowledge)

அध्याय – 84. विवेकहीनता

(मूर्ख व्यवहार)

1. அழுக்கில் மிதந்தே அறியாமைச் சேற்றில்
   அழுந்திடுவார் பேதை யறி.   0831
   Floating in the dirt the mud of unintelligence
   Try to understand the people who sink.
   मूर्ख तैरते गंदगी में,
   समझ सत्य यह डूब जाते कीचड विवेक हीनता में।।

2. அறிவுடையார் மன்றி லறிவிலிப் பேச்சும்
   குறிக்கோளே இல்லாக் குறை.   0832
   In the forum of scholars idiotic speech
   Deficiency of lack of ambition the flaw.
   सज्जन की सभा में,
   करता मूर्ख अपनी बात होता वह निरर्थक।।

3. குறைத்தே நினைக்குங் குறைகுணங் கொண்டான்
   கறையாம் மனத்தின் களம்.   0833
   One who possesses the character of underestimating others,
   Tainted soul is the open area of heart.
   दाग सम होती मन की मूर्खता,
   वह सोचता अन्य सब को हीन।।

4. களத்தினில் தூய்மை கருத்தா யிலாதான்
    அளவி லுயர்ந்திடா ஆறு.   0834
    Not neat in appearance and attentive in the field
    The hurdles to come up in life.
    काम अपने में होता न उत्तम विचार,
    कभी न होती उन्नति उसकी।।

5. ஆற்றில்நீர் பாயா அரும்பயிர் உப்பளக்
    காற்றுப்பட் டாலழியுங் காய்ந்து.   0835
    The flourishing crop not river watered salt pan
    would dry by its wind.
    सूख जाता फसल जरूर,
    मिलता नहीं जब नदी का जल सागर से बहती हवा।।

6. காய்த்துப் பழந்தருங் காய்மரம்போ லாசிரியன்
    ஆய்நெறியி லாழ்க அலைந்து.   0836
    A teacher is like the tree offering ripe fruits bearing itself
    Blend in spirituality wandering.
    मधुर फल देते पेड़ बराबर,
    करते रहना शिक्षक को शोध कार्य अनेक।।

7. அலைகடல் செல்வம் அவனுக் கிருந்தும்
    அலைந்தே அழுந்திடுவா னாழ்ந்து.   0837
    Though possessing vast ocean level wealth he
    Would merge deeply roaming.
    मूर्ख के हाथ हो सागर सम विपुल धन,
    कर लेता वह खुद अपना नाश।।

8. ஆழ்ந்த அறிவுடைய ஆன்றோரைச் சாராமல்
    பாழ்மக்கள் பற்றும் பணம்.   0838
    Not attaching with the personalities with immeasurable knowledge,
    Mean minded people crazy after money.
    मूर्ख लेता धन अपने हाथ,
    छोड़ देता वह मित्र उत्तम विवेक का।।

9. பற்றுடன் பேராசை பண்பாடு மில்லாதார்
   எற்றைக்கும் நில்லா திறும்.   0839

   Wide insane greediness uncivilized people with
   Keep away from them for ever.

   लालची ईर्ष्यालु असभ्य जन,
   सदा ये सब न रहे इस संसार में।।

10. நில்லா வுலகில் நிலைத்தலைச் செய்யாத
    கல்லாதார்க் கில்லையே கண்.   0840

    In the impermanent world not doing ever remembering
    There is no eye to the illiterates.

    होती नहीं नयन मूर्ख को,
    नहीं करते जो अस्थाई संसार में स्थाई काम।।

அதி. 85. புல்லறிவாண்மை

(சிற்றறிவு)

Chapter 85 - Oblivion

(An unwise)

अध्याय - 85 . स्थूल मति

(जडमति)

1. கண்டார் அறிவியலில் கற்கண்டாம் புல்லறிவான்
   கண்டதெலாம் உப்பின் கரிப்பு.   0841
   Had seen in science sugar crystals an ignorant
   Whatever seen is the taste of saltness.
   खोज निकाला विद्वान ने होता वह मिश्री सम,
   जड़मति करता अनुभव नमक का स्वाद।।

2. கரியை வயிரமென்பான் கற்றா றறியான்
   அரிக்கும் மணலறிவும் அற்று.   0842
   Would tell charcoal as diamond does not know educated
   Without the knowledge of soil erosion.
   होता नहीं उसे बुद्धि विवेक है वह अशिक्षित,
   कहता वह कोयले को हीरा।।

3. அற்பறி வுள்ளழுக் காணவத்தி னுச்சமாம்
   அற்றாரை ஓம்பா அழிவு.   0843
   The peak of ignorance of the one half baked
   Destruction not patronizing the poor.
   मन की गंदगी है स्थूल मति होता वह बडा अहंकार,
   नहीं करता रक्षा गरीब को होता नाश।।

4. அழிக்கின்ற நோய்த்தொற்றே ஆறாத புண்ணாம்
   பழிக்கஞ்சா வுள்ளத்தைப் பார்.   0844
   Destroying sporadic disease is not healed wound
   Look at the heart not afraid of accusation.
   गहरे घाव से होता रोग संक्रमण बराबर,
   करते पाप पर जिसे होता नहीं डर।।

5. பார்த்து முணரான் படித்தவரைக் கேட்டறியான்
   பார்க்கா இடிமின் படும்.   0845
   will not understand on seeing and will not know asking educated,
   Like the thunder unseen.
   समक्ष देखकर समझता नहीं,
   शिक्षित की बात भी सुनता नहीं पाता बडा संकट।।

6. படுத்தெடுக்கா நூல்கள் படித்ததில்லை யில்லில்
   படுவறுமை போக்கான் பழிப்பு.   0846
   Not studied the books to be read in the home
   Not eradicated the poverty would tease.
   होते ग्रंथ अनेक जो नहीं पढ़ता कभी,
   गरीबी अपनी मिटाता नहीं।।

7. பழித்துப் பிறர்க்குப் பலதுன்பஞ் செய்வான்
   அழிவான் துயரமடைந் தாழ்ந்து.   0847
   Aggravating would do many deliberate bad effects to others,
   Would perish after undergoing distress.
   करता जो अन्य को अपमान,
   देता संकट अनेक पाता दुख होता वह नाश।।

8. அடைபோல் அழுக்கடைந்தே ஆராயா வாழ்க்கை
   கடைந்தமட்டி யென்றறிவாய் கண்டு.   0848
   Covered with dirt like crow the life not scrutinized
   Can understand a distilled fool watching.
   होती जड़मति मकड़ी जाल सम,
   बना देती वह बडा अधम।।

9. கண்டே அறிவுறுத்தக் காணாதே போகின்ற
   பண்படுத்தா மண்போன்றான் பார்.   0849
   Advising as seeing but going without listening
   See like the soil not turned up by plough.
   देता शिक्षित उत्तम उपाय,
   अनदेख चलता जडमति आगे होता जीवन मिट्टी बराबर।।

10. பார்த்து நடவாமல் பாதை குறைகூறும்
    ஆர்ப்பரிக்கும் முட்டாள் அறி.   0850
    Not walked on the path but criticizing that
    Try to know a fool slandering.
    ध्यान न देता अपने पथ पर कहता दोष उसे,
    समझ यह होता वह बडा बुद्धिहीन।।

அதி. 86. இகல்

(மாறுபடுதல்)

Chapter 86 - Provocation

(Differing from)

अध्याय – 86. घृणा

(द्वेष भावना)

1. அறிவுறுத்தல் கேளான் அகப்பகையை யூட்டும்
   அறிவிலி நட்பை அறு.   0851
   Will not adhere to advice feeding internal rivalry
   Cut off the friendship of stupid.
   सुनता नहीं उत्तम उपदेश बढाता शत्रुता अधिक,
   विवेक हीन की मित्रता तजना है उत्तम।।

2. அறுத்துப் பிரிக்கு மறிவிலா னெல்லாம்
   மறுக்குமே மாழ்கும் மனத்து.   0852
   All without sense cutting and segregating
   Would refuse with ruining wind.
   द्वेश भाव है मूर्ख वह काटता और करता अलग,
   मन अपना उसे कभी नही ठुकराता।।

3. மாழ்கும் மனத்தான் மணம்பெறுத லில்லையே
   மாழ்கப் பிரிப்பதோ வாழ்வு.   0853
   Deadly hearted does not get admiration
   It is life to divide to shatter.
   खोता जो अपना वश पाता नहीं नाम,
   रखता जो सदा होश पाता जीवन अपना।।

4. வாழ்க்கை யுணர்ந்தான் வளர்நட்பைப் பெற்றிடுவான்
   வாழ்வி லடைவான் மணம்.   0854

One who perceived life would evolve progressing friendship,
Would obtain maturity in life.

समझता जो जीवन सत्य का पाता देश विकास,
मिलती बड़ी कीर्ति जीवन में।।

5. மணமா மறிவால் வருவதை யாய்ந்து
   மணக்கின்ற செல்வமே மாண்பு.   0855

With huge evolution predicting what would happen
Prospering wealth the gain.

विद्या विवेक से होती कीर्ति सुगंध,
समझ यह होता वही जीवन का उत्तम धन।।

6. மாண்பா முறவால் மலரும் பெருமிதம்
   மாண்புமிகு நன்னூல் வழி.   0856

By healthy relationship blooming boon
Through enriching ancestral book.

उत्तम ग्रंथ का है उपदेश यह,
महान संगत से होता गौरव सदा विकसित।।

7. வழிநன்றாய்த் தேர்ந்தால் வளம்பல வுண்டாம்
   விழிநமக்குக் காட்டும் விழிப்பு.   0857

If choose the right course there would be many holdings
The eyes showing us awareness.

नयन हमें दिखाती उत्तम पथ,
चुनते जब उसे हम मिलते लाभ अनेक।।

8. விழியாலே மாற்றம் விலகிடு மெண்ணம்
   அழிவ துறுதி யகம்.   0858

Changes through eyes deviating thought
It is certain the heart would perish.

सुनयन से होता घृणा भाव अति दूर,
मन अपने से मिट जाता दुर्विचार।।

9. அகத்தினில் மாற்றம் அறிவிலி யுள்ளம்
   அகப்பிளவை நீக்கி அழி.   0859
   Change in the mind untaught brain
   Destroy removing the internal split.
   विवेकहीन के मन होता विचार भेद,
   लाना परिवर्तन हटाना उसे दूर।।

10. அழிப்பா யிகலினை ஆற்றல் மலைபோல்
    அழியாப் புகழளிக்கும் ஆம்.   0860
    Obviate, ridicule mountainous talents
    Yes, would bring stable fame.
    मिटा देना घृणा भाव,
    बढ़ा देता वह पर्वत सम अमर कीर्ति।।

அதி. 87. பகைமாட்சி

(பகைவரின் வலிமை)

Chapter 87 - Bigheadedness of enemy

(Potentiality of antagonist)

अध्याय – 87. शत्रुता का बल

(शत्रु की शक्ति समझना)

1. அளித்து மகிழ்ந்திடுவான் அஞ்சாத ஆற்றல்
   களிப்புடன் வாழ்வதைக் கண்டு.   0861
   Will get pleasure in giving the skill not afraid of
   On seeing they live with pleasure.
   दान देकर पाता आनंद,
   कभी न होता भयभीत भोगता सुखमय जीवन।।

2. கண்பார்வை நம்பான் கணக்காக ஒற்றுவழி
   கண்டறிவான் நன்மை கணித்து.   0862
   Not believing eyesight by planning through spy
   Would find out assessing the benefits.
   करता नहीं विश्वास अपनी नयन पर,
   पाता सत्य जासूसी से बना लेता वह अपना उपाय।।

3. கணித்தான் மெலியார் கடிதினில் வெல்வான்
   பிணிப்புடன் கோட்டை பிடித்து.   0863
   Predicted them weak would win very soon
   With difficulty capturing the fort.
   जान लेता शत्रु का बल जासूसी से,
   पाता अपनी जीत उस पर।।

4.   பிடிக்கின்ற வல்லமை பீடுநடை போட்டே
     அடித்தழிக்குங் குண்டுகளை ஆய்ந்து.   0864
     Conquering courage walking with chin up straight look
     Unconcealing the bombs destroying army.
     विनाश करते बम को कर लेता पहचान,
     हिम्मत से बढकर शत्रु को देता हार।।

5.   ஆய்ந்தறிவு கொண்டார் அறிவியலின் நுண்மையும்
     பாய்ந்தழிக்கும் நற்படையின் பண்பு.   0865
     Acquired sound knowledge and with micro organism
     The character of the destroying troop.
     समझ लेता वह बुद्धि विवेक से विज्ञान की सूक्ष्मता,
     बढ़ाता शत्रु पर हमला करती सेना का बल।।

6.   பண்பும் வலிமையும் பண்பட்ட மேற்கல்விக்
     கண்துணையாய்க் கொண்டான் கனி.   0866
     Culture, guts modernized higher education
     Had it as clear associate the tool of success.
     उत्तम गुण महान बल शिष्ट विद्या से,
     पाता वह जीवन में मधुर फल।।

7.   கனிபோன்ற வுள்ளங் கனிவாம் மொழியால்
     அனிச்சமென வெற்றி யடைந்து.   0867
     Fruit like heart by polite simple language
     Would attain success always.
     रस भरे फल सम होता मन करता मधुर वचन,
     पाता जीत मृदुल सुमन बराबर।।

8.   அடைப்பா னறிவிலி அஞ்சும் பகைவன்
     அடைந்திட்டால் வெல்லும் அணி.   0868
     The incompetent would seal fearful enemy
     If got the contingent would win.
     होता शत्रु विवेकहीन डर जाता जरूर,
     अति सरल प्राप्त हो जाती जीत।।

9. அணியாய் மிகுசினம் அன்பிலாக் காமங்
   கணிப்பொறியில் வீழ்ந்தான் கவிழ்ந்து.   0869

   Boiling much anger sex without love and affection
   Caught in the trap overturned.

   बढ़ता क्रोध नेह रहित प्रेम,
   गिर गया कम्प्यूटर में हो गया वह अधीन।।

10. கவிழ்த்திடுங் காழ்ப்புக் களத்தில் புகுந்தால்
    அவிழாப் பகைமை யடுத்து.   0870

    If contrived jealously enter into battle field
    Next untying enmity.

    करता अनिच्छा से युद्ध मैदान में प्रवेश,
    पाता नहीं शत्रुता का पतन।।

அதி. 88. பகைத்திறந்தெரிதல்

(பகைவர் திறனை ஆராய்தல்)

Chapter 88 - Evaluating the proficiency of opponent

(weighing mastery of rivals)

अध्याय – 88 . शत्रु का मूल्यांकन

(शत्रु बल की परख)

1. அடுத்தழிக்கு முள்ளம் அழிபகையை யூட்டும்
   அடுக்காய் எரிமுன் அணை.	0871
   The mind destabilizing would feed crucial enmity
   Extirpate one by one in the fire.
   दूसरे को हराने अनल सम सोचता मन,
   बढ़ाता शत्रुता बुझा देना है उत्तम।।

2. அணைக்கட்டில் தேக்கி அளவாய் வெளியில்
   கணைபோ லனுப்பக் கவின்.	0872
   Storing in the dam releasing out with limitation
   It will be beautiful sending it like arrow.
   बाँध से नित क्रम निकलता जल बराबर,
   क्रम से भेजना अपनी सेना युद्ध करने।।

3. கவிவடிக்கும் நற்புலவர் கற்கண்டாம் நூல்கள்
   புவிப்பகை கொல்லும் புகழ்.	0873
   An expert poet writing poems the books are like sugar stone,
   The fame would kill world hostility.
   कविता रचते उत्तम कवि के ग्रंथ सब,
   होते मिश्री सम मिटाते शत्रुता बढ़ाती कीर्ति।।

4. புகழ்பாடும் நாவால் பொடியாகி வீழ்வாய்
   அகம்நொந்தால் வீழ்ந்தழிவாய் ஆழ்.   0874

   By the tongue praising you will fall powdered
   If heart is pained you will get destroyed in the dye sea.

   कीर्ति गाता कवि का मन,
   जब कराते दुखित बनोगे क्षीण पाओगे बड़ा नाश।।

5. ஆழ்கடல்சூழ் நல்லுலகில் ஆள்பவன் தீப்பகையை
   ஆழ்த்திவீழ் குண்டாம் அணு.   0875

   In the god world surrounded by deep seas the enmity of ruler,
   Defeat him totally to survive in the life.

   सागर घेरे संसार में शासक,
   अस्त्र विनाशक से मिटाता शत्रुता।।

6. அணுவளவும் தீயெண்ண மப்பொழுதே நீக்கக்
   கணுக்கரும்பாய் மாறுவதைக் காண்.   0876

   Eradicating even the least evil thought then and there itself,
   See that if changes into a sugarcane.

   जग उठता जब कुविचार मिटा देना उसे तुरंत,
   देख गाँठ ईख सम होती रक्षा हमारी।।

7. காணாப் பகைவன் கனிவாய் மதித்தாலும்
   காணா மறையாய்க் கணி.   0877

   The unseen foe though respects humbly
   Predict as Vedas not seen.

   अपरिचित मित्र करें स्नेह से सम्मान,
   अप्रकट रखना उसपर बडा ध्यान।।

8. மறைந்தே பகைவலியின் மாண்பை யறிந்தால்
   அறைக்களைழைத்து நட்பை யளி.   0878

   If come to know the strength of the rival indirectly
   Invite him to house and offer friendship.

   परोक्ष जानते जब शत्रु का अधिक बल,
   प्रेम से बुलाकर बढाना उससे मित्रता।।

9. அளிவண்டு பூவணைவால் அண்டு மயலான்
   களிப்பா லிணைந்தால் கரும்பு.   0879
   Like the beetles moving flower after flower outsider seeking asylum,
   If join out of pleasure it will be like sugarcane.
   सुमन के स्नेह से भ्रमर पाता आनंद,
   बनता शत्रु जब मित्र होता वह ईख बराबर।।

10. கருவிகளில் புத்தாக்கங் காண்போர் வியப்பர்
    அருவியென வெற்றி யணி.   0880
    People seeing novel creativity in the instrument would be amazed,
    Wear the success as a water falls.
    लाते जब शस्त्र में अति नवीनता,
    मिलती उसे तब विजय अति सुलभ।।

அதி. 89. உட்பகை

(புறத்தில் நட்பு அகத்தில் பகை)

Chapter 89 - Internal hostility

(Friendship outward and rivalry inward)

अध्याय – 89 . गुप्त दुश्मनी

(आंतरिक शत्रुता)

1. அணியணியாய்ச் சுற்றம் அருகி லிருந்தும்
   பணியா மனத்தில் பழி.

   Though congregation of kith and kin nearby
   An unwanted one in the mind not polite.

   रहते घेरे स्वजन अनेक,
   होती नहीं मन में नम्रता बढ़ जाती शत्रुता।।

   0881

2. பழிவாங்கு மெண்ணமுடைப் பாம்புடன் வாழ்தல்
   அழிவு நெருங்கும் அடி.

   Living with snake having the tendency to revenge
   Better beat as it will be disaster nearby.

   साँप रखता मन प्रतिशोध,
   साथ जीना लाता बड़ा नाश मारना है उत्तम।।

   0882

3. அடித்துப் புரண்டுவரு மாழ்வெள்ளஞ் சாய்க்கும்
   மிடிபோன்ற உட்பகையை வீழ்த்து.

   The flood overflowing with speed would pull down
   Remove the thunder like internal rivalry.

   आगे बढ़ आती बाढ़ से होता नाश,
   है उत्तम गिरा देना गुप्त दुश्मनी।।

   0883

4. வீழ்த்த நினைத்திடும் வீண்பகைவர் தம்முளத்தால்
   மாழ்கியழி நீர்க்குமிழி மாண்பு.   0884

The foes thinking with intention to erode
Destroying them like lives of bubbles.

सोचता शत्रु जब हमें हराने,
बुदबुदे सम करना नाश उनका है उत्तम।।

5. மாண்பா மமைச்சரிடம் மண்டியிடும் உட்பகைவர்
   காண்போது தூற்றுங் கடிந்து.   0885

The enmity within kneeling down to the honourable minister,
Would propagate against when meet.

रखता जो आंतरिक शत्रुता,
प्रत्यक्ष रचता विनम्रता नाटक परोक्ष करता दुत्कार।।

6. கடிந்தழிக்கு முள்ளங் கனிவோ புறத்தில்
   இடிதாக்குந் துன்பம் இறக்கு.   0886

The mind is to destroy rapidly but refined one outside
Bring down the attacking thunder like suffering.

गुप्त शत्रु का मन सोचता नाश, करता बाहर
मधुर करना उसपर कठोर आघात।।

7. இறக்குந் தறுவாய் இழிந்தான் பகையுள்
   அறவழி நிற்கான் அறு.   0887

At the time of death impolite enmity within
Cut off the unrefined.

डरता मौत से करता अधर्म शत्रुता में,
संबन्ध उसका तोड़ना है उत्तम।।

8. அறுக்குந் தொழில்செய்வான் ஆருயிரை வெட்டி
   அறுப்பானி னுட்பகையும் அங்கு.   0888

Would do sawing profession cutting the dear life
Heareafter would saw internal enmity there.

गुप्त दुश्मनी मिटाने करता जो जीव हत्या,
देता वह अपने को बलिदान।।

9. அங்கவனைப் பார்த்தான் அழுக்குநிறை உட்பகை
   தங்கியே தாக்குந் தழைத்து.　　　　　　　　　0889
   He did see him there dirty disliking
   would stay to attack.
   आंतरिक शत्रुता है बड़ी गंदगी,
   साथ रहकर होती बलवती और गिरा देती हमें।।

10. தாக்குங் குணமுடையான் தண்ணீரில் எண்ணெயென
    ஆக்கம் பெருக்கா னழிவு.　　　　　　　　　0890
    Attacking temperament like oil in water
    Not multiplying the constructive way would perish.
    जल में होते तेल सम रखता शत्रु कुविचार,
    होता नहीं वह कभी विकसित।।

அதி. 90. பெரியாரைப் பிழையாமை

(சான்றோரை மதித்தல்)

Chapter 90 - Not finding fault with irreproachable people

(Honouring the distinctive personalities)

अध्याय – 90 . सज्जन को दुख न देना

(ज्ञानी का सम्मान)

1. அழிக்க நினைப்பானை ஆன்றோர் மதியார்
   பழிசுமந்து வீழ்வதைப் பார்.   0891
   The noteworthy people will not respect the person who think to destroy,
   Look at them falling bearing blame.
   देता नहीं सज्जन को सम्मान रखता कुविचार,
   पाता वह बडा दोष होता नाश।।

2. பார்க்கும் பெரியோரைப் பண்பாய் வணங்கிடு
   கார்மழையின் தூறல் களிப்பு.   0892
   When meet renowned personality salute obediently
   Gladness from the drizzling of seasonal rain.
   वर्षा की बूँदाबांदी से प्राप्त आनंद सम,
   पाते वही देते जब सज्जन को सम्मान।।

3. களிக்கும் நிலையிலுங் கண்ணியமாய்ப் போற்ற
   அளிப்பா றறிவாம் அமுது.   0893
   In enjoying situation also venerating decently
   Would give nectar like sweatstone.
   बड़े आनंद में भी पाने उत्तम सम्मान,
   सज्जन देते हमें अमृत ज्ञान।।

4. அமுதாம் உறவாய் அறிஞுரை யெண்ண
   அமுதக்கற் கண்டாம் அது.   0894

   Thinking that relating with a scholar as nectar
   It is nectar like sweetstone.

   देता जब सज्जन का उचित सम्मान,
   होता वह मधुर मिश्री बराबर।।

5. கண்டால் பெரியோரைக் கண்ணிமையாய்க் காத்திடுக
   கிண்டுவான் கெட்டழிதல் கீழ்.   0895

   If meet distinctive celebrity protect him like eyelid
   An insulting one would disappear by sin.

   नयन पलक सम करना रक्षा सज्जन को,
   करता कुविचार होता वह नाश।।

6. கீழ்மையா யெண்ணிடக் கேடடையு மாட்சியும்
   ஆழ்கடல் செல்வமும் அற்று.   0896

   If think interior dignity would get affected
   The sea deep wealth would also leave.

   करते जब मन में कुविचार आती बुराई,
   छूट जाती कीर्ति और ऐश्वर्य।।

7. அற்ற குளத்தில் அறுநீர்ப் பறவைபோல்
   அற்றோர்க்குத் துன்பம் அடும்.   0897

   Like the birds of the dried pond
   For people without wealth no suffering.

   सूखे पोखर में दुखित चिडिया बराबर,
   स्नेह रहित होते अधिक दुखित।।

8. அடைந்திட்ட சொல்லே யழிவு முயர்வும்
   கடைவழித் தூரங் கழிந்து.   0898

   What spoken about would be deterioration and elevation
   Pass the days remaining in life.

   करते वचन से मिलता हमें सम्मान या
   अपमान करना कटु वचन सदा दूर।

9. கழிபெருந் துண்டோ கரும்பாலை பட்டே
    அழிந்திடும் புன்சொ லகற்று.   0899

    The big piece of sugarcane will be crushed
    Avoid harsh words husting.

    गन्ना पाता निचोड़कर दुख अनेक,
    घाव करता कटु वचन करना दूर।।

10. அகப்பற்று நீங்க அடக்கம் பெருகும்
    அகவொளி பாய்த லழகு.   0900

    Humbleness would multiply if selfishness erased
    It will be charming that rays of wisdom penetrates.

    मन में होता जब आत्म प्रकाश,
    बनता संयम हट जाता लालच भी।।

அதி. 91. பெண்வழிச் சேறல்

(மனைவியிடம் பணிந்து போதல்)

Chapter 91 - Accommodating an associative woman

(Reconciling with wife)

अध्याय – 91 . पत्नी के साथ व्यवहार

(पत्नी के साथ गुणी व्यवहार)

1. அழகுடைய இல்லாளும் அண்ணல் துலாக்கோல்
   பழகக் குடும்பம் பழம். 0901
   Beautiful wife and the head a balance
   Getting used to the family will be a fruit.
   पत्नी रहे अति सुन्दर,
   पति करता व्यवहार तराजू सम बनता वहाँ सुपरिवार।।

2. பழமாய் மனைவியைப் பாசமுள்ள தாயை
   அழவிடாது காத்திடவே அண்டு. 0902
   The wife as a fruit and the affectionate mother
   Protecting them not to weeping fit with them.
   होती पत्नी प्यारी,
   रहती ममता में माता सम रखना उसे आनंद।।

3. அண்டி யிருந்தாலு மாளுமையில் கோலென்ப
   பண்பால் செழிப்பைப் பகுத்து. 0903
   Though dependent in the personality skills an expert
   By trait sharing the prosperity.
   रहती पत्नी पति से आश्रित,
   पर करती अपना उत्तम दायित्व होता परिवार सुसम्पन्न।।

4. பகுத்துண்ணு மில்லில் பகுதியா யீகை
   வகுத்திடுதல் அன்பின் வளம்.   0904

   In the house sharing edibles charity as a part
   Creating a system will be resource of love.

   बाँटकर खाते भोजन करते दान घर में,
   नित्य बढता वहाँ स्नेह अधिक।।

5. வளத்தினைத் தானே வகையாய்ப் பிரித்தே
   அளக்குங்கோல் தட்டாய் அமைந்து.   0905

   Segregating the resources himself
   Remain as a plate of the balance.

   बाँटना प्राप्त फल सबको सम भाग,
   रखना मापदंड सदा समान।।

6. அமைப்பாய்க் குடும்பம் அழகாய் நடத்த
   அமைதி அறப்பணி யாற்று.   0906

   To run the family in a constructive and beautiful way
   Perform peaceful charity work.

   रहना सदा शांत चलना धर्म पथ पर,
   बनेगा वहाँ सुन्दर परिवार।।

7. ஆற்றில் படகோ அதிவேகஞ் செல்லாதே
   ஆற்றுங் கடமையை ஆய்.   0907

   The boat will not go fast in the river
   Do review your duties discharging.

   नदी में नहीं चलती नाव अति तेज,
   करते अपने कर्तव्य पर रखना ध्यान।।

8. ஆய்ந்தறுத்த கீரை அருமை உணவாகும்
   ஆய்ந்தறியான் வீழ்வான் அலைந்து.   0908

   The lettuce cut after careful selection will be a hygienic food ,
   One who does not analyze would fall wandering.

   ध्यान से काट लाया पालक बनता भोजन,
   ध्यान रहित पाता पतन जरूर।।

9. அலையெனத் தாள்பிடித் தாழ்சிந்தை அற்றார்
   கலையிழந்த ஓவியத்தைக் கண்டு.   0909

The people who do not have the deep thinking like waves holding the feet,

On seeing the unattractive drawing.

विवेक रहित वह सोचता अधम,
गाता कीर्ति असुन्दर चित्र की।।

10. கண்டார் நகைப்பர் கடுந்துன்பம் வந்தடையும்
    கண்ணிலான் போலுங் கடவு.   0910

The people who saw would laugh, severe grief would come,

Like the door to the blind.

अँधा सम जो चलता कुपथ,
देखते सब हँस उठते आ बीतता बड़ा दुख।।

அதி. 92. வரைவின் மகளிர்

(பொது மகளிர் இயல்பு)

Chapter 92 - Harlotry

(The nature of prostitute)

अध्याय - 92 .कामुक नारियाँ

(वारांगना के लक्षण)

1. கடத்திடுவார் தீப்பெண்டிர் கண்ணால் வளைத்தே
   மடக்கியே ஆடும் மனத்து.   0911
   By attractive look the whore would kidnap
   Would oscillate the mind and held captive.
   करती आकर्षित नयन से कुचरित्र नारियाँ,
   मन हमारा कर लेती अपने वश।।

2. ஆடுவாள் பாடுவாள் ஆராயாப் பித்தனுந்தான்
   ஆடுகின்றான் வாழ்வில் அழிவு.   0912
   She will sing and dance tempted crazy not realizing
   The addict would become penniless.
   गाती गणिका नाचती भी,
   ध्यान दे पागल भी करता यह होता उससे जीवन नाश।।

3. அழிக்கும் மனத்தாள் அருளுடையார் செல்லார்
   பழியஞ்சும் மக்கள் பறந்து.   0913
   The dignified will not go behind the woman with spoiling mind,
   The person fearful of criticism would fly away.
   डरते जन कार्य दोष पर होते दयावान,
   नहीं जाते वे वेश्या के निकट।।

4. பறக்கின்ற பாவை பருந்தாய்ப் பறிப்பாள்
   அறவழி நிற்பர் அறுத்து. 0914

   The luxurious woman would snatch like the vulture
   People living with virtues would cut off.

   सुन्दर गणिका चील सम छीन लेती धन,
   चलते जो धर्म पथ पर रहते दूर।।

5. அறுப்பா ருறவை அறத்தின் தொடர்பால்
   மறுப்பர் அறிஞரின் மாண்பு. 0915

   By the contact of integrity would disconnect relationship
   Would refuse the incorruptibility of intellectuals.

   गुण है वह उत्तम सज्जन का,
   करते इनकार संबन्ध वेश्या का।।

6. மாண்புநிறை சான்றோர் மதிநலத்தால் புன்மகளைக்
   காண்பதுந் தீதாங் கழி. 0916

   Esteemed honourable people by seasoned mind the courtesan ,
   Just seeing itself is dishonor detach.

   उत्तम सज्जन मानते यह बुद्धि विवेक से,
   गणिका को देखना भी है बुरा।।

7. கழிக்கும் பொருளானான் காணம்பொ னில்லை
   அழியெண்ணப் பாம்பா யடித்து. 0917

   Has become a throw away commodity not worthy to keep,
    Erase like beating the snake.

   आते साँप को मारते सम,
   होती गणिका अधम नहीं है उसमें चमक।।

8. அடிபட்டுந் தீயொழுக்கம் ஆட்கொண்டான் மீண்டும்
   அடிக்கும் அலைபோல் அலைந்து. 0918

   Even after experiencing acquired immoral conduct once again,
    Like the swaying waves moving up and down.

   गिरता जो बुरे संगत में हो जाता वह,
   आकर लौटते लहर सागर सम।।

9. அலையெனத் தோன்றி அடுத்தவனைக் கண்டே
   அலைந்து திரிவா எவள்.   0919
   Appearing like waves all of a sudden search the next man,
   Would roam there and there.
   लहर सागर बराबर,
   भटक फिरती वेश्या वह मर्द अन्य के पीछे।।

10. அவள்பிறப்பின் நோக்கம் அறியா ளிறந்தால்
    அவளுக் கெனஅழுவார் அற்று.   0920
    If she dies without knowing the purpose of her birth
    She will not have anybody to cry for her.
    नहीं जानती वह अपने जन्म का लक्ष्य,
    गणिका वह मरें न कोई आँसू बहाता।।

அதி. 93. கள்ளுண்ணாமை

(மது அருந்தாதிருத்தல்)

Chapter 93 - Not drinking toddy

(Remaining not to be addicted to alcoholism)

अध्याय – 93 . मदिरा बंदी

(शराब न लेना)

1. அற்றம் மறைக்கா அறிவிலி சுற்றத்தை
   அற்றாரா யாக்கும் அழித்து.   0921
   Not concealing the distress the ignorant kith and kin
   Would destroy them making penniless.
   संकट अपना नहीं छिपाता मूर्ख नशा वह,
   रिश्तों को करता बड़ा नाश।।

2. அழிப்பான் புகழையும் அன்னையின் கண்ணீர்
   வழியப் பெருகும் வலி.   0922
   Would spoil fame tears of mother
   Would flow with increasing pain.
   मदिरा वह करता कीर्ति नाश,
   बहाता माता की आँसू बढ़ा देता दुख।।

3. பெருகிடுஞ் செல்வம் பிரிந்தே வறுமை
   பருகியே வீழ்ந்திடும் பார்.   0923
   Multiplying prosperity would leave poorness
   See it would diminish go on drinking.
   लत शराब कर देता ऐश्वर्य का नाश,
   गिरा देता वह गरीबी में जरूर।।

4. பார்த்தாலும் நல்லவர் பாராதே போய்விடுவார்
   ஆர்கடல்போல் பிள்ளை அழும்.   0924

   Even if see respectable people would go away not meeting,
   Children would cry shedding tears like ocean.

   शोर करते सागर सम दुख से बच्चे रोते वहाँ,
   देखकर भी अनदेख चले जाते शराबी।।

5. அழுதே புலம்பிடுவாள் ஆனாலும் போவான்
   பழுதிலாப் பொன்னைப் பறித்து.   0925

   She would cry and be moan but he will go
   Expunging valuable gold.

   रो बिलकती वह रोकती उसे,
   स्वर्ण छीनकर निकल जाता शराबी।।

6. பறித்துக் குடித்திடுவான் பாதைக் கழிவில்
   அறிவழிந்து சாப்பிணமாய் ஆழ்ந்து.   0926

   Would snatch and drink in the sewage on the road
   Lying like a dead body.

   धन छीनकर पीता नशा,
   शव बराबर पडा रहता शराबी पथ कीचड पर।।

7. ஆழ்ந்துறக்கம் நஞ்சா லமைந்திட்ட கட்குடித்தால்
   ஆழ்கிணற்றில் வீழ்வான் அழிந்து.   0927

   Deep sleep due to drinking poisonous toddy
   Would fall into the deep well and die.

   गरल सम होता शराब पीता जो उसे,
   गिर जाता गहरे कुएँ में जरूर।।

8. அழிவை யழைத்தே அமைந்திட்ட வீட்டில்
   இழிவன்றோ நாடு மிணைந்து.   0928

   The home positioned inviting ruin
   Disrespect and displeasure would joining.

   करता नशा वह बुलाता नाश अपने घर,
   देश को भी होता बडा अपमान।।

9. நாடிப்பற் செய்கை நடுங்கோசை தான்செய்வான்
   ஆடிவிழுந் துன்ப மளித்து.   0929

   The drunkard would act awkwardly and make blather
   Giving trouble staggering.

   नशावान करता अर्थ हीन काम अनेक,
   करता कठोर आवाज दुख दे गिर जाता जमीन पर।।

10. அளிப்பான் அயலவன் ஆலமெனத் தந்தால்
    களிக்கா தறிவுடையான் கண்.   0930

    Other person would give if gives a huge amount
    Does not have the knowledge to enjoy.

    देता कोई गरल सम शराब,
    समझदार बुद्धि विवेक से लेता नहीं उसे।।

அதி. 94. சூது

(சூது ஆடுவதைத் தவிர்த்தல்)

Chapter 94 - Gambling

(Avoiding games of chance for money)

अध्याय – 94 . द्यूत

(जुआ खेलने से बचे रहना)

1. கண்காட்டும் பாதை கருவியிடம் கைத்திறமை
   அண்டையோர் நீட்டு மழைப்பு.   0931
   The way eye showing skill at the instruments
   The neighbors extending call.
   आँखें दिखाते पथ पर चलता,
   बुलावा मान पांसे चलाने में दिखाता बल।।

2. அழைப்பிற் கிணங்கி அழிவருகே சென்றால்
   பிழையே பெருகும் பிழைப்பு.   0932
   If go near the hell accepting the invitation
   The life would be multiplied by misdeeds.
   बुलावे पर चलता वह विनाश निकट,
   बढाता दोष अनेक होता बडा नाश।।

3. பெருகா இடம்போய்ப் பெருமை யழிந்தால்
   அருகிருப்பார் வீழ்ந்தே அழும்.   0933
   If fame degraded by going to a place not multiplying
   People nearby would fall and cry.
   चलता जो जुआ घर घट जाती कीर्ति,
   रोते रिश्ते भी होता उसका नाश।।

4. அழுமே குடும்பம் அவனோ அணியை
   யிழுத்தே யறுப்பா னெடுத்து.   0934

   The family would cry but he what wearing
   Would pull and take cutting.

   चलता वह द्यूत खेलने,
   जेवर भी काट ले जाता रोता उसका परिवार।।

5. எடுப்பா னொருமுறை ஏங்குவான் மீண்டும்
   அடுத்தடுத்துச் செல்வான் அழிந்து.   0935

   He will take once would be longing again
   Would go exhausted one by one.

   मिलती जीत एक बार,
   फिर पाने ललक उठता मन जुआरी का बढता आगे पाता नाश।।

6. அழிவாள் மனைவி அவருடைய பெற்றோர்
   பழியில் விழுவர் படர்ந்து.   0936

   His wife would end her life his parents
   Would subjected to the look from all corners.

   संकट में पड जाती पत्नी जुआरी की,
   गिरते अपमान में अभिभावक उसके।।

7. படரும் வறுமை படுக்கவிட மின்றி
   அடர்ந்துவருந் துன்பம் அலைந்து.   0937

   Ascending poverty without a place to sleep
   Extreme exhaustion making wandering.

   आ बीतती गरीबी जुआरी पर,
   स्थान न पाता वह कहीं सोने को मिलते संकट अनेक।।

8. அலைந்தே திரிந்தாலும் அற்றாரும் பற்றார்
   அலைந்தே யழிவா னவன்.   0938

   Even if roam the poor will not help
   He will perish himself roving.

   भटकता जुआरी संकट में,
   सज्जन भी न बनते सहायक उसके मिलता उसे बड़ा नाश।

9. அழிந்தாலும் மீண்டுவந்தே ஆழ்கடல் மீனாய்க்
   கழிவினைக் காண்பான்கற் கண்டு.   0939

Though getting spoiled coming once again like deep sea fish,
Would see the degraded strong sweet.

मिश्री समझ जुआरी को मिला नाश,
सागर की मछली सम आ गिरता फिर कीचड में।।

10. கண்டாலுந் துன்பம் கவிழ்த்தாலும் மாறாது
    விண்டுரைக்கா வண்டாய் விழும்.   0940

Even if see distress will not change if overturn also
Would fall like the beetle not held by the wind.

खेल घुत देता बड़ दुख,
नहीं बच सकता कोई मार खा गिर जाते भ्रमर सम हो जाता जुआरी।।

அதி. 95. மருந்து

(நோய் நீக்கும் வழிகள்)

Chapter 95 - Drug

(The ways to heal the disease)

अध्याय – 95 . औषध

(रोग से बचने का उपाय)

1. விழும்பிணி யாளன் மிகுமன மாசால்
   அழுகு முடலு மழுக்கு.
   A severe patient by excess immorality
   For the perishing body dirt.
   मन की मलिनता से सड जाता तन,
   गिर जाता वह अति रोग में।।   0941

2. அழுக்காம் வயிற்றி லளவின்றி யுண்டால்
   பழுதாகிப் பாரம் படும்.
   If eat unlimited indigestion in the stomach
   Would lead to disorder and become painful.
   अमित भोजन बढाता पेट में मैल,
   होता वह खराब बन जाता बड़ा बोझ।।   0942

3. படுத்திடும் பித்தமும் பக்கச் சளியும்
   அடுக்காய் வளியும் அழிவு.
   Troubling bile and dry cough
   Would bring peril one by one.
   दुख देता पित बढ़ जाता कफ होता अति वात,
   दोष सब नाश कर देते तन हमारे।।   0943

4. அழிக்குமே நீரிழி வாறாம் பயிற்சி
    கழிவகற்றச் சீராகுங் கண்டு.   0944

    Bile would kill continuous, physical exercise
    Can see the healing removing residue.

    मधुमेह करता तन का नाश,
    करते अभ्यास से होते मल को करते दूर बनते स्वस्थ।।

5. கண்டதை யுண்ணின் களிப்பை யிழந்திடுவாய்
    பண்டை உழைப்பைப் பழக்கு.   0945

    If eat as you please would lose pleasure
    Practice the traditional labour.

    अभ्यास कराना तन का परिश्रम,
    लेते जब खाद्य अमित खोते जीवन आनंद।।

6. பழகிய வேகவைத்த பண்ட மளவாய்ப்
    பழங்க ஞணவேண்டும் பார்த்து.   0946

    Traditional boiled edible items limited quantity
    Take care consume more fruits.

    ध्यान से लेते जब पके मित भोजन,
    खाते फल अनेक रहते सदा स्वस्थ।।

7. பார்த்தும் படுத்திடப் பாழ்மனையும் நல்மருந்தும்
    ஆர்கட லாயழுத்து மாங்கு.   0947

    Though get treatment admitted in the hospital and good medicine,
     Would burden like the ridge of water moving.

    हो घर वह पुराना सोते जब वहाँ,
    रखना बड़ा ध्यान बनता वह उत्तम औषध।।

8. அழுத்துகின்ற சோதனை ஆட்டிவைக்குஞ் செல்வம்
    பழுத்திலையாய் வீழ்ந்தே படும்.   0948

    Pressurizing tests inadequate resources
    Would fall like ripened leaf.

    जीवन अपने में दबा देते रोग अनेक,
    नचाती गरीबी झड़ जाता वह पीले पत्ते सम।।

9. படுத்தால் கவனிக்கப் பக்கத்தி லுற்றார்
   வெடுக்கின்றிக் கண்டால் விருந்து.   0949

   If become bedridden and the relatives bedside
   If looks after without annoyance, it is like feast.

   हम लेट जाते जब रोग में,
   घृणा रहित परिजन से बनता हमारा जीवन आनंद।।

10. கண்ணிமையா யன்பருளாய்க் காத்தால் வலிகுறைந்து
    கண்ணீர் மறைந்திடுங் கண்டு.   0950

   If protect with care like eyelid clubbed with love and grace
   pain lessens,
   On seeing these the tears would disappear.

   पलक आँख सम करते रक्षा प्रेम से परिजन,
   कम होता रोग रुक जाती आँसू भी।।

அதி. 96. குடிமை

(குடிப்பிறந்தார் பண்புகள்)

Chapter 96 - Member of a distinguished family

(Character of individuals of a family)

अध्याय – 96. कुलीनता

(उत्कृष्ट परिवार में जन्मे के लक्षण)

1. கண்ணி லிரக்கமுங் காண்போர் வணங்கிடும்
   பண்பா மொழுக்கத்தைப் பற்று.   0951
   Humanity in the eyes people meeting saluting
   Hold the discipline as the character.
   नयन में होते स्नेह करते पालन उत्तम गुण,
   सब जन करते उसे बड़ा सम्मान।।

2. பற்றில்லா துள்ளம் பழகுதலில் தெங்கிளநீர்
   அற்றாரை யோம்பும் அருள்.   0952
   Mind without craving in friendliness like tender coconut water,
    Showing grace to people seeking patronage.
   होते गुण कुलीन में,
   रहता मन निर्लिप्त करते स्नेह बरसाते शत्रु पर भी दया।।

3. அருங்குணமாம் பேராண்மை அன்புநிறை யின்சொல்
   அருள்பொழிதல் மண்ணி லறம்.   0953
   Personality the very rare temperament pleasing words with kindness,
   Polite goodwill is the morality on this soil.
   उत्तम उदारता स्नेह भरा वचन बरसती दया,
   होते जहाँ बढता वहाँ सदाचार।।

4. அறஞ்செய் மனத்துடன் அற்றாரை யோம்பக்
   கறந்தபால் தூய்மை கனிவு.   0954

   With the heart to offer charity helping the people approaching,
   Selfness is like pure milked milk.

   होते जिसमें उत्तम मन,
   दूध सम पवित्र स्नेह करते वे गरीब पर दया।।

5. கனிவாய் விருந்தோம்பிக் கண்ணியமாய்ச் செல்வம்
   கனிமரமாய்ச் செய்க களித்து.   0955

   Extending hospitality wealth with decorum
   Do will delight as ripened tree.

   मिलता जीवन उसे फलदार पेड सम,
   करते स्नेह से अतिथि सत्कार कमाना उत्तम पथ से धन।।

6. களிப்புடன் சேர்ந்து களிவிருந் தோம்பக்
   களிக்கும் முகமுறுவல் காண்.   0956

   Offering luxurious dinner with much gladness
   See the smile with satisfaction.

   हर्षित मन से करते जब अतिथि सत्कार,
   देख यह होता प्रकट मुस्कान।।

7. காணும் கொடுமையைக் கண்டா லழித்திடுவர்
   மாணுங் கடல்போல் மனத்து.   0957

   If come across any atrocity would condemn it
   The heart like resourceful ocean.

   होते सज्जन में सागर सम विशाल मन,
   देखते जहाँ अत्याचार करते वे तुरंत उसका नाश।।

8. மனத்துக்கண் மாசின்றி வாழ்த்திடும் நல்லார்
   மனமோ மலருள் மது.   0958

   Creditable people greeting with absolutely clean and pure mind,
   Their heart is like honey in the flower.

   निर्मल मन से सज्जन देते आशीष,
   सुमन में होते मधु सम होता दिल उनका।।

9. மலர்போன்ற வுள்ளம் மகிழ்வளிக்குஞ் செல்வம்
   குலங்காத் துயர்த்துங் குடி.   0959
   The flower like mind satisfying prosperity
   The family elevating all protecting the members.
   सुमन सम मन आनंद देता धन,
   करते रक्षा परिवार की करा देता जीवन को उन्नत।।

10. குடிப்பெருமை நன்றாம் குறைபடாச் செல்வம்
    படித்தறிந்தே காப்பாய் பகுத்து.   0960
    The proudness of the family good enormous prosperity
    Guard them giving after studying.
    अक्षय धन उत्तम गुण नित करना रक्षित,
    बनी रहेगी उत्तम कुल की कीर्ति।।

அதி. 97. மானம்

(தன் நிலையிலிருந்து வீழாமை)

Chapter 97 - Probity

(Not descending from the status)

अध्याय - 97. प्रतिष्ठा

(अपनी इज्जत न खोना)

1. பகுத்துண்ணு மெண்ணத்தில் பாதை வகுத்துப்
   பகுத்தறிந்து தீயொதுக்கும் பண்பு. 0961
   Establishing a path with an idea to share food
   The morality of banning sin understanding after analyzing.
   बाँटकर खाने का विचार है उत्तम,
   जब करते निर्मित अपना पथ रखना बुराई को दूर।।

2. பண்புடையா ருள்ளம் பரிவா மவர்குடும்பப்
   பெண்டிரால் நேராப் பிழை. 0962
   The mind of magnanimous people courtesy of family
   Any fault not committed by their ladies.
   रखते सज्जन मन में बडा स्नेह,
   नारी उनके परिवार से होता नहीं दोष।।

3. பிழைத்திட மானமின்றிப் பின்சென்று வாழ்தல்
   விழையா தருந்தும் விருந்து. 0963
   To lead life going behind without self respect
   It is equal to taking feast without intention.
   बिन निमंत्रण लेते जहाँ भोज सम,
   होता जीवन वह इज्जत तजकर जीना।।

4. அருந்துகின்ற நீரையும் ஆன்றோர் மதிக்குந்
   திருத்தமுள்ள வீட்டையுந் தேர்.   0964
   The water for drinking and esteemed people respecting
   And select a handy residence.
   पीने योग्य जल आदर प्राप्त सज्जन का घर,
   सोचकर चुनना है उत्तम।।

5. தேர்போ லுயர்ந்திடச் சேர்க்கை சிறந்தவரே
   தேர்ந்துசெயல் செய்வார் தெளிவு.   0965
   To get elevated like a chariot a companion an excellent person,
   It is clear that they only would function selectively.
   समझ सत्य यह बनते संगत उत्तम मित्र से,
   होती उन्नत जीवन की प्राप्ति।।

6. தெளிவால் புகழ்வருந் தேர்ந்தறிவு மிக்கார்
   அளிக்குமுயர் ஈகை அழகு.   0966
   By charity fame could be gained an intellectual
   Giving a timely charity is enchantment.
   योग्य सज्जन बड़े दिल से देते महान दान,
   मिलती उनको कीर्ति अपार।।

7. அழகான செய்கை அனைவர்க்கும் நன்மை
   பழகுமுயர் பண்பால் பயன்.   0967
   A beautiful activity benefit for all
   Advantage by accommodating decent culture.
   करते जो कार्य अपने से सब की भलाई,
   पाते वे श्रेष्ठ गुण से लाभ अनेक।।

8. பயன்கருதி யொட்டியே பாரில் பிழைத்தல்
   கயத்தினுள் வீழ்தல் களிப்பு.   0968
   The very life on the earth is with useful motive
   It is a joy to fall into.
   ताल में गिरते बराबर,
   सोचता स्वार्थ लाभ अपना बिताता नित्य जीवन।।

9.   களித்திட வாழ்தலுங் கண்டார் வணங்க

     அளித்து மகிழ்த லழுது.   0969

     Living to enjoy respected by people meeting

     Offering help is very admirable.

     बिताना आनंद जीवन पाना सबका सम्मान,

     देना उचित दान सब हैं महान अमृत।।

10. அமுதான தொண்டினை ஆற்றுபவர் வாழ்வில்

     கமுகெனக் காக்குங் கவின்.   0970

     In the life of the people doing noble service

     It is the beauty that protecting like areca nut.

     करते जो अमृत सम अपनी सेवा,

     रक्षित रखती वह जीवन में सदा कान्ति।।

அதி. 98. பெருமை

(சான்றோர்தம் உயர்பண்பு)

Chapter 98 - Pride

(Culture of people who live as role model)

अध्याय – 98. गौरव

(सज्जन के महान गुण)

1. காக்க பெருமையைக் கண்ணான வூக்கமே
   ஆக்கத்தின் வேருக்கே ஆறு.   0971
   Protect the pride lovely motivation
   It is the right way to the root of creativity.
   जड़ उन्नति को देता उत्साह बड़ा बल,
   रक्षित रखना सदा अपना बड़प्पन।।

2. ஆற்றின தோட்டமாய் ஆடுகின்ற வுள்ளத்தை
   ஆற்றுப் படுத்தி யடக்கு.   0972
   The mind oscillating like the garden on the river basin
   Control it appeasing.
   नदी के बाग सम झूम उठते मन को,
   संयम करना है उत्तम।

3. அடக்கமாய்ப் பாலூற்றி யன்பாய் வணங்கப்
   படமெடுத் தாடும் பழி.   0973
   As greeting lovely by feeding with milk humbly
   The blame would be dancing like snake raising its head.
   दूध पीकर भी फण फैलाते नाग सम,
   दुख देगा दोष जीवन अपने में।।

4. பழிநீக்கி வாழின் பயனுறுவாய் தீதாம்
   அழிவகற்றி நன்மையை ஆற்று.   0974

   If live erasing criticism would get favour
   Carry out commendable one eradicating detrimental.
   दोष रहित जीवन से होता बडा लाभ,
   संकट दूर कर करना सब का उपकार।।

5. ஆற்றங் கரையோரம் ஆழ்ந்துறங்கும் நீத்தார்க்கே
   ஆற்றுகின்ற தொண்டே அழகு.   0975

   For the saints sleeping on the bank of the river
   Doing service to them is proper.
   नदी तट पर साधु सोते आराम,
   करते जब सेवा उनकी होता वह अति सुन्दर।।

6. அழவைக்கு மேழை அடிவயிறு நொந்தால்
   கழன்றுவிழுந் தேர்போல் கவிழ்ந்து.   0976

   If the bottom of the belly of the poor pained whom made to cry,
   The life would fall upside down like chariot.
   देता जो गरीब को बडा दुख,
   उलट गिरे रथ सम आँसू उसकी कर देती पतन।।

7. கவிஞுரைப் போற்றியே கண்ணிமையாய்க் காத்தால்
   புவியில் புகழ்வரும் போற்று.   0977

   If protect the poets like eyelids and praising
   If appreciate, fame would come in the world.
   नयन पलक सम करते कवि की रक्षा,
   प्राप्त होती बडी कीर्ति संसार में।।

8. போற்றுஞ் செயலால் புகழினைப் பெற்றிடுக
   காற்றாய் உளமுங் களித்து.   0978

   By the action of commendation gain fame
   Let the mind enjoy as air.
   उत्तम कार्य से करना प्राप्त सुकीर्ति,
   हवा सम मन उससे पाता आनंद।।

9. களிப்பினிலுஞ் சான்றோர் கடுஞ்சொல்லைக் கூறார்
   அளித்தேனுஞ் செய்வார் அரிது.   0979

   Even when in gratified mood reputed people will not pronouncing harsh
   words.
   They will fulfill their uncommon commitment by offering.

   अति आनंद में भी सज्जन नहीं कहते कटु वचन,
   देकर अपने को करते वे कार्य महान।।

10. அரிதாம் பணியை அருமையா யாற்றிப்
    பெரிதாக்கிச் சொல்லாரைப் பேண்.   0980

    Completing the rare work perfectly
    Patronize the persons not exaggerating.

    सदा करना सम्मान उत्तम सज्जन का,
    महान कार्य में भी नहीं मारते डींग।।

அதி. 99. சான்றாண்மை

(உயர் செயல்களைச் செய்தல்)

Chapter 99 - Gentility

(Doing extremely fruitful activities)

अध्याय - 99. बडप्पन

(महत् कार्य)

1. பேணுஞ் செயல்கள் பெருமையைத் தந்திடும்
   காணு முலகுயிர்கள் காத்து.   0981
   Patronizing activities would give pride
   Protecting all worldly beings seen.
   जीव सब की करना रक्षा सदा,
   कार्य अपने से मिलती कीर्ति अपार।।

2. காக்குங் கடமையாய்க் கண்ணோடும் பண்புடன்
   ஆக்கந் தருவ தளித்து.   0982
   As a duty of protecting with eyes and with civility
   Offering all productive.
   बडे ध्यान से उत्तम विचार से,
   कार्य महान से करना जीव सब की रक्षा।।

3. அளித்தே மகிழ்வாள் அருமையா மில்லம்
   களிப்பாய் அறஞ்செய் களம்.   0983
   She would be happy by giving perfection in home
   The field to do charity with joy.
   बना देती है वह घर अपना धर्म का स्थान,
   दान दे आनंदित होती अपने मन।।

4. களத்திற்கே சென்றங்குக் கண்டுநோ யுற்றார்
   களமமர்ந் தன்பருள்வார் கண்டு.   0984
   Going to the respective area there meeting the patients there,
   On seeing would offer kindness sitting there.
   सज्जन जाते स्थान वहाँ होते दुखी जहाँ,
   सेवा अपने से देते वे दया स्नेह।।

5. கண்ணுக் கழகாய்க் கனிவாம் மொழியினில்
   புண்ணாம் பகைமையைப் போக்கு.   0985
   Beautiful to the eyes and humbleness in words
   Eradicate the enmity, the wound.
   करना मधुर वचन है वह सुन्दर,
   होती जिससे घाव बराबर शत्रुता दूर।।

6. போக்கற்று வாழுகின்ற பொய்யனையும் பண்புடன்
   காக்கின்ற சால்பாங் கடல்.   0986
   Even towards an aimless person living without any aim with courtesy,
   Good conduct of protecting ocean like.
   रहता वह बेकार कहता झूठ सदा,
   बड़प्पन है सागर बराबर करता रक्षा उसे भी।।

7. கடல்போலச் செல்வங் கடிதில் மறையப்
   படகா யுதவிடுவார் பார்.   0987
   Ocean like wealth itself disappearing soon
   See would help like the boat.
   सागर सम धन हो नाश,
   नाव सम गुरुता अपनी से सज्जन करते सहाय।।

8. பாரில் சிறியவரைப் பார்த்துக் குறைகூறா
   வாரிதி யுள்ளம் வளம்.   0988
   In the world not finding fault with young boys
   Generous heart is noble one.
   संसार में हो कोई अल्प,
   भव्य मन सज्जन का नहीं निकालता दोष।।

9. வளமோ குறைந்தே வறுமை வருத்த
   அளந்தசொல் காப்பார் அமுது.   0989

As the resources reducing and poverty worrying
Would keep his words spelt is noble.

जीवन में छूट जाते धन आ जाती गरीबी,
सज्जन निभाते सदा अपना वादा।।

10. அமுதாஞ் செயலால் அருள்பொழியும் நல்லார்
    கமுகின் பயனாவார் கண்டு.   0990

Good people gracing noble by their splendid deeds
See they are useful as areca nut.

करते मधुर कार्य से सज्जन देते दया,
बनते वे सुपारी पेड सम लाभप्रद।।

அதி. 100. பண்புடைமை

(நற்பண்புகளை உடைமையாக்கிக் கொள்ளல்)

Chapter 100. Culturality

(Making virtues as possessions)

अध्याय - 100. शिष्टता

(शिष्टाचार का पालन)

1. கண்ணி லருள்பொழியுங் கண்ணோட்டம் மண்ணில்நற்
   பண்பா ருலகினர் பற்று.   0991

   The very view with goodwill in eyes on the earth good
   The accepted norms of the civilized people.

   धरती पर होते सज्जन के नयन में है स्नेह,
   सदा अनुगमन करना उनका गुण।।

2. பற்றும் மனிதரோ பாரில் வருந்திடும்
   அற்றார்க் களித்த லழகு.   0992

   People holding enormous wealth for the down trodden
   It is proper to help them.

   सुन्दर है वह देता दान दुखी को,
   गुण है वह सज्जन का करना उसका पालन।।

3. அழச்செய்யுந் தீதே அணுவளவுஞ் செய்யார்
   பழகு மெளிமை படி.   0993

   People not committing least misdeeds making other to cry,
    Follow their simplicity studying them.

   होते सज्जन अति सरल,
   देते नहीं अन्य को कभी कोई संकट।।

4. படிக்க உதவிசெய்தால் பண்பா லெவரும்
   படித்தே உயர்ந்திடுவார் பார்.   0994

   If help for studies all by gratitude
   Would come up in life by education.

   बनते जब विद्या पाने में सहाय,
   देख यह प्राप्त शिक्षा से होते सब उन्नत।।

5. பார்த்துப் பழகியவன் பல்தவறு செய்தாலும்
   கார்மழையாய்ப் பெய்தவனைக் கா.   0995

   One who is acquainted very closely even if committed many offence,
   Protect him as in the case of monsoon rain.

   परिचित में पाते त्रुटि अनेक,
   बादल वृष्टि सम करना सदा उसकी रक्षा।।

6. காக்கின்ற தன்னுடைய கண்க ளெடுத்தாலும்
   ஆக்கமுறக் காப்பா ரவர்.   0996

   Even if his eyes safeguarding are removed
   He will shield in a productive way to lead lively.

   रक्षा करती नयन जब कोई उसे ले निकाल,
   सज्जन करते तब भी उसकी रक्षा।।

7. அவரா லுலகம் அழியா திருக்கக்
   கவலை மறையக் கவின்.   0997

   The world not to get destroyed by him
   It is the beauty the worries disappears.

   उत्तम जन की चिंता जब होती दूर,
   नित्य रहता तब यह संसार।।

8. கவின்தரும் பண்பின் கனியாய்ச் சிலரால்
   புவியது பூக்கும் பொலிந்து.   0998

   As a fruit of refinement giving charm by somebody
   The world would flower pouring.

   उत्तम सज्जन के आचार से,
   होता यह संसार सुमन सम विकसित।।

9. பூக்கு முயிர்கள் புவியில் நிலைக்கவே
   காக்கும் புரவலரைக் காண்.   0999

   The blooming flowers to get rooted deeply
   Search a patron to conserve.

   धरती में पाते जन्म जीव अनेक,
   करना सम्मान योग्य रक्षक का।।

10. காண்பார் வணங்குங் கனிவுநிறை பண்புடையார்
    தோண்டப் புதையல் தொழு.   1000

    A pleasing gentility showing tribute on seeing
    They are treasure getting from excavation bow them.

    शिष्ट जन में होता अधिक स्नेह,
    रहते वे खजाना सम करना उनका सम्मान।।

அதி. 101. நன்றியில் செல்வம்

(பயனிலாச் செல்வம்)

Chapter 101. Asset without gratitude

(Useless wealth)

अध्याय – 101. व्यर्थ धन

(बेकार संपत्ति)

1. தொழுகின்றார் பண்ணையைத் தொப்பை பெருக்கி
   அழுமற்றார்க் கீயார் அழிந்து.   1001
   Worship the farm enlarging a pot belly ,
   Those who not give anything to the poor crying will perish.
   कृपण बढ़ाता अपना धन अधिक, कभी न ,
   देता दान जो करते गरीब उसका नमन।।

2. அழிவினையை நீக்க அலையு முயிராம்
   வழியறியார் மீண்டும் மலர்ந்து.   1002
   To dismiss actions of peril the soul would roam
   People not knowing the remedy would blossom again.
   भटकती आत्मा पाती विनाश कंजूस की,
   नहीं जानता वह कोई मुक्ति पथ।।

3. மலர்மணத்தான் வீடுபெற மாண்பறத்தை நாட்டில்
   வலஞ்சென்றே வாரி வழங்கு.   1003
   Scented flower heart get good end in the country clemency,
    Donate generously travelling.
   अपने विपुल धन का करना बडा दान,
   सद्गुण इससे मिलती मुक्ति उसे।।

4. வழங்காத செல்வரோ வட்டியால் வாழ்ந்தால்
   வழக்கால் அழிவு வரும்.   1004

   If any rich lives on the interest collected not helping
   Would get ruined by legal action.

   धनी न देता दान पाता सूद से आनंद,
   दावा से हो जाता जीवन नाश।।

5. வருகின்ற ஏழை வருத்தத்தை நீக்கா
   அரும்புதையல் கள்வர் அடைந்து.   1005

   Not getting rid of the worries of the people appealing
   The thieves capturing treasure trove.

   खजाना है वह कंजूस का,
   नहीं मिटाता दुख गरीब का होता वह चोर के हाथ।।

6. அடையாத வாயி லறம்வளர்க்கு முள்ளம்
   படைத்தார் இறையன்பர் பண்பு.   1006

   The door kept opened round the calendar the heart to patronizing poor,
    People possessing that generosity shall be quality of devotees.

   बना दिया भगवान ने धर्म निहित मन दानी का,
   खुला रहता है सदा घर द्वार उसका।।

7. பண்புடையார் செல்வமோ பார்காக்குங் கார்மழையாம்
   கண்ணோட்டம் மன்னுயிர் கண்.   1007

   The property of civilized people is seasonal rain caring
   The perpetual aptitude towards the living things on the earth.

   वर्षा सम दानी का धन करता रक्षा संसार का,
   होता नयन सम स्नेह उसका।।

8. கண்ணிருந்தும் பாதையைக் காணான் அறஞ்செய்யான்
   பண்டம் பதுக்குவான் பார்த்து.   1008

   Even though has eyes will not see the path and will not help,
   Would hoard goods carefully.

   करता नहीं दान छिपा रखता माल,
   होती नयन से भी देखता नहीं पथ वह।।

9. பதுக்கும் மனிதரே பாழ்குழியில் வீழ்வர்
   அதுநர காக்கும் அதர்.   1009

   The person hoarding would fall into the ditch
   It will be like quicksand finishing life.

   धन अपना छिपाकर रखता,
   गिर जाता अंध गड्ढे में होता वह नरक का पथ।।

10. ஆக்கமது வந்தாலும் அற்றார்க் களித்திடுக
    காக்கும் பொருளே கடல்.   1010

    If a lot of income is acquired share it among the poor
    Things to be saved itself is ocean.

    मिले जीवन में बड़ा लाभ देना गरीब को दान,
    सागर सम कार्य वह करता रक्षा हमें।।

அதி. 102. நாணுடைமை

(பழிக்கு நாணுதல்)

Chapter 102. Bashfulness

(Feeling embarrassed for the disdain)

अध्याय - 102. लज्जाशीलता

(दोष के लिए संकोच)

1. கடலலைபோல் நல்லழகுக் கன்னியின் நாணம்
   அடர்பழிக்கு நாணி அழும்.   1011
   The shyness of the virgin girl with the beauty of waves of sea ,
    Would cry for slander.
   सुन्दर सागर सम कन्या करती लज्जा,
   रोती है वह आते अपयश पर।।

2. அழுவதைக் கண்டெவரும் ஆறுதல் சொல்லார்
   அழுங்கும் மனத்தா னழி.   1012
   No one would console on seeing weeping ,
   Destroy them by sorrowful mind.
   रोते को नहीं देता कोई दिलासा,
   दुखित मन से होता वह नाश।।

3. அழித்திடுங் கையூட்டும் அன்பாய்க் கொடுக்கப்
   பழிக்கஞ்சித் தள்ளிடுவார் பண்பு.   1013
   Spoiling bribe given with adulation
   Would avoid it fearing for blame.
   बडे स्नेह से देता रिश्वत कोई उसे,
   उत्तम जन करते अपयश पर विचार कर देते इनकार।।

4. பண்புயிரே நாணுடைமை பாரில் விலங்காக
   உண்ணும் பிழைப்பே உயிர்.   1014

   Admiration for the sensitivity to blame is bashfulness in the world,
   as animals eating to live is life.

   उत्तम चरित्र के प्राण है लज्जा,
   धरती पर होते जानवर मानते आहर अपने प्राण।।

5. உயிரினும் கொள்கை உயர்ந்ததே என்பார்
   உயிர்ப்பினைப் போற்று முலகு.   1015

   People would say principle is holier than very life
   The word appreciating honesty.

   सज्जन मानते प्राण से बडा है सिद्धांत,
   रखते वे सारे संसार को जीवप्रद।।

6. உலகினையே தந்தால் உவந்தேற்காச் சான்றோர்
   உலகில் குணமுடையார் உண்டு.   1016

   The recognized gentlemen not accepting even if the world is given,
   There are people in the world having that temperament.

   होते उत्तम गुण के सज्जन संसार में,
   धरती को दे दान लेते नहीं कभी।।

7. உண்பார் அறிந்தே உதவியைச் செய்தாரைக்
   கண்டால் வணங்கிக் களி.   1017

   People who help knowing who will eat
   If come across such people get happiness bowing.

   सज्जन सब करते मदद मन वाँछित.
   देखते जब नमन कर पाना आनंद।।

8. களிப்பா லடங்காக் கடுவுள்ளங் கொண்டார்
   நெளியாதே கெட்டலைவார் நின்று.   1018

   People possessing rough and tough mind not binded by happiness,
    Donot wriggle they will prowl always.

   होता मन कठोर जिसका बनते बड़े घमंडी,
   हो जाते वे बिगडकर नाश जरूर।।

9. கெட்டாலும் மேன்மக்கள் கேடுசெய்யார் தன்குடி
   பட்டழிந்தும் நாண்துறவார் பண்பு. 1019

   Even if they become decadent reputed people will never harm his family ,

   Though degraded would never relinquish the moral.

   उत्तम जन करते नहीं किसी की बुराई ,

   परिवार रहे गरीब छूटते नहीं इज्जत से।।

10. பண்புள்ளங் கொண்டார் பகுத்துண்ணு முள்ளத்தால்
    பெண்க ஞயர்வர்பேர் பெற்று. 1020

    Persons having broad mind by the will power to share and eat,

    Woman would come up gaining good name.

    बाँटकर खाने के अपने उत्तम गुण से,

    नारी सब पाती कीर्ति होती उन्नत।।

அதி. 103. குடிசெயல்வகை

(பிறந்த குடியை மேம்படுத்தல்)

Chapter 103. The way of managing and administering the family

(Developing the family born)

अध्याय – 103. परिवार का उत्थान

(खानदान की प्रगति)

1. பெற்றோர் நலிவுற்றால் பேராண்மை மிக்காரும்
   கற்பித்தே காக்கும்நற் கண்.
   If parents become weak people with rectitude,
   Would coach and protect as duty.
   होते अभिभावक अति कमजोर, उदारता से ,
   उत्तम जन वे करते परिवार की रक्षा।।   1021

2. கண்ணீர்க் கடலில் கலங்குங் குடும்பத்தைக்
   கண்ணிமையாய்த் தாங்குதல் காப்பு.
   When the family is unsteady in the sea of tears
   It is protections to uphold like eyelid.
   सागर सम जब नयनजल में डूबता परिवार,
   पलक सम तब रक्षा करना है उत्तम।।   1022

3. காப்பா யிருக்கக் கருதுந் தலைவனே
   காப்பரணாம் நற்புதையல் காண்.
   Oh! Chief preferring to be a guardian
   See it is fortress a treasure.
   नेता तब बनता बड़ा खजाना,
   होता वह जब रक्षक सब का।।   1023

4. காண்பார் வியப்படைந்து கண்மு னிடிதாங்கக்
   காண்கின்றோம் நல்லாண் கவின்.   1024

   To the surprise of all witnessing infront of eyes like lightning arrester ,
   We come across the beauty of good people.

   आँखों के सामने गिरती बिजली,
   करते रक्षा उत्तम जन होते सब चकित।।

5. கவின்முதன்மை யெண்ணாத கன்னி மணக்கப்
   புவியிலெனக் கேற்றனெனப் போற்று.   1025

   An young girl not considering beauty as the basic to marry,
   Appreciates he is the suitable on the earth.

   विवाह योग्य वही है संसार में,
   कन्या जो नहीं मानती अपनी सुन्दरता प्रधान।।

6. போற்றுகின்றார் சான்றோர் புலவனைக் கண்ணியமாய்
   ஆற்றுகின்றான் சீரொளன் ஆறு.   1026

   Reputed people adore the poets with dignity,
   The disciplined one protect them in the right way.

   सज्जन करते उचित सम्मान शिक्षित का,
   रखता वह अपने चरित्र की गरिमा।।

7. ஆற்றின் பெருக்கெனவே அன்பருளாந் தென்றலெனுங்
   காற்றாய்ப் பழகுக கற்று.   1027

   As flood of river, love grace breeze,
    Be friendly as cool air learning to.

   बहती शीतल समीर सम,
   बढ आती नदी बहाव सम दिखाना अपनी स्नेह भरी दया।।

8. கற்றல் பயனாங் கடிதினில் மேம்படுத்தல்
   அற்றாரெஞ் சுற்றம் அணி.   1028

   The advantage of studying is to develop quickly,
   Have the poor as kith and kin.

   गरीब को मानना अपना परिवार जन,
   होता वह प्राप्त विद्या का उन्नत रूप।।

9. அணிவகுப்பாம் போரி லமைச்சன் முதன்மை
   அணித்தலைவன் இல்லின் அணி.   1029

The minister shall be at the front in the parade on the battle field ,
As brigadier the leader of the formation.

होता नायक घर में प्रधान,
मंत्री रहता युद्ध में प्रधान बनता वह सुन्दर।।

10. அணியாம்நற் செய்கை அனைவரு முய்ய
    அணியாகச் செய்துகட னாற்று.   1030

Fruitful activities are the adornment for all to survive
Perform the duties as a team.

करना कर्तव्य अपना संसार में,
मिले सुकर्म से सारे जन की भलाई।।

அதி. 104. உழவு

(ஏர்த் தொழிலின் மேன்மை)

Chapter 104. Plough

(Significance of farming)

अध्याय – 104. कृषि

(खेती की उन्नति)

1. ஆற்றுந் தொழில்களில் ஆருயிராம் வேளாண்மை
   காற்று நிலத்தின் கவின். 1031

   Out of executing professions the agriculture endearing one,
    Wind is land's dearest.

   हवा से भरी धरती में होते काम अनेक,
   बनती कृषि सबके प्रिय प्राण।।

2. கவிழ்ந்தே யிரந்திடுவார் கஞ்சிக்கே யில்லார்
   கவின்கொடி பற்றாக் கயிறு. 1032

   Would beg bowing head no food even for onetime
   The rope not tied with beautiful flag.

   भूखा भी रहे कृषक लेता नहीं भीख,
   अपने प्राण भी देता वह त्याग।।

3. கயிறது தேய்ந்ததுபோல் கண்கள் குழிந்தே
   வயிறுமெரிந் தாலழியும் வாழ்வு. 1033

   Like the twine depreciated, the eyes shrunken
   If belly burns, the life would perish.

   घिस जाती रस्सी सम,
   बनता जब कृषक अति कमजोर होता सबका नाश।।

4. வாழ்வாம் நிலத்தில் வரமாய்ப் பயிர்வளர
   வாழ்க்கை முழுதும் வளம்.　　　　　　1034
   As crops grow like gift in the fertile land
   Prosperity for the whole life.
   जिन्दगी बनत खेत सम,
   बनता वरदान विकसित धान सम होता जीवन समृद्ध।।

5. வளமா மமைச்சன் வளர்வெற்றி பெற்றான்
   களங்கண்ட வுள்ளங் களிப்பு.　　　　　　1035
   As an intelligent minister got victory ever continuing
   The heart which saw the field is full of gladness.
   मंत्री को मिलती विजय युद्ध मैदान में,
   होता उसका मन अति आनंदित।।

6. களிப்பு மறிவாங் கருவியைக் கொண்டே
   தெளிதூய்மை நீரைத் தெளி.　　　　　　1036
   With the help of tool assessing happiness
   Spill clean soft water.
   साधन बुद्धि विवेक से,
   खेत में करना प्रयोग स्वच्छ जल।।

7. தெளிவா யுழவன் தேர்ந்தபயிர் சேர்த்தே
   யளிப்பான் நலமாய் அரசு.　　　　　　1037
   The farmer with clear plan adding selected crop
   Would give sufficiently to the government?
   करता कृषक कार्य बुद्धि विवेक से,
   देता वह राज्य को उत्तम धान।।

8. அரசும் பயிர்த்தொழிலை அக்கறையாய்க் காக்க
   அரசினது செல்வம் அமுது.　　　　　　1038
   The government also protecting farming with accountability,
   The wealth of the administration is like nectar.
   शासन वह जब करता रक्षा कृषि का,
   बनता तब उसका ऐश्वर्य अमृत।।

9. அமுதோ உயிரை அரவணைத்துக் காக்கும்
   அமுதாகு மெண்ணத்தில் ஆற்று.   1039
The nectar would embrace the soul and protect
Perform with the tendency that would become nectar.
अमृत करता हमारे प्राण की रक्षा,
रखना ध्यान करना अपना कार्य वह ऐसा।।

10. ஆற்றுந் தொழிலால் அனைவர்க்குந் தண்தென்றல்
   காற்றென வீசக் களிப்பு.   1040
By the job involved with for all cool breeze,
Blowing like wind gives delight.
काम कृषक का होता शीतल समीर सम,
दिलाता वह सबको बडा आनंद।।

அதி. 105. நல்குரவு

(வறுமை)

Chapter 105. Impoverishment

(Pennilessness)

अध्याय – 105. गरीबी

(दरिद्रता)

1. களிப்பை மறந்தவன் கண்டுழலு மின்மை
   அளிக்கு மிடும்பை யனல். 1041
   He one who forgets joy not revolving, seeing
   The harassment giving is like thermal.
   दरिद्रता देती अनल सम संकट अनेक,
   भूल जाते जन जीवन आनंद।।

2. அனலா யெரியு மடிவயிறு வாயில்
   கனலென வன்சொல்லுங் காய்ந்து. 1042
   The bottom of the belly burning in the mouth
   Fire like harsh words spilling.
   कहते जब कटु वचन मुँह अपने से,
   अनल सम जलता पेट गरीब का।।

3. காய்ந்தே வருத்துங் கனிவிழுங் குப்பையில்
   பாய்ந்தே பிறர்கை பறித்து. 1043
   Severe poverty makes one to pick rotten fruits from the dustbin,
   Would stretch to pick from other's hand.
   गिरा है फल कूड़े में छीन लेता उसे भी,
   गरीबी देती दुख ऐसा जीवन में।।

4. பறிக்குஞ் செயலில் பணத்தையுஞ் சேர்த்தால்
   அறியாமற் றேயு மகன்று.   1044

   If add money also in the seizing venture
   It would diminish and move sway vanishing.

   छीनकर लेता जब धन दूसरे का,
   होता वह एक दिन पूर्ण प्रलोप।।

5. அகற்றுவா ரில்லில் அவையோர் மதியார்
   அகத்துள் அருவி அழும்.   1045

   One who is driven out of home will not be respected in a forum,
   Would cry within himself.

   गरीब को जिस घर में देते नहीं दान,
   पाता सज्जन अपमान होता मन दुखित।।

6. அழுத்தமா யாய்ந்தே அருங்கருத்தைச் சொன்னால்
   பழுத்தபுகழ் தோன்றாதே பார்.   1046

   If says concepts after thorough study,
   See vast fame would develop.

   सोचकर देते जो अपने विचार पर बल,
   देख जरूर प्राप्त होती कीर्ति उसे।।

7. பார்புகழும் வீழ்ந்திடும் பற்றாக் குடிப்பெருமை
   கார்மழையில் மண்ணாய்க் கரைந்து.   1047

   The world level fame would also disappear, unattached family
   reputation,
   Would be dissolved like soil in the continuous rain.

   देश जहाँ होती दरिद्रता अधिक,
   वर्षा जल में गलती मिट्टी सम मिट जाती कीर्ति वहाँ।।

8. கரையா மனத்தார் கலந்த வுலகம்
   கரையற்ற நற்குளநீர் காண.   1048

   The world consist of people with unyielding mind
   See the soft water of pond without bank.

   होते संसार में कुछ जन दया में असीमित,
   बनते वे तट रहित ताल जल बराबर।।

9. குளமோ நிறைந்தே குடிக்கின்ற நீர்சேர்
   களமாக்கும் நல்லரசே கண்.　　　　　　1049

   Add drinkable water to fill the pond,
   The government making vast land is pride.

   जल भरा पोखर मिटाता सब की प्यास,
   बनता शासन ताल सम होत महान।।

10. கண்ணில் வறியாரைக் காணின் கசிந்துருகும்
    பண்புடையா ரன்பினைப் பற்று.　　　　1050

    If see the people showing pity towards the poor
    Hold the affection of those mild people.

    उत्तम जन का करना सम्मान,
    देखते वे गरीब को पिघल जाता मन उनका।।

அதி. 106. இரவு

(பிறரிடம் யாசித்தல்)

Chapter 106 - Imploring

(Begging earnestly and desperately)

अध्याय – 106. भीख

(अन्य से याचना करना)

1. பற்றினா லேழையைப் பார்த்தே யிரவாழுன்
   அற்றார்க் களித்த லழகு.   1051
   On seeing the poor before seeking alms
   It is always merciful offering help.
   देखते ही गरीब पर करना दया,
   माँगने पूर्व उसे दान देना है उत्तम।।

2. அழகிற் கழகே அருவிருந் தோம்பிப்
   பழகி யளிப்பாய் பரிந்து.   1052
   It is always charming for beauty extending feast with hospitality,
   Socializing with them provide with mercy.
   करना अतिथि सत्कार स्नेह से,
   होता वह सुन्दर जब देते उसे दान।।

3. பரிசைப் புகழுடன் பற்றினுஞ் சான்றோர்
   அரிக்கும் வறுமையை ஆற்று.   1053
   If get any prize with fame, the generous people
   Control the eroding destitution.
   माँग में प्राप्त हो सम्मान सहित बड़ा दान,
   सज्जन सम सह लेना अपनी दरिद्रता।।

4. ஆற்றொழுக்குப் போன்றே அறஞ்செய் புரவலர்
    காற்றென ஈவார் கரும்பு.   1054

Like strict discipline the patron serving
Would offer happiness like wind.

नदी के बहाव सम होता बडा दानी,
ईख बराबर करता वह दान तुरंत।।

5. கரும்பா யினிக்காக் கடுந்துன்பக் காலம்
    அரும்பாம் கொடையினை யாற்று.   1055

Not sweeten like sugarcane it is period of severe distress,
Continue gifting like a bud of plant.

आवे जीवन में दुख अनेक,
करते दान से मिलते सुख अनेक।।

6. ஆற்றுப் படுத்தி யழுபவரி னுள்ளத்தைத்
    தேற்றியும் வாழ்தலே சீர்.   1056

Consoling the heart of one crying
It is the right way of living ameliorating.

रोता जब कोई अपने संकट में,
देना उसे सांत्वना करना योग्य पथ प्रदर्शन।।

7. சீர்மை யுலகமுஞ் சீராய் உயிர்ப்புடன்
    ஆர்வந் தழைக்க அமை.   1057

Disciplined world with decent style
Construct it with curiosity growing.

लगन से करना स्थापित उत्तम संसार,
स्नेह से देना उसे उचित प्राण।।

8. அமைதி பொறுமையும் அன்புடனற் றாரை
    இமையெனக் காப்பா ரினிது.   1058

People soliciting calmness, politeness and love,
Safeguard them with enjoyment.

होते सज्जन चैन सहन और स्नेह से,
करते रक्षा वे जीवन गरीब का।।

9. இனிதாய் வழங்கு மியல்பா ரிருக்க
   இனிக்கா இரவோ இனிது.						1059

   When there are habitual tender hearted,
   It is rare to see a night without joy.

   सज्जन देते दान बड़े प्यार से,
   होता जिससे कठोर रात भी मधुर।।

10. இனித்திடு முள்ள மிரங்கி யளிப்பார்
    பனிபோ லுருகுவார் பார்.						1060

    Very soft hearted would give with sympathy,
    See he will melt like ice.

    बर्फ सम पिघल जाता मन सज्जन का,
    देख वे करते स्नेह से अपना दान।।

அதி. 107. இரவச்சம்

(யாசிக்க அஞ்சுதல்)

Chapter 107 - Insolicitation

(A sudden strong feeling of fear to beg)

अध्याय – 107. भीख माँगने हिचकना

(याचन करने डरना)

1. பார்த்து நலங்கேள் பலபொரு ஈவாரைப்
   பார்த்தே இரத்தல் பழி.   1061
   Meet persons offering many things enquire good health
   But do not ask anything as it would be a misuse.
   रखना अपनी माँग पर ध्यान,
   लाता अपयश जो करते सदा याचन।।

2. பழிக்கு வழியாம் பசியினைத் தந்த
   அழிவாம் நிலையை யழி.   1062
   It is the way for blame one which gave hunger
   Destroy the situation which brought the destiny.
   भूख बना देती अपयश का पथ,
   है उत्तम करना उसका नाश।।

3. அழிக்கும் வறுமை யகற்ற வுழைத்தும்
   அழிந்தொழி யாததேன் ஆழ்.   1063
   Destroying poverty through labour to eradicate
   Think why is not perished.
   नाश करते भूख को नष्ट करने करते श्रम,
   सोच यह क्यों नहीं हुआ उसका नाश।।

4. ஆழ்கிணற்றில் பாய்த லழகு கரவுள்ளப்
   பாழ்மனத்தான் பார்த்தல் பழி.   1064
   Diving into the deep well is heroic person with bad temper,
    It will be a curse seen by such person.
   बुरे मन का दर्शन देता बडा पाप,
   उससे भी गहरे कुएँ में कूदना होता उत्तम।।

5. பழிக்கஞ்சான் ஈயான் பதறியே தீவீழ்ந்
   தழியா உயிரோ அறும்.   1065
   Would not bother about censure will not give with tension,
   Not perishing but the soul will cut off.
   डरता नहीं अपयश पर देता नहीं दान,
   हो बलवान पायेगा कठोर मरण।।

6. அறுந்துவிழும் நெஞ்சமாம் அற்பனிடங் கேட்டு
   மறுக்க மரணம் மகிழ்வு.   1066
   Serving heart asking a meanminded person
   To refuse the death brings happiness atlast.
   अधम वह होता बडा निर्दय,
   माँग पर देता नहीं दान मरण है उत्तम।।

7. மகிழ்வாக ஈயா மனமற்றோ ரென்றும்
   பகிர்ந்துண்ணார் பாவியுயிர் பாழ்.   1067
   Person not having the soul to give happily always
   Not eating sharing that sinner's life waste.
   खुशी से देता नहीं दान खाता नहीं बाँटकर भी,
   पापी उसका जीवन है बेकार।।

8. பாழ்ங்கிணறும் பட்டமரம் பாவியும் உப்புநீர்
   ஆழ்கடல்போ லாவார் அறு.   1068
   Dried well dead tree the sinner saltwater
   They will become like deep sea disconnect.
   अँध कुआँ सूखा पेड़ बडा पापी और खारा सागर,
   बनते सब वे बेकार करना उनका नाश।।

9. அறுந்துவீழ் பட்டமென அற்றாரின் வாழ்வை
   யறுக்கும் வறுமையை யாற்று.   1069

   As kite falling cutting off the life of the poor
   Control the poverty troubling.

   कटी पतंग सम होता जीवन गरीब का,
   संकट उसे करना तुरंत दूर।।

10. ஆற்றுந் தொழில்வழி ஆறிய கஞ்சியை
    யூற்றிக் குடித்தல் உவப்பு.   1070

    Cold residue of boiled rice earned by way of profession
    Pouring to drink is joy.

    काम अपने से मिलती कमाई हो छोटी,
    यदि रहे संतुष्ट होती बड़ी भलाई।।

அதி. 108. கயமை

(கீழோரின் இழிந்த தன்மை)

Chapter 108. Immorality

(Ignominy of ill-tempered people)

अध्याय – 18. नीचता

(निम्न गुणी के लक्षण)

1. உவந்தே யழிப்பார் உருவினில் நல்லார்
   கவலை யளிப்பார் களித்து.   1071
   Would destroy willfully by good in appearance
   Would give worries with pleasure.
   उत्तम जन देते दान प्रसन्न मन,
   निम्न रहता आनंद देता संकट अनेक।।

2. களித்திட நாளுங் கரப்பினைச் செய்து
   களித்திடு முள்ளங் களர்.   1072
   To be happy committing mistakes daily
   Keep away from that heart drawing enjoyment.
   नीच छिपाता आनंद जीवन में धन,
   होता अधम उसका मन ।।

3. களிப்புடன் ஆடியே காசுபொருள் வாங்கிக்
   களித்தே அறுப்பார் கழுத்து.   1073
   Would dance with joy and collect money and things
   Would enjoy to cut the throat.
   नीच करता आनंद से नाच,
   लेता वह धन अन्य से काटता उनका गला।।

4.   கழுகாய்ப் பறந்து கனிவாகப் பேசும்
    அழுக்கான் அழிப்பான் அறி.   **1074**

Would fly like eagle and speak sweetly
Try to know that bad person would destroy.

नीच होता चील बराबर कहता मधुर वचन,
करता नाश रखना उस पर ध्यान।।

5.   அழிபணம் பெற்றே அடியாளா யாவான்
    பழிக்கஞ்சாப் பாவி பறித்து.   **1075**

Getting money to ruin would become a henchman
A culprit grabbing not bothered about blame.

अपयश पर न करता डर बन जाता गुलाम,
पापी वह छीन लेता अन्य का धन।।

6.   பறித்தவரைத் துன்புறுத்திப் பண்பாய் நடித்துக்
    கறிபோல் மனத்தறுப்பர் காண்.   **1076**

Harming dacoits acting decently
See they will pound the mind like flesh.

नीच रचता नाटक सज्जन सम,
छीनता धन अन्य से देता उनको बडा दुख।।

7.   காணுகின்ற காட்சிகள் கட்செவி நன்முகநூல்
    காணும் மனத்தில் கடுப்பு.   **1077**

All the videos seen in social media
Irritation in the faces of viewers.

देखते दृश्य अनेक सुनते बातें अनेक,
देते सब मन में बडा दुख।।

8.   கடுக்கும் கொடுமையைக் காட்டுமோ? தேளும்
    கொடுக்கினால் கொட்டுங் குடைந்து.   **1078**

Will it show all harassment? Scorpion
Would knock on the head with pedipalps drilling.

डंक मारकर संकट देते बिच्छु सम,
नीच देता कठोर दुख अप्रकट।।

9. கொட்டும் பறையாகக் குள்ளநரி சூழ்ச்சியெனக்
   கட்டவிழ்ந்த பொய்யுரைப்பான் கண்டு.   1079

As drum sounding cunningness of fox
See would say unlimited lies.

लोमड़ी बराबर नीच करता षडयंत्र,
आवाज ढोल सम कहता झूठ अनेक।।

10. கண்ணில் கனிவினைக் காட்டி மனம்போல
    எண்ணியதைச் செய்வா னெடுத்து.   1080

Showing softness in the eyes as he likes
Would do what he thinks about.

दिखाता नीच अपनी नयन में स्नेह,
करता वह अपनी इच्छानुसार।।

காமத்துப்பால்
Essence of Love
काम-कांड

அதி. 109. தகையணங்குறுத்தல்

(தலைவி அழகு, தலைவனை வருத்துவது)

Chapter 109 - Anxiety of hero by the attraction of young lady

(Heroine's beauty disquieting the hero)

अध्याय – 109. छवि की तीव्र गति

(नायिका का सौंदर्य नायक को दुख देना)

1. எடுத்தெறிந்து வாய்பேசாள் ஏட்டறிவில் வல்லாள்
   அடுக்காய்ச் சமைக்கு மறிவு.   1081
   Will not use reckless words studious and knowledged
   Good knowledge in cookery.
   करती नहीं क्रोध होती बुद्धिमति,
   पकाती स्वादिष्ट रहती सब चतुर नारी में।।

2. அறிவியலில் தேர்ச்சியு மாழ்ந்த அறிவும்
   மறித்தடிக்கு மாற்றல் வளம்.   1082
   Expertise in science and thorough knowledge
   Able to face challenge the resource.
   विज्ञान ज्ञान गहरी विद्या जवाब में चतुर,
   बनते इनसे नारी का जीवन मधुर।।

3. வளத்தைப் பெருக்கிட வான்மனங் கொண்டாள்
   களமாங் கடற்கரையிற் கண்டு.   1083
   Had wide spread mind to increase the resources
   Saw in the seashore as the field.
   देखा उसे समुद्रतट पर,
   जीवन अपना मंगलमय करने रख लिया उस पर स्नेह।।

4. கண்டான் படித்தவள் கற்பினைக் கண்டுணர்ந்தான்
    கண்களால் நெஞ்சங் கனிந்து.   1084

    He saw an educated saw the chastity and realized
    By the eyes the heart got fulfilled.
    देखा प्रेमी ने नयनों से है वह शिक्षित,
    होती पतिव्रता कर लिया उसपर स्नेह।।

5. கனிவுட னேழைக்குக் காசினைத் தந்தாள்
    இனியளிப் பெண்ணின் இயல்பு.   1085

    Gave money with love and courtesy to the poor
    It is true nature of woman.
    होती उसमें बड़ी दयालुता,
    देती दान गरीब को स्वभाव हैं वे नारी के।।

6. இயல்பிலும் மென்மையாம் இன்முகத்தைப் பார்த்தான்
    இயற்கை யிணைப்பே யினிது.   1086

    Soft by nature saw the pleasing face
    The blending of constitution is fitting.
    मधुर मिलन है यह, देखा प्रेमी ने उसकी
    स्नेही सूरत अपना लिया तुरंत उसे।।

7. இனிதாய்க் குடும்ப மியல்பினில் பூவாம்
    அனிச்ச மனையாள் அனைத்து.   1087

    Peaceful family a flower in character
    Very flexible head compromising all.
    नारी होती जब कोमल सुमन सम,
    बनता परिवार तब आनंदमय।।

8. அனைத்துச் செயல்களை யார்வமாய்ச் செய்வாள்
    நினைவே தொடர்ந்து நினை.   1088

    Would involve and do all activities with eagerness
    Keep her in your mind continuously and always.
    करती वह सारा काम उत्साह से,
    रहना स्नेह से उसकी याद में।।

9. நினைத்தே நடந்தான் நிறைமழை பெய்ய
    நினைவில் படுத்தான் நினைப்பு.   1089

    Walked thinking for heavy rain to pour
    Went to bed with same thinking.

    उसकी याद में चला वह आगे,
    हुई वर्षा लेटकर किया मन में प्रिया की याद।।

10. நினைத்திங் குறங்கவே நீள்கனவில் பெண்ணை
    எனைவகையான் தேர்ந்தெண்ணி யே.   1090

    As slept thinking, in his lengthy dream, the bride
    What type to be selected?

    चुन लिया उसने अपनी प्रिया को,
    नींद में भी हुई प्रकट वह सपने में।।

அதி. 110. குறிப்பறிதல்

(தலைவனும் தலைவியும் உள்ளக் குறிப்பு அறிதல்)

Chapter 110 - Understanding the internal thoughts

(Both spouses grasping the reactions in the respective mind)

अध्याय – 110. संकेत समझना

(नायक और नायिका एक दूसरे का संकेत समझना)

1. எண்ணி மகிழ்ந்தே நெழிற்கண் குறிப்பினால்
   உண்ணா வருந்தினேன் உள்.   1091
   Being happy thinking by her beautiful eye signals
   By heart feeling isolation not taking food.
   उसकी याद में उठा आनंद,
   उसके नयन संकेत से अन्न तजकर हुआ दुखित।।

2. உள்ளத்தில் உன்ற னுருவ மிருப்பதனை
   உள்ளுணர்வு சொல்லு மொளி.   1092
   Your image dwells in the heart
   The light expressing the inner feeling.
   रूप उसका रहता सदा दिल में,
   चमकती सूरत करती प्रकट मन का विचार।।

3. ஒளிநிறைந்த கண்ணாள நோடிவந்து தானே
   அளித்தானே அன்பின் அருள்.   1093
   My darling with shining eyes came himself running
   Gave the grace of love.
   दौड़ आया सौम्य रूप का नायक,
   दिया उसने दया स्नेह का दान।।

4. அருளொடு பார்த்தாள் அடியொடு சாய்ந்தேன்
   இருள்நீங்கி யுள்ள மிணைந்து.   1094
   She saw with kindness I fell leaning over
   Darkness disappear as hearts united.
   देखा उसने स्नेह से हो गया मन मुग्ध,
   हट गया दुख बन गया मन एक।।

5. இணைந்தது நெஞ்சம் இயக்கமிலாப் பார்வை
   அணைத்தது போன்றே அழகு.   1095
   Hearts joined motionless vision
   Pleasure like hugging.
   मिल गये दोनों मन बन गया एक,
   प्राप्त हुआ आनंद आलिंगन का है वह मनोहर।।

6. அழகு மறிவுடன் ஆன்றோ ரொழுக்கம்
   பழகுங்கண் காட்டுகின்ற பண்பு.   1096
   With beauty, wisdom, discipline of the irreproachable
   personalities,
   The magnanimity showing while friendly.
   सौंदर्य विवेक सज्जन के हैं गुण उत्तम,
   सब होते प्रकट उसके मिलन में।।

7. பண்புடன் காதல் பதிவையும் பார்வையால்
   கண்சொல்லும் பேச்சுங்கற் கண்டு.   1097
   Confirming love with chaste by look
   The language through eyes is crystal sugar.
   नयन प्रकट करती पावन स्नेह,
   होता मधुर वचन बनता वहाँ आदर्श प्रेम।।

8. கண்பேசும் ஊரார் கதைபல சொல்லியே
   உண்மைப் பிணைப்பினை ஊது.   1098
   The villagers passing through eyes by telling many stories,
   Blow the true relationship.
   नयन से प्रकट करते मिथ्या प्रचार जन गाँव के,
   करना प्रकट सदा अपना आदर्श प्रेम।।

9. ஊதும் குழலென ஓங்கி யிசைத்திடும்
    ஓதும் மறையா யொளித்து.   1099

    As a flute blowing would lend music in high pitch
    It would generate sound in the right way.

    बजती मधुर बाँसुरी बडे जोर से,
    अर्थ श्रुति सम प्रेमी रखती अपना वियोग।।

10. ஒளியும் ஒலியும் உருண்டனவே கண்கள்
    அளித்த குறிப்பால் அணைத்து.   1100

    The eyes rolled with light and sound
    Embrace by the signals sent embrace.

    नयन से मिला संकेत हुआ आलिंगन,
    लुप्त हो गयी आवाज और चमक।।

அதி. 111. புணர்ச்சி மகிழ்தல்

(இணைந்து மகிழ்தல்)

Chapter 111 - Sharing joy from bodily contact and activity

(Deriving enjoyment from physical contact of hero and heroine)

अध्याय – 111. मिलन का आनंद

(मिलन में प्रसन्नता)

1. அணைத்தால் பெறுமின்ப மங்கே யடைந்தோம்
   அணைமீறா ஐம்புலன்கள் ஆற்று. 1101
   There we extracted pleasure that could be obtained from embracing,
   Coordination of all organs not exceeding the limit.
   रह जाते दोनों पंचेन्द्रिय की सीमा में,
   प्राप्त हुआ वहाँ आनंद आलिंगन।।

2. ஆற்று மவளோ அகன்றா லனலாக்கும்
   வேற்றுமையா லுள்ளம் வியந்து. 1102
   If the fountain of joy moves away it will generate fire
   The heart wonders seeing the difference.
   वियोग प्रेमी का दुख होता अनल सम,
   उसका स्नेह देख होता मन चकित।।

3. வியந்தே முயங்க விழுந்தவள் காதல்
   மயக்கத்தில் கேட்டாள் மணம். 1103
   By astonishment fell in intercourse by sex
   Appeal asked marriage.
   हो गयी वह प्रेम में मुग्ध खो गयी होश,
   रखी उसने विवाह की माँग।।

4. மணந்தரும் சாந்து மலைவாழ் மிளகு
   மணத்தால் மகளும் வளம். **1104**
   Scented blending the pepper from mountain
   By distinctive smell increasing resources.
   विवाह देता शीतल चंदन सम,
   पर्वत पर होते काली मिर्च गंध सम बड़ा आनंद।।

5. வளம்நிறை மார்பில் வளைந்தே அணைக்கக்
   களத்தினில் வெற்றியுங் கண்டு. **1105**
   In the healthy broad chest embracing by leaning
   Saw the victory on the bed.
   करता वह छाती भर आलिंगन स्नेह से,
   कार्य अपने में मिलती जीत उसे।।

6. கண்டோம் மகிழ்ந்தோம் கணத்தில் மறந்திட்டோம்
   எண்ணத்தி லின்பம் இனிது. **1106**
   Saw each other and enjoyed forget it within a second
   But in the impression much joy.
   पाया दर्शन मिला आनंद,
   भूल गये क्षण भर उठता मन में उत्साह।।

7. இனிக்கும் மணம்பின் இணைவோம் புணர்வில்
   கனியுடல் சேராக் களவு. **1107**
   Sweetened relationship latter, let us unite in the union
   It is a theft if not the bodies join.
   गुप्त प्रेम में नहीं होता तन मिलन,
   होता विवाह बाद उनका स्नेह मिलन।।

8. களவி லிருவர் களிப்பாய்ப் பழகி
   அளவுகோல் கொண்டார் அழகு. **1108**
   Behaving with joy in the sex life
   It is wiser if have the extent.
   गुप्त प्रेम में मिलते दोनों आनंद से,
   सुन्दर है वह रख लेते अपने में मापदंड।।

9. அழகான காதலுயி ரன்பால் நெருங்கிப்
   பழகுவதில் பண்பாட்டைப் பார்.   1109

   Beautiful love getting closer by true and honest love
   See the culture in developing relationship.

   प्रेमिका है अति सुन्दर करती प्रेमी पर,
   अति प्रेम रह जाती सीमा के अन्दर।।

10. பாரில் மதிப்பாய்ப் பழக மழைபெய்து
    பாரில் விளையும் பயிர்.   1110

    To acquaint with respect in the world, after the falls of rain,
    The crop growing in the world.

    वर्षा से विकसित होते धान खेत में,
    सभ्य व्यवहार से मिलता सम्मान समाज में।।

அதி. 112. நலம் புனைந்துரைத்தல்

(தலைவியின் அழகைப் பாராட்டுதல்)

Chapter 112 - Describing the admiration of the beauty of heroine

(Praising the charm of the heroine)

अध्याय – 112. सौंदर्यता की प्रशंसा

(नायिका के सौंदर्य पर कीर्ति गान)

1. பயிர்போல் வளர்ந்து பசுமையாம் அன்புக்
   கயிற்றினால் கட்டுங் கரும்பு.   1111

   Growing like crop with greenish love
   Like the sugarcane tied with rope.

   सौंदर्य वह होता हरा भरा गन्ना सम,
   बाँध रखना उसे स्नेह रस्सी से।।

2. கரும்பா முடம்பினில் கண்கள் மலராம்
   அரும்புகள் தூய்மை யகம்.   1112

   In the sugarcane like body the eyes are flowers
   The buds are flawless heart.

   होता तन गन्ना सम,
   नयन सुमन की कलियाँ सम रहता मन स्वच्छ।।

3. அகத்தினி லாசையும் ஆழ்கடலாய்த் தோன்றும்
   முகம்நிலவு பற்களோ முத்து.   1113

   The longing in the mind will also appear like deep sea
   Face full moon, teeth pearls.

   प्रेमी मन है सागर सम होती सूरत चाँद सम,
   चमकते मोती सम होते शुभ्र दाँत उसके।।

4. முத்தென்றால் முல்லை முகம்பொத்திக் கோபமாய்
   அத்துணையும் ஆய்ந்தே னறிந்து.   1114

   If pearl Rotana flower closing the face with anger
   I have learnt all after careful study.

   कुमुद की सूरत छिपाती हवा,
   समझना वह सुमन को करती आलिंगन।।

5. அறிவுடையார் பெண்ணின் அழகினைப் போற்றி
   அறிந்துபொழி வாரே யருள்.   1115

   Knowledged people would praise the beauty of woman
   Would describe after knowing fully with grace.

   नारी जिसमें होता सौंदर्य और विवेक,
   उत्तम जन करते उसपर बड़ा स्नेह।।

6. அருள்நிறை கண்ணுடையா ளாருயிரைக் காக்கும்
   மருந்தெனும் மாண்புடையாள் வாழ்வு.   1116

   Protecting the life of the favorite with graceful eyes
   She has the quality as medicine for life.

   नारी जिसमें होती बड़ी दया,
   बनती वह उत्तम जीवन का औषध।।

7. வாழ்வினி லன்பாய் வழிக்குப் பெருந்துணையாய்
   ஆழ்ந்த பொருளறியும் ஆறு.   1117

   Enjoyment in life an able guide for the way
   Understanding the meaning thoroughly the character.

   रहती नारी वह जीवन में आनंद,
   बनती सहायिका समझती बुद्धि विवेक से।।

8. ஆற்றின் பயனு மளவறிந்த நன்மக்கள்
   பேற்றை யுயிரெனவே பேண்.   1118

   Respectable people knowing the utility and volume of river,
   Protect the opportunity as life.

   नदी का लाभ समझते जन सम,
   योग्य पुत्र प्राप्ति को मानना प्राण बराबर।।

9. பேணுகின்ற நல்லறிவும் பின்பற்றும் நற்செயலும்
   காணுகின்றார் செப்புவதுங் கண். 1119

Grooming sophisticated knowledge and flawless activities following,
Whatever people say when meeting are invaluable.

उत्तम बुद्धि विवेक आदर्श आचरण,
कहते जन के कथन बन जाती नयन बराबर।।

10. கண்ணின் பயனறிந்த காதலி நற்குணமோ
    விண்மீன் கணக்கில் விழும். 1120

The love, knowing the worth of eyes whereas her cherished trait,
Would fall like the number of stars of the sky.

नभ पर होती अनगिनत तारें सम,
होते आदर्श प्रेमिका के उत्तम गुण।।

அதி. 113. காதற் சிறப்புரைத்தல்

(இணையர்தம் காதலின் மகிழ்ச்சியைக் கூறுதல்)

Chapter 113- Describing the uniqueness of love

(Explaining their enjoyment by love of the pair)

अध्याय – 113. प्रेम का महत्व बताना

(नायक और नायिका दोनों अपने प्रेम पर बताना)

1. விழுகின்ற போதே விழுதாகத் தாங்கும்
   வழுவில ராதலால் வாழ்த்து.   1121
   It will protect like hanging root while falling itself
   As both are pure greet.
   गिरने से बचा रखता डाल वट वृक्ष सम,
   दोष रहित जीवन करता उसकी रक्षा।।

2. வாழ்கின்றே னன்பால் வளமா மருவிபோல்
   தாழ்ந்து பொழிந்தென்னைத் தாங்கு.   1122
   I live by affection like big water resourceful falls
   Guard me showering with humbleness.
   पर्वत से बहता झरना करती रक्षा धरती की.
   स्नेह अपने से जीवन में करना मेरी रक्षा।।

3. தாங்குகின்ற தாய்போன்ற தன்மை யனைத்திலும்
   ஆங்காங்கே தேங்கு மமுது.   1123
   Protecting mother like character in all affairs
   It is nectar storing elsewhere.
   स्नेह से सब की रक्षा करती माता सम,
   करना अपना काम होगा अमृत हर कहीं।।

4. அமுதாம் துணைவர் அழகாம் உயிரை
   அமுதெனக் காக்கும் அருள்.   1124

   Life partner is nectar the charming soul
   The mercy protecting as nectar.

   पत्नी होती सुन्दर प्राण सम पति बनते अमृत सम,
   करते वे अपने स्नेह से रक्षा उसकी।।

5. அருள்பொழியுங் கண்கள் அகன்றா லுயிரும்
   மருள்நீக்கு மெண்ணத்தால் வாழ்ந்து.   1125

   Blessing eyes, if removed, soul also
   Living with the thoughts to dissolve fear.

   दया नयन जब हटती दूर प्राण भी हो जाते दूर,
   रखना मन में यह जीना अपना जीवन।।

6. வாழ்கின்றே னென்றால் வளங்காக்குந் தெய்வமே
   சூழ்ந்திருப்பார் தாங்குமுன் தூக்கு.   1126

   If I live means, the god protecting resources
   Lift me before the people around hold firmly.

   बनता जीवन मेरा प्रिय से समृद्ध,
   वियोग उससे होता दुख बडा करना रक्षा मेरी।।

7. தூக்கி நிறுத்துகிற தூணே துணைவராம்
   ஆக்கம் அனைத்து மவர்.   1127

   The pillar holding with grip itself is better half
   He is all in all for fruitful life.

   भार उठा रखते स्तंभ बराबर,
   सहायक रहते पति मिलती उनसे सारी उन्नति।।

8. அவரென்னுள் நானவருள் ஆட்டு முணர்வும்
   அவருடைய தென்றறியா ராங்கு.   1128

   He is within me and I live in him the feelings operating me,
    There is no one knows that it is he.

   रहते वे मुझमें होती मैं उसके मन में,
   बनता जब विचार यह हो जाते सब समान।।

9. ஆங்கமர்ந்தார் நெஞ்சி லமுதா முரையாலே
   பாங்காய் மொழிந்தவரின் பண்பு.   1129

   He seated in the heart by lovely speech
   It is his style delivering nicely.
   वचन अमृत से पाया मन में स्थान,
   होता है यह गुण उत्तम प्रिय का।।

10. பண்பால் வெளியிடார் பாரி லுடலுயிரெம்
    அண்ணலையிவ் ஆரறியு மாம்.   1130

    Not exposing openly as a gesture, in the world, body, life
    This area knows this gentleman.
    मानती प्रिया वह बने रहते तन और प्राण,
    प्रकट न करती उसे जानते सब जन।।

அதி. 114. நாணுத்துறவு உரைத்தல்

(நாணம் மறந்தமையையக் கூறுதல்)

Chapter 114. Explaining the relinquishment of nervousness

(Telling the reason for forgetting shyness)

अध्याय – 114. लज्जा रहित होना

(लज्जा भूलने के बारे में बताना)

1. அறிய மொழிந்திட லங்கே பொருந்தா
   அறிவிப்பேன் கைப்பேசி யங்கு.   1131
   It is not suitable to explain there, to be aware of
   I will announce through cell phone there.
   प्रकट होता नहीं जहाँ विस्तार कथन,
   दूर भाष से कहते समुचित वहाँ।।

2. அங்குளோ ரென்னுயி ரன்பரின் ஆளுமையைச்
   சிங்க மெனமொழிந்தார் தேன்.   1132
   People there, my dear lover's personality
   Roared like lion, it was like honey.
   होते जन वहाँ कह उठे वे केसरी सम,
   मेरे प्रिय की विलक्षणता है मधुर।।

3. தேன்போன்ற காதலால் தீயில் பொசுங்கினேன்
   வான்மலராய் வீழ்ந்தே வறண்டு.   1133
   By the honey like love fell into the fire and became ash
   Like the flower of the sky fell dried.
   झुलस गयी मैं मधु सम प्रेम अनल में,
   गगन सुमन सम सूखकर गिर गयी।।

4. வறண்டுள்ள பாலையில் வாடிய மான்போல்
   வறண்டே விழுந்திடுவேன் மண். **1134**
   Like the deer becoming thin in the dried desert
   I will fall on the ground becoming weak.
   मरुस्थल में दुखित हिरनी सम,
   सूखकर गिरती मैं प्रेम रोग में मिट्टी पर।।

5. மண்ணில் படிக்கல்லாய் மாச்சிலையா யிவ்வுலகில்
   பெண்டிர் விரும்பாரே பெண். **1135**
   On the earth staircase, in this world a big stature
   Even ladies will not like woman.
   शिला सीढ़ी सम पत्थर मूर्ति सम संसार में,
   बने रहने नारी कोई नहीं करती इच्छा।।

6. பெண்ணாய்ப் பிறந்தாலோ பேதைமை வேண்டுமென்பர்
   எண்ணிடி லூாமையா மெங்கு. **1136**
   If born as a woman should have ignorance, people would say,
    Wherever go remaining as dumb and in house also.
   चाहते मूर्खजन नारी रहे अबोध,
   विचार यह करता प्रकट सदा रहे वह गूँगी।।

7. எங்கே அறிவிப்பேன் எந்நிலையைப் பெண்ணுக்கோ
   அங்குலமும் நாணமில்லை ஆங்கு. **1137**
   Where shall I inform my pathetic condition, to woman
   There is least shyness everywhere.
   कहाँ सुनाऊँ संकट दशा मेरी,
   नारी में होती नहीं थोड़ी सी भी लज्जा।।

8. ஆங்குள்ளோர் காமம தாணுக் குரியதென்பர்
   தீங்குதரா நற்பொறுமை சீர். **1138**
   People dwelling there would say sex is for man
   Harmless politeness badly needed there.
   कहते जन वहाँ काम भावना है नर का,
   हानि न करती सहनशीलता है उत्तम।।

9. சீர்மை மலையினில் சின்னபெண் ஆனாலும்
   தீர்வாய் முடிவெடுத்தேன் தேர்ந்து.   1139

   In the mountain of decipline, though an young girl
   Took the decision finally, after careful study.

   हो मैं उम्र में छोटी सोचकर लिया निर्णय यह,
   प्रिय की प्राप्ति में पहाड़ सम रहती अटल।।

10. தேர்ந்தேன் குறிஞ்சியிலே தெள்ளருவி நீள்மலையைச்
    சார்ந்த இடத்தில் தனித்து.   1140

    Brought up in the forest, lengthy mountain and water falls,
     In the surrounded place lonely.

    झरना निकट चुना स्थान पर्वत वहाँ,
    किया मैं इंतजार प्रिय मिलन में।।

அதி. 115. அலர் அறிவுறுத்தல்

(காதலைப் பற்றிப் பலரும் பேசுதல்)

Chapter 115. Insistence of happiness

(All people commenting about love)

अध्याय – 115. जन श्रुति

(प्रेम व्यवहार पर जन कथन)

1. தனிமைப் புலம்பலில் தன்னை மறந்தாள்
   அனிச்சப்பூச் சூடியலர் அங்கு.   1141

   She forgot herself in lamenting alone
   Decorating with scarlet pimpernel (Anicha flower) there, in joy.

   होती रही जनश्रुति वहाँ सुन वह,
   हो गयी अकेली डूब गयी अपने दुख में।।

2. அங்கே பரவுகின்ற அன்புநிறை காதலை
   இங்கே மொழிவீ ரினிது.   1142

   The love with fondness spreading there,
   Explain it here sweetly.

   फैलता वहाँ स्नेह भरा प्रेम,
   बताना उसे यहाँ होता वह मधुर।।

3. இனிதாம் அலரென்பேன் இல்லில்வந் தென்னை
   இனிக்க மணந்தா லினிது.   1143

   I will claim that sweeter the merriness, come to my house,
   If marry me with satisfaction, it will be better.

   कहती मैं होती जनश्रुति है मधुर,
   हो जिससे मेरा विवाह है जरूर।।

4. இனியெங்கள் ஐந்திணை யின்பத்தின் வெற்றிக்
   கனிபறித்துத் தந்தால் களிப்பு.   1144

   Hereafter the success of our joy from five types of domain,
   If pluck fruits and give will be happy.

   हुआ हमारा प्रेम मिलन सुखद,
   दिलावे हमें यदि जीत फल होगा आनंद।।

5. களிப்பைத் தருவீர் கடிநகரில் வாழ்வோம்
   அளிதந்த ஊரை யழை.   1145

   Give me pleasure let us live in the protected city
   Call the village offered grace.

   होंगे हम शहर में सुरक्षित दिलाना आनंद,
   जीवन दिये गाँव को देना बुलावा।।

6. அழைப்பினைத் தந்தே அழைப்போம் உறவை
   மழையாம் பதிவுமணம் மாண்பு.   1146

   We used to invite the relatives, presenting with invitation
   Registered marriage many and respectable.

   रिश्तों को देंगे निमंत्रण विवाह पत्र का,
   सदा होता उत्तम पंजीकृत विवाह।।

7. மாண்பா யெமையிணைத்து மங்கலம் பாடுவீர்
   மாண்புறு நீள்கடலாய் வாழ்ந்து.   1147

   With greatness sing marriage blessing song linking me
   Living as existing age old widespread sea.

   मिलन हमारा करें विवाह में,
   निनाद करते सागर सम गाना मंगल गीत।।

8. வாழ்வி லிணைந்திருவர் வாழும் அலராலே
   தாழ்ந்துவிழாப் புல்போல் தளிர்த்து.   1148

   The joy with which two joining in life
   Let it grow like grass with sprouts never destabilizing.

   सदा विकसित घास सम जीते हम दोनों,
   जन श्रुति से कभी नहीं पाते पतन।।

9. தளிராய்ச் செழித்துத் தனியில்லில் வாழ்ந்தே
   அளிப்போ மசையா தமிழ்து.   1149
   Flourishing like sprouts, living in a separate house
   Let us give never shaking elation.
   विकसित अंकुर सम रहें हम अपने घर,
   देंगे मधुर अमृत सम पुत्र भी।।

10. அசையாச் சிலையா யமர்ந்தெமைப் பார்த்து
    நசையுடன் வாழ்த்துவீர் நன்று.   1150
    Looked at me sitting like an immovable statue
    Bless me with hope to live long happily.
    अचेतन शिला मूर्ति बराबर देखना हमें
    देना वांछित शुभाशिष सदा।।

அதி. 116. பிரிவாற்றாமை

(தலைவன் பிரிவிற்கு வருந்துதல்)

Chapter 116 - Worrying for disunity

(Distressed for severing)

अध्याय – 116. असह्य वियोग

(वियोग मे व्यथा)

1. நன்றாம் குடும்பமென நானிலம் போற்றுகின்ற
   நன்றுவிளை நன்னிலமே நாம்.   1151
   As the world lauding that the family is ultimate
   We are the fertile land growing everything good.
   होता सुपरिवार संसार सम,
   बनते हम वहाँ कीर्ति प्राप्त उर्वर भूमि।।

2. நாமிருவர் மேனாடு நாடாமல் நம்நாட்டில்
   நாமிணைந்தே வாழ்வோம் நலம்.   1152
   We both not to have glamour for foreign country, in our country itself,
   Let us live together with happiness.
   मिलकर हम दोनों रहेंगे देश अपने में,
   विचार न करेंगे विदेश जीवन।।

3. நலம்நாடிச் சென்றாயே நம்முயிர் நீக்கும்
   நலந்தராச் செல்வம் நமக்கு.   1153
   You went for earning a lot taking off our life
   The perks not providing welfare for us.
   गया विदेश लालच पर,
   प्राप्त धन वह भलाई न करता ले लेता हमारे प्राण।।

4. நமக்குரிமை கொண்டவரை நாடியே செல்லச்
   சிமயத்து நல்லளியுந் தீ.   1154

   When approach my rightful person voluntarily
   The fire would be reduced gradually as when climbing Himalayas.
   संयोग में देता प्रिय बड़ा सुख,
   वियोग उससे बनता हिम पर्वत भी अनल।।

5. தீயாம் பிரிவினில் தீய்ந்தே யுடல்விழுமே
   ஓயா நினைவி லுளம்.   1155

   The body will fall into the fire of separation and consumed,
   The mind with consistent feeling of thought.
   करता मन सदा याद प्रिय की,
   अनल वियोग में झुलस गिरता तन मेरा।।

6. உளத்தி லவரிருக்க ஒன்றுக் குதவாக்
   களம்நோக்கிச் செல்வதேன் காண்.   1156

   When he has occupied the soul useless one for anything
   See why should march towards battle field.
   होते प्रिय मेरे मन अन्तर में देख,
   चलते क्यों बेकार मैदान ओर।।

7. காணும் பொருள்களிலும் கண்டேன் அவர்வந்தால்
   வாணுதலில் நீங்கும் வடு.   1157

   In all objects I saw his visuals, if he comes
   The scar would be erased by the light from his forehead.
   दिखते चीज सब में पाया प्रेमी का रूप,
   आये यदि वे निशान माथे का होगा दूर।।

8. நீங்கியதால் பட்டதுன்பம் நீள்கதைதான் யானுனை
   நீங்கா திணைய நினை.   1158

   The mental agony underwent by his separation is a lengthy story,
   As I Think that I join from isolation.
   वियोग प्रेमी से हुए संकट अनेक,
   सोच रहें हम सदा संयोग में।।

9. நினைத்தால் கணினிமுன் நீள்கணக்கில் யானோ
   கனைக்கும் கடிகுதிரை கண்.   1159

   If as you wish and think hours together in front of computer,
   but I See like the fast running whinnying horse.

   रहते सदा लंबे समय तक कम्प्यूटर के आगे,
   आवाज करती घोड़ी सम हो गयी मैं।।

10. கண்களில் வீழ்கின்ற கண்ணீரில் மாய்தலினும்
    மண்வீட்டில் வாழ்தல் வளம்.   1160

    Instead of dying with the tears falling from eyes
    It is happier to live in a muddy house.

    दुख भरे जीवन में आँसू बहाकर मरने से,
    है उत्तम जीना माटी के घर वहाँ।।

அதி. 117. படர் மெலிந்திரங்கல்

(பிரிவுத் துன்பத்தால் மெலிந்து வருந்துதல்)

Chapter 117. Deploring for separation becoming lean due to regrets

(Moaning for the detachment making physic skinny)

अध्याय – 117. वियोग से कमजोर

(वियोग वेदना में दुखित दशा)

1. வளஞ்சேர்க்கச் சென்றாரே வாழ்வதவர் கையில்
   அளப்பரிய இன்பமே அன்பு.	1161
   Oh! People went to accumulate wealth the life is in their hands,
    Exhaustive solace the kindness.
   गया प्रेमी वह धनोपार्जन में वहाँ,
   जीवन मेरा बेहद स्नेह भरा होता उनके हाथ।।

2. அன்பே முதன்மை அறியாதார் செல்வமென்பார்
   அன்பிழந்தா லெல்லாம் அழிவு.	1162
   Love is primary people not aware of this would say wealth,
    If lose affection all would perish.
   प्रेम है होता प्रधान अबोध मानते धन,
   खोते प्रेम जब होता बडा नाश।।

3. அழியும் பொருளை அணைத்திட வேண்டிப்
   பழிபாவஞ் செய்திடுவர் பார்.	1163
   To embrace destructible commodities
   See they would commit sin and unmerciful deeds.
   मानते जन प्रधान है नश्वर धन,
   देख यह प्राप्त करने उसे करते वे पाप अनेक।।

4. பாரினில் வாழ்பவர் பார்த்தே நகைத்திடக்
   காரில் இடிவீழ்ந்த கண்.   1164
   The people living on the earth to laugh
   See the fate, the thunder fell in the night.
   वियोग दुख मेरा देख हँस उठते जन सारे,
   अँध में गिरती बिजली सम हो गयी मैं।।

5. கண்கள் ஒளியிழந்துங் காணுகின்றேன் கொண்கனை
   எண்ணும் நினைவே எழில்.   1165
   Even after my eyes lost sight I see my spouse
   Very thinking about him only joyful.
   नयन की चमक हो गयी क्षीण,
   याद प्रिय की देता सदा सौंदर्य।।

6. எழிலுருவ மெங்கே? யிளைத்துக் கறுத்தே
   அழிந்து சிதைந்தா எவள்.   1166
   Where is attractive figure? Losing weight and becoming dark,
   She became disfigured and destroyed.
   गया कहाँ मेरे प्रिय? याद कर,
   हो गयी वह कमजोर छूट गयी चमक बन गयी क्षीण।।

7. அவள்மகிழச் சென்றேன் அவளொன்றுந் தூங்காத்
   தவத்தாலே நோயினைச் சார்ந்து.   1167
   I went there to make her happy but she not sleeping daily,
   Due to strain, got illness.
   करती तपस्या वह बे नींद मेरे वियोग में,
   उसका मन रिझाने गया मैं वहाँ।।

8. சார்ந்துவர அன்பருளே சார்பாம் இணைவேராம்
   சேர்ந்திருத்தல் இல்லறத்தின் சீர்.   1168
   Accompanying to travel, love and grace support, would partner,
    Living together is essence of marriage.
   दया स्नेह होते लक्षण उत्तम परिवार के,
   दिलाते बल सदा साथ रहने को।।

9. *சீர்மை பெறவிழைந்தால் சிக்கனம் மேற்கொள்க*
   தேர்வினில் வெற்றித் தெளிவு.   1169

   If wish to come up in life adopt and follow thrift
   In the test of life success is assured.
   मिथ व्यय है उत्तम करना पालन उसका,
   जीवन परीक्षा में मिलती जीत उससे।।

10. *தெளிந்தார் தனித்திரார் தீதுமே சேரா*
    அளிக்கும் மகிழ்வி லகம்.   1170

    If people clear in life would not be alone, evils also will not affect,
    The house will be joyful it gives.
    समझदार नहीं रहता अकेला,
    होती नहीं बुराई पाता मन बड़ा आनंद।।

அதி. 118. கண்விதுப்பு அழிதல்

(தலைவியின் கண்கள், தலைமகனைக் காண விரைதல்)

Chapter 118. Emotional strain of eyes disappearing

(The eyes of the wife stretches anxiously to meet the husband)

अध्याय -118. मिलन की आतुरता

(नायिका से मिलने नायक का तेज आना)

1. அகத்தில் நிறைந்த அனலினைத் தொட்டே
   அகம்வருந்துங் கண்க எருள். 1171
   Touching the heat filled in the mind
   The regretting mind through eyes is a gift.
   मन में भरा है अनल प्रेम,
   स्पर्श उससे होता दुख चाहिए दया नयन की।।

2. அருள்நிறைந்த வுள்ளமுள்ள அன்பர் இணையக்
   கருங்குயிலே வாடுதல் காண். 1172
   To attach with the lover whose heart filled with charity
   See the cuckoo itself wails.
   प्रिय का मन भरा है स्नेह से,
   वियोग उससे कोयल वह होती दुखित।।

3. காண்கின்ற வெல்லாம் கடலன்ன கண்ணீரால்
   வீண்வசையால் வாடும் விழி. 1173
   Whatever all seen with ocean level tears
   The eyes grumbled by curse.
   बेकार जनश्रुति से होती नयन उदास,
   आँसू निकलती सागर बराबर।।

4. விழிதானே காதலனை விம்மி யழைத்தே
   விழிமொழியால் பேசும் விழைந்து.   1174

   The eyes itself called the lover with sob
   With interest will speak eye signal.

   बुलाती आँखें प्रिय को आतुर,
   कहती वे अपने संकेत से कथन अनेक।।

5. விழைந்தே யவரை விரைந்தே மணந்தும்
   அழைத்தேயான் துன்ப மடைந்து.   1175

   Though married him quickly, voluntarily
   I called, underwent suffering.

   बुलाया मैं ने उसे किया विवाह वाँछित,
   वियोग उससे हो गयी मैं दुखित।।

6. அடைந்தன கண்களோ ஆராய்ப் பொழிதல்
   இடையினி லேனோ இயம்பு.   1176

   The eyes reached pouring as if the river
   Tell in the meantime.

   किया मिलन प्रिय से मिला आनंद बडा,
   वियोग उससे निकलती आँसू नयन से।।

7. இயம்புதற்குச் சொற்கள் இலையென்பேன் வந்தால்
   இயங்க விரும்பி இசை.   1177

   I would say there is no word to explain, if comes
   Consent willingly, to live together.

   प्रकट करने मिलते नहीं शब्द कोई,
   आये यदि बुलाना उसे बड़े स्नेह से।।

8. இசைந்தே வருவாய் இனிமையைத் தாக்கும்
   பசையாம் பசலையும் பார்.   1178

   You will come unforced attacking the pleasure
   See the love fever as paste.

   आना मेरे निकट बड़े स्नेह से,
   देख फैल गया पीला मेरे तन भर।।

9. பார்த்தால் உடலினில் பல்வேறு மாற்றங்கள்
   ஆர்க்குமலைக் கோடுக எங்கு.   1179

   If see there are varieties of changes in the body
   Spreading waves like lines there.

   दिखते पर्वत पर शिखर अनेक,
   प्रिय प्रेम से हो गये मेरे तन पर परिवर्तन अनेक।।

10. அங்கிருந்தா ரெண்ணியே அன்றில் வருதலென
    இங்குவந்தா லுள்ள மினிது.   1180

    As thinking he is there coming to house as andril bird comes,
    If comes here it will be pleasing to mind.

    प्रिय होता जब दूर होता मन उदास,
    आते यदि वे यहाँ पाता आनंद।।

அதி. 119. பசப்புறு பருவரல்

(பிரிவு தந்த நிறவேறுபாட்டினால் வருந்துதல்)

Chapter 119. Change of skin complexion due to repressed feeling

(Fretting for the change of the colour of the face owing to disconnection)

अध्याय – 119. वेदना पूर्ण पीलापन

(वियोग से प्रिया का अवर्णिता होना)

1. இனிக்கும் பொருள்தேடி என்னவரும் சென்றார்
   கனிகாலம் வாட்டுமே கார்.   1181
   My beloved went to earn more money giving luxury
   Period of separation would suffer like darkness.
   धन अर्जित करने प्रिय मेरे गये विदेश,
   वर्षा ऋतु में बढता दुख अनेक।।

2. கார்காலம் சேர்ந்திருந்து கண்மொழியால் பேசியே
   ஆர்வமாய்ச் செய்க அறம்.   1182
   Living together during raining season conveying feelings by eyes ,
   Do charities with eagerness.
   पावस में रहना साथ,
   कहना कथन नयन से करना कार्य धर्म अनेक।।

3. அறமெது வென்றா லருள்வழி இல்லம்
   அறவோர் தவிப்பை அறு.   1183
   Which is morality is, the life with moral philosophy
   Stop the anxiety of people depending.
   करना स्थापित धर्म का धाम,
   हरना दुख तडपते उत्तम जन वे बडे संकट में।।

4. அறுத்திடுந் துன்பத்தா லல்லல் மிகுமே
   விறுவிறுப்பைக் காட்டும் விழி.   1184

The depression would intensify by heart breaking sorrow
The eyes showing thriller.

संकट अनेक से बढते दुख अनेक,
आँखें दिखाती मन की पीडा।।

5. விழியினைச் சுற்றி விரிந்த வளையம்
   அழிக்கும் பசலை அணி.   1185

Around the eyes broad rings
Destructing disease (pasalai) of separation in the whole body.

आँखों को घेर लेता काला गोल,
होता वह प्रिये के वियोग का भूषण।।

6. அணிகள் கழல அழகோ குறையக்
   கணிப்பில் தவறாரே காண்.   1186

The jewels slipping from the body, the charming lessening,
See would not commit mistake in predicting.

खिसक गयीं चूड़ियाँ उसकी,
हो गया रूप क्षीण देख अपराधी है कौन।।

7. காண்கின்ற ஊரார் கணவரை யேசாமல்
   மாண்புடன் வாழ்த்திடுவர் மண்.   1187

The villagers coming across not scolding the husband
Nature of the soil greeting with broad mind.

लौट आये प्रिय पति मेरे,
देख यह जन गाँव के देते आशीष बड़े स्नेह से।।

8. மண்ணில் இருக்கின்ற மக்க எவர்பெருமை
   எண்ணிப் புகழ்வ ரியல்பு.   1188

The pride of the people living on the earth
It is their true self expressing admiration authentically.

धरती पर होते जन करते याद,
महत्व प्रिय का गाते वे कीर्ति अपार।।

9. இயல்பினில் ஆண்மகனை யேற்றியே பேசுங்
   கயலாய்த் துடிப்பவளைக் காய்ந்து.   1189

   It is the temperament of the people praising gents
   Incriminating the mournful woman folk, living like fish out of water.

   है जन स्वभाव यह गाते पुरुष की कीर्ति,
   देते गाली तड़पती मछली सम नारी की।।

10. காய்த்திடுந் துன்பங் கனவிலு மெண்ணாதே
    ஆய்ந்தே முடிவை யருள்.   1190

    Do not think even in dreams, multiplying agony
    Bless the conclusion after careful analysis.

    सपने में भी नहीं सोचना आते दुख पर,
    बुद्धि विवेक से करना अपना निर्णय।।

அதி. 120. தனிப்படர் மிகுதி

(காதலியின் தனிமைத் துன்பம்)

Chapter 120. Severe mental pain due to solitude

(Sadness of wife owing to loneliness)

अध्याय -120. अकेलापन की वेदना

(प्रिया के अकेलापन की व्यथा)

1. அருளே வடிவாகி யன்பைப் பொழிந்தார்
   இருளில் தவிக்கின்றே னின்று.   1191
   He showered love as a model of grace
   Today I struggle in the darkness.
   मिला उस दिन प्रिय से बडा प्रेम,
   तडपती मैं आज बड़ा अंधेर में।।

2. இன்று மெழுகிறேன் இன்பயிர்காண் சூரியனும்
   இன்முகங் காட்டி யெழும்.   1192
   Today also wakeup the sun seeing the bright crops
   Would rise showing pleasing face.
   उठती मैं आज भी प्रिय के मिलन पर,
   फसल दर्शन पर सूर्य भी निकलता बड़े सुख से।।

3. எழுநிலா வானில் எழிலல்லி பார்க்க
   அழுகின்றேன் துன்பத்தை ஆற்று.   1193
   The raising moon in the sky as beautiful lilly to see
   I cry console me.
   कुमुद का दर्शन पाने आ गया चाँद भी,
   वियोग में दुखित मुझे देना सांत्वना।।

4. ஆற்றினில் பாய்ந்தோம் அருவியி லாடினோம்
   சாற்றைப் பிரிந்த சருகு.   1194

   We dived into the river played under the waterfalls
   The dried leaf like segregated juice.

   प्रिय साथ किया नदी में स्नान,
   नहाया झरने में आनंद से हो गयी अब अकेली दुखित।।

5. சருகு நிமிர்ந்தே சதிராடக் கொண்கன்
   அருகில் வருவாரோ அன்பு.   1195

   As the dried leaf dance standing erect, my darling
   Would come nearer with adoration.

   लहलहाते खेत में फसल अनेक,
   सोचती मैं जरूर आयेंगे प्रिय मेरे निकट।।

6. அன்பா யிருந்தோம் அருள்பொழிவில் நம்மிருவர்
   அன்பிணைப்பே யென்றும் அளி.   1196

   We were lovable in pouring compassion, our
   Union, submit always.

   रहे हम दोनों बड़े स्नेह से एक साथ,
   मिलन हमारा होता बडा महान।।

7. அளித்தார் மகிழ்வை யரவணைக்குங் காதல்
   களிப்பில் கடலலையைக் காண்.   1197

   Gave happiness embracing love
   See the waves of ocean in delight.

   प्रिय ने दिया बड़ा आनंद प्रेम,
   होता सुख उसका सागर लहर बराबर।।

8. காண்போர் அழுக்காறு கண்டால் புகழ்ந்திடுவர்
   மாண்பாக வேமகிழ்ந்தேன் மற்று.   1198

   If people witness jealous, they would praise
   I enjoyed it with proudness again.

   देखते सब करते जलन,
   पर गाते कीर्ति प्रिय का सुन यह मन होता आनंदित।।

9. மகிழ்ந்திருந்தோ மன்று வளமிழந்தே னின்று
   மகிழ்விற் குளதோ வழி.   1199

   We were happy in the past I lost resources today
   Is there any source for happiness?

   प्रिय साथ मनाया उस दिन बड़ा आनंद,
   वियोग में हो गयी आज उदास बताना उत्तम पथ।।

10. வழிந்தழியுஞ் சிந்தனையில் வான்மலையைக் கட்டி
    அழிக்கத் துடிக்கும் அகம்.   1200

    In the spoiling thought overflowing tying sky level mountain,
    The mind eager to spoil.

    प्रिय वियोग में उठती बड़ी चिंता,
    मन मेरा सोचता सब कुछ कर दें नाश।।

அதி. 121. நினைந்தவர் புலம்பல்

(பெற்ற இன்பத்தை நினைத்துச் சொல்லி வருந்துதல்)

Chapter 121. Bewailing for the ecstasy shared

(Telling the joy had and feeling sad)

अध्याय -121. याद में दुखित

(प्राप्त आनंद पर याद कर दुखित होना)

1. அகத்தில் தொடங்கி யனைத்துங் கொடுத்தேன்
   அகமகிழ்வை யெண்ணினேன் ஆழ்ந்து.   1201

   Starting from the heart I gave everything
   I thought intensely about heartfelt pleasure.

   दिया प्रिय को मन से लेकर सब कुछ,
   किया ध्यान दिल में पाया आनंद।।

2. ஆழ்கட லோரம் அலைபோ லிணைந்திருந்தோம்
   ஆழ்மனத்தை யன்பா லணைத்து.   1202

   We were coupled like waves of the seashore
   Embracing the inner heart by love.

   सागर तट पर लहर सम रहे हम दोनों साथ,
   मन अपने में कर लिया आलिंगन।।

3. அணைத்திட்ட காலம் அகமகிழ்ந்தே துள்ளும்
   இணைந்தநிலை யெண்ண லினிது.   1203

   The period of embrace would jump up and down in mind
   out of joy,

   It is sweeter recollecting the union.

   आलिंगन में पाया मन बडा आनंद,
   याद मिलन का करें होता प्रसन्न।।

4. இனிதான இல்லறத்தி லின்முகங் காட்டிக்
   கனிவுடன் காமங் கலந்து.   1204

In the pleasant family life showing pleasing face
Mixing sex tenderly.

मिलाकर देना स्नेह और प्रेम,
रहना सदा सानंद अपने परिवार में।।

5. கலந்ததை யெண்ணிக் களிப்பாக வாழ்ந்தோம்
   நலம்பெற உம்மளி நன்று.   1205

We lived with joy recollecting sweet memory of union,
To regain the happiness dedicate yourself.

मिलन हमारा सोच हो गये हर्षित,
स्वस्थ होने दान तेरा है उत्तम।।

6. நன்றாய் அருவியில் நாம்மகிழ்ந்தோம் தோட்டத்தில்
   நின்றே அழகூட்டும் நீர்.   1206

We enjoyed in the water falls, well in the garden
You adding beauty standing.

सौंदर्य दिलाता बगिया को जल,
लिया हम ने झरने में आनंद।।

7. நீரில் கயலுவந்தே நீந்தி விளையாடும்
   நீரில்லா யான்கானல் நீர்.   1207

The fish would enjoy swimming in the water
Without you I am a mirage.

जल में आकर खेलती मछली हर्षित,
प्रेम जल रहित हो गयी मैं दुखित।।

8. நீர்விளை யாட்டுடன் நீந்தியே துள்ளியதை
   நீர்நினைத்தே வாழ்வீர் நிலைத்து.   1208

In addition to water game diving and swimming
You live long envisioning the past.

जल क्रीड़ा में तैरकर लिया आनंद,
सदा रहे हम याद उसी में ।।

9. நிலைத்தே யிருந்திடுவீர் நீள்தூக்க மின்றிக்
   கலையிழந்த ஓவியங் கண்டு.   1209

Without sound sleep you will remain constantly
Seeing the painted picture without attraction.

प्रिय वियोग में खो गयी नींद मेरी,
हो गयी मैं सौंदर्य हीन चित्र सम।।

10. கண்டா லுயிர்வாழ்வேன் காலத்தை நீட்டிக்க
    மண்ணொடு மண்ணாய் மடிந்து.   1210

To extent my life I will survive on seeing you
Otherwise, I will die and mix with soil.

प्रिय मिलन पर रहता मैं जीवित,
यदि हो वियोग में देर करूँगी त्याग अपने प्राण।।

அதி. 122. கனவுநிலையுரைத்தல்

(கண்ட கனவினை உரைத்தல்)

Chapter 122. Unfolding the images and feelings occurred in mind during sleep

(Explaining about the dream dreamt)

अध्याय -122. स्वप्न की दशा

(सपने की बात कहना)

1. மடிந்துவிடல் நன்றென மாய்ந்தழுவே னென்றன்
   அடிமனத்தி லின்ப அலை.   1211
   It is better to die I will weep
   In my bottom of the heart mild waves.
   सोचता मन मेरा मरना है उत्तम,
   उठती प्रेम लहर प्रिय वियोग में मेरे मन।

2. அலைகளைப் பார்த்தால் அடுக்கடுக்கா யின்பம்
   புலைச்சி யுணர்வில் புணர்வு.   1212
   If see the waves joy step by step
   In the feeling of bribes woman love making.
   सागर लहर देख मन करता विचार,
   करें प्रिय से सदा आनंद मिलन।।

3. புணர்ந்தூடிச் சேர்ந்த பொழுதினை யெண்ண
   நிணந்தீயி லிட்டன்ன நீண்டு.   1213
   When think about the time sexual contact had
   It extends as if put in the fire with flames.
   रूठती जब प्रिया से सोचता मन मिलन का,
   हो जाती मैं अनल में गिरे मोम सम।।

4. நீண்டு வருத்துகின்ற நீள்மதியில் சேர்ந்திருந்த
   நாண்மீன் கனவுநனி நன்று.   1214

   Lengthening pain surrounded around the fullmoon
   The dream with shying stars is much interesting.

   पूर्ण चाँदनी में वियोग देता बड़ा दुख,
   स्वप्न मिलन का देता बड़ा आनंद।।

5. நன்றா யிருக்கின்றோம் நாமே கனவின்பம்
   அன்றன்று தந்தா லருள்.   1215

   We are fine we shall only share the joy of dreaming
   If given day out it will be graceful.

   मिले यदि स्वप्न हर दिन,
   होता आनंद बड़ा देना बड़ी दया से।।

6. அருளாங் கனவில் அளவிலா தன்பை
   அருளுகின்றார் முத்தை யளித்து.   1216

   In the dream of grace unlimited love
   He is merciful offering kisses.

   आते स्वप्न में प्रिय बड़े स्नेह से,
   देते वे मोती मुझे बड़ी दया से।।

7. அளிப்பே னினிமையை யன்பாக யானும்
   கிளிப்பேச்சி லின்பத்தைக் கேள்.   1217

   I will offer satisfaction with cheers
   Hear sweetness of the words of parrots.

   तोते की बोली में सब होते हर्षित,
   देती मैं प्रिय को मधुर स्नेह।।

8. கேட்டார் நகைக்கக் கெடுமதியுந் துன்புறுத்தும்
   வாட்டத்தைப் போக்குதலே மாண்பு.   1218

   It will be a cause of laugh cunning mind also harm
   Subduing the gloom will be a honour.

   दुखित होता मन वियोग से,
   करते जन परिहास दुख मेरा दूर करना है उत्तम।।

9. மாண்பாம் கொழுநன் வருகைக்குக் காத்திருப்பேன்
   ஆண்டுபல வந்தே அருள்.　　　　　　　　　　1219

   I would wait for the arrival of lovable husband
   Though it takes many years to come.

   पति के आगमन पर,
   मैं रहूँगी सहन कर साल अनेक आकर देंगे वे बड़ी दया।।

10. அருட்கணவர் கண்டவுடன் ஆருயிரில் வீழ்ந்து
    பருவுடலுஞ் சேர்ந்திணைவேன் பார்.　　　　　1220

    As soon as I see my graceful head I will fall in his soul,
    See I will join him hugging with my young body.

    लौट आते जब मेरे प्रिय पति यहाँ,
    देख यह आलिंगन कर मिल जाऊँगी मैं उससे।।

அதி. 123. பொழுதுகண்டிரங்கல்

(மாலைப் பொழுது கண்டு தலைவி வருந்துதல்)

Chapter 123. Upset with sunset

(Disturbed mind of spouse in the evening for the isolation)

अध्याय -123. शाम के समय पर उदास

(वियोग में शाम के समय दुखित होना)

1. பாரில் நலிந்தே பரிதவிக்கத் துன்பமோ
   வாரிதியைப் போல வரும்.   1221
   Becoming lean and angst but depression
   Would come like ocean.
   प्रिय के वियोग में होता जब शाम,
   सागर सम बढ जाता दुख।।

2. வருத்தத்தை அள்ளியே வாரி வழங்க
   அருங்குழலி னோசை யழைப்பு.   1222
   Offering regrets enormously
   An invitation from melodious tune of flute.
   शाम के समय बज उठती बाँसुरी,
   बुला लाती वह दुख असीमित।।

3. அழைக்காமல் வந்தே அழகினைப் போக்கும்
   பிழையைநீர் செய்வதா பீடு?   1223
   Coming though not invited would reduce beauty
   Is it you do the error, the disease?
   प्रिय का वियोग करता बड़ा अपराध,
   बिन बुलावा वह देता मुझे कुरूप।।

4. பீடுதரும் நற்செயலால் பேறடைவோம் துன்பத்தை
   நாடுவதேன்? நற்பொழுதே நன்று.   1224

   By virtue of good action offering disease would gain agony,
   Why do seek? Mild evening proper.

   उत्तम कार्य से बनती भलाई,
   देते दुख क्यों? सुसमय रहे भला।।

5. நன்றளிக்காச் செல்வம் நலந்தரா யானுமே
   கன்றிழந்த தாயானேன் காண்.   1225

   Wealth not offering welfare to provide facilities myself,
   See I have become a cow losing its calf.

   भला न करता धन सुख न देता वियोग,
   बन गयी मैं गाय हीन बछडा बराबर।।

6. காண்பா ருவப்பதற்குக் கண்ணிரண்டும் வேண்டுமே
   மாண்டால் மடியும் வளம்.   1226

   For the persons to be happy on seeing both eyes needed,
    If die, resource would disappear.

   नयन की चमक से मिलता आनंद,
   हो जाती मौत से समृद्धि का अंत।।

7. வளந்தரும் நீள்நிலவே மண்ணிலுள்ள மக்கள்
   வளம்வேண்டி வாழ்த்தும் மகிழ்ந்து.   1227

   Oh! Full moon offering happiness people on the earth,
   Would greet soliciting potentiality with amusement.

   प्रिय मिलन से मिलता आनंद,
   उत्तम जीवन पाने देता चाँद भी आशीष।।

8. வாழ்த்தும் பகற்பொழுது மண்ணில் மகிழ்வளிக்கும்
   மூழ்கிடும் வாழ்நாள் முடிந்து.   1228

   Greeting daytime would give happiness on the soil
   Would drown the lifetime ending.

   दिन भी देता आशीष मिलन प्रिय से,
   होता आनंद बन जाता जीवन परिपूर्ण।।

9. முடிந்தால் நிலவேநீ மோகத்தை நல்கி
   அடிமனத்தைத் தூண்டி யருள்.   1229

   If possible Oh! Moon! You offering infatuation
   Induce the bottom of the heart and bless.

   हो सके हे चाँद भेजना बादल यहाँ,
   प्रेरित कराना मन भर आनंद।।

10. அருள்பொழிந்த வுள்ளமோ ஆடும் அலையாய்
    அருள்மழைபோல் வாழ்த்தும் அகம்.   1230

    The heart which was gracious is like moving waves
    The mind greets like rain of blessings.

    मिलन प्रिय से मन करता नाच,
    दया वर्षा सम देता वह शुभाशिष।।

அதி. 124. உறுப்புநலன் அழிதல்

(தலைமகளின் அழகு கெடுதல்)

Chapter 124. Physical attraction decaying

(Spouse's charm spoiling)

अध्याय – 124. शिथिल अवयव

(वियोग में प्रेमी के अवयव शिथिल होना)

1. அகமெனும் நீள்வலையில் ஆடும் கயலாய்
   அகப்பட்டேன் துன்ப மகற்று.   1231
   As dancing fish in the lengthy net of heart
   I am caught dispel anxiety.
   जाल में फंसी मछली सम,
   फंस गयी मैं भी प्रेम जाल में हरना मेरा दुख।।

2. அகற்று வருத்தத்தை ஆய்ந்தறிந்த கண்ணே
   அகத்திலுள்ளார் போய்நீ அழை.   1232
   Erase agony well knowledged darling
   Members of the family you go and invite.
   रहते प्रिय मेरे मन हरना मेरा दुख,
   बुला लाना जाकर उसे यहाँ।।

3. அழைத்தால் வருவார் அரும்பாவாய் கண்ணே
   மழையின்ப நெஞ்சில் மறைந்து.   1233
   If invite he would come sweetheart
   Great pleasure hiding in the heart.
   बुलावे पर आते प्रिय,
   बन जाती तुम कली सम होती वर्षा मन प्रेम से।।

4. மறைந்திருந்த துன்பம் மனத்தில் பதிய
   அறைந்தே உரைப்பாயென் அன்பு.   1234

   Hidden worry impress the mind
   My beloved tell me slapping.

   कहना जोर से मन का प्रेम,
   छिपा दुख पहुँच जावे प्रिय के मन।।

5. அன்பால் பிணைந்தே அரவணைத்து வாழ்ந்தவென்
   பன்மடங்கு துன்பச்சொல் பார்த்து.   1235

   Twinned by love and lived with coordination
   Hearing multiple harsh words.

   असीमित दुख मेरा देख आये प्रिय मेरे,
   किया आलिंगन दिया आनंद जीवन।।

6. பார்த்து மகிழ்வார் பரிதவிக்க விட்டாரே
   கார்கால நன்மழையைக் காண்.   1236

   He used to enjoy looking, left with predicament
   See monsoon rain.

   मुझे देख प्रिय होते आनंदित,
   देख यह वर्षा काल में दे दिया वियोग दुख।।

7. காண விழைந்துவா கண்களால் காணலாம்
   காணவே நீட்டல் களைப்பு.   1237

   To meet come eagerly let us see eye to eye
   To meet, time taking leads to frustration.

   आना यहाँ बड़ी चाह में करें नयन दर्शन,
   जिससे थकान हमारी होती दूरा।।

8. களைத்து மயங்கிவிழக் கண்ணீரும் வற்றிக்
   களையெடுக்கா நற்பயிரைக் காண்.   1238

   As falling out of tiredness tears also arid
   See the well grown crop not weeded out.

   हो गये बेहोश सूख गयी आँसू प्रिय वियोग में.
   हो गये मैं खर पत्वार से भरा फसल सम ।।

9.   காண்பார் நகைத்தே கணவரை யேசிடத்
     தூண்டிய வுள்ளந் துளிர்த்து.   1239

People see laughing at and scolding my husband
The heart kindled shoots.

देखते जन सब करते परिहास,
दुखित मन प्रिय के आगमन पर हुआ अंकुरित।।

10. துளிர்த்திட்ட நம்பிக்கை தூண்டும் விளக்கை
     யளிசெய்து தேற்றி அணை.   1240

Budding confidence, activating the lamp
To encourage and embrace.

आगमन प्रिय से अंकुरित हुआ विश्वास,
तेज करना दीप को पाना सुखानंद।।

அதி. 125. நெஞ்சொடு கிளத்தல்

(தலைவி துன்பத்தை நெஞ்சுக்குக் கூறுதல்)

Chapter 125. Sharing the impression with her own heart

(Spouse telling her emotional state to her heart)

अध्याय -125. स्वभाषण

(प्रिया की व्यथा को अपने में कहना)

1. அணைத்தேன் எனக்கவர் ஆரா அமுதாம்
   இணைந்திருந்த கால மினிது.   1241

   Embraced, to me tasteful nectar
   The period lived together is sweeter.
   महा अमृत मेरे प्रिय को किया आलिंगन,
   देता बड़ा सुख उनका मिलन।।

2. இனிதான நல்மருந்தா யென்ற னுயிரைக்
   கனிமரம்போல் காத்தாரென் கண்.   1242

   As a sweet medicine my life
   Protected me like a fruit bearing tree.
   मधुर औषध सम फलदार पेड सम,
   प्रिय ने की मेरे जीवन की रक्षा।।

3. கண்மணியாய் வாழ்வில் களிப்பளித்தார் இற்றையான்
   கண்ணி லொளியிழந்தேன் கண்டு.   1243

   He gave me gratification in my life, an eyelid today I am ,
    Lost the light in the eye see that.
   नयन की पुतली सम उदास देख मुझे,
   मेरे प्रिय ने दिया आनंद जीवन।।

4. கண்டது கள்வனாங் கண்ணாகும் வான்மழைபெய்
   மண்ணி னுயிராம் வளி.   1244

   What seen is thief like eyes rain from the sky
   Wind is the life to earth.

   नयन चोर ने किया मेरे प्रिय का दर्शन,
   वर्षा पाती मिट्टी के प्राण है समीरा।।

5. வளியெலாம் நீங்கி வளமிழந்த பெண்மை
   நெளியத்தான் வேண்டுமோ நெஞ்சு.   1245

   All wind leaving the feminity losing delicacy and prettiness,
   Is it necessary the heart to writhe?

   हवा रहित धरती सम हो गयी मैं वियोग में,
   हे मन पूछना प्रिय से भोगना ऐसा दुख।।

6. நெஞ்சே அவர்பின்னே நேராகச் செல்லுகின்றாய்
   வஞ்சிக்கு வாட்டம் வரும்.   1246

   Oh! my mind, you go behind him straight away
   To the young lady gloom would come.

   हे मन करते तुम प्रिय का पीछा,
   होता तुमसे प्रिया को अधिक दुख।।

7. வருத்தத்தி லெம்மை வதைக்கும் பிரிவே
   வருத்தத்தில் வாடினும்நீ வாழ்.   1247

   Oh! Separation disturbing us in grief
   Although I undergo depression and despair you live long.

   हे वियोग देते तुम बड़ा दुख मुझे,
   रह मैं उदास रहना तुम सानंद।।

8. வாழ்த்துகின்ற எம்மை வளமாக்க லுன்கடனே
   ஆழ்கடல்போல் துன்பத்தை யாற்று.   1248

   It is your duty to make us prosper as greet you
   Like deep sea cure the suffering.

   करती मैं तेरी आशीष करना मुझे भला,
   अथाह सागर सम हरना मेरा दुख।।

9. ஆற்றவந் தென்னை யணைத்தே யருள்செய்தே
   ஆற்ற மலரும் அகம்.   1249

   Came to console, blessing me embracing
   The heart would blossom as fulfilling.

   आया प्रिय मुझे आश्वासन देने,
   करते जब वे आलिंगन होता मन मेरा हर्षित।।

10. மலர்போல் மணம்வீசி மாத்தா மரைபோல்
    மலர்ந்திடவே தூதுசென்று வா.   1250

    Like fragrance of the flower and like broad lotus
    To produce blossom you carry message and return.

    सुगंध बिखेरते सुमन सम विकसित कमल बराबर,
    जीवन मेरा बनने हे पवन दूत बनकर चलना तुम।।

அதி. 126. நிறையழிதல்

(அடக்கமின்றி வாய்விட்டுச் சொல்லுதல்)

Chapter 126. Lack of modesty

(Telling openly without modesty)

अध्याय -126. संयम खो देना

(संयम खोकर विचार प्रकट करना)

1. வாய்விட் டழுவதால் மாய்கின்றேன் காமத்தை
   ஆய்ந்தார் உணர்வார் அறி.   1251

   By crying, destroying sexuality
   Known understood would realize.

   जोर जोर की रुलाई कर मैं मर जाती,
   काम पर ज्ञात समझते सत्य की बात।।

2. அறிவோ அழிய அடங்கா மனமோ
   தறிபடுந் துன்பமெனத் தாக்கு.   1252

   As intelligence perish uncontrolled mind
   Attack as if the strain of thread in loom.

   प्रिय वियोग से हो गयी बुद्धि कुंठित,
   दिल तडपता दुख में करना रक्षा मेरी।।

3. தாக்குகின்ற காமத் தனிமையில் சோற்றையும்
   ஆக்கிடலாம் மூச்சு மவிந்து.   1253

   Attacking loneliness with sexual feeling meal also
   Could be cooked by hot breath.

   प्रिय वियोग में बढ़ता ताप असीमित,
   पक जाता भोजन भी उस ताप में।।

4. அவிந்தேன் பசுந்தொடியாள் ஆருயிரைக் காணத்
   தவிக்கும் உறவே தடுப்பு.   1254

   Longed to see the soul of young and beautiful
   The relationship with tension itself a barricade.
   प्रिया से मिलने तडपता दिल मेरा,
   बन गये रिश्ते सब उसका बाधा।।

5. தடுத்து நிறுத்தத் தனிமை யழிக்கும்
   அடுத்தென் உயிர்வீழ்ந்த தற்று.   1255

   To ban the loneliness would destruct
   Next my breath would stop.
   बाधा से बना अकेलापन देता दुख,
   करता वह मेरे प्राण का अंत।।

6. அற்ற குளத்தில் அருந்தா மரையாக
   அற்றே விழுவாள் அவள்.   1256

   Like the unique lotus in the pond without water
   She would crumble herself.
   प्रेम वियोग में खो गयी होश,
   गिर गयी वह सूखे ताल पर गिरते कमल बराबर।।

7. அவள்நிறையை நீக்கி அலைக்கழிக்குங் காமம்
   அவனிடம்போய்ச் சொல்நெஞ்சே ஆற்று.   1257

   Deleting her chastity shunting sexuality
   Oh! My sweet heart! Go and tell him to convince.
   देता प्रेम रोग असीमित दुख,
   हे मन कहना प्रिय से दुख मेरा करने दूर।।

8. ஆற்றுப் படுத்த அவளுயிர் தங்கிடும்
   காற்றாய் விரைந்துவந்தால் காண்.   1258

   If consoled her soul would remain
   If rush like tempest, can see.
   पवन सम प्रिय तुम आना तेज,
   तेरी तसल्ली से होगी वह जीवित।।

9. காண்பேன் இணைந்தபின்பும் கண்ணீர் வடித்தழுவேன்
    மாண்புறவே வாழ்கவென வாழ்த்து.   1259

    Would meet, even after uniting, I would cry shedding tears,
    Greet to live long to get pride.

    दर्शन करूँगी प्रिय से,
    मिलकर भी आँसू बहाऊँगी देना आशीष हमें।।

10. வாழ்த்திடுவீர் நாங்களென்றும் மண்ணில் துணையாக
    வாழ்வில் பிரியா மனத்து.   1260

    Greet us we both on the soil mutual companion
    With the heart not uncoupling in life.

    देना आशीष यह हमें,
    रहे धरती पर एक मन से जीने दोनों सदा साथ।।

அதி. 127. அவர்வயின் விதும்பல்

(ஒருவரை ஒருவர் காண்பதற்கு விரைதல்)

Chapter 127. Move with urgent haste to meet

(Rushing to meet each other)

अध्याय -127. एक दूसरे पर अनुकम्पा

(एक दूसरे से मिलने लालायित होना)

1. மனத்தால் பிணைந்துநாம் வாழ்வினி லொன்றாய்
   வனத்தில் பறவையாம் மாண்பு.   1261
   We amalgamating by mind together in the life
   Birds in the sky the significance.
   वन में रहते पक्षी बराबर रहे सदा हम ,
   मन एक बन रहे जीवन अपने में।।

2. மாண்பில் சிறந்திட மண்ணில் பொருள்தேடி
   ஆண்டுணர எண்ணிட ஆறு.   1262
   To be reputed in search of wealth on the earth
   The way to think with realization out of experience.
   कीर्ति देते धन अर्जित करने गया प्रिय दूर,
   सोचना यह भी पथ में वियोग दुख मेरा।।

3. ஆறுதல் தேடி யழுத்தினேன் கைப்பேசி
   ஆறுமோ துன்ப அலை.   1263
   In search of consolation used mobile phone
   Will my waves of distress heal?
   दुख मेरा दूर करने लिया हाथ में दूरभाष,
   होगा इससे क्या मेरा दुख दूर।।

4. அலையெனத் தாக்கியே யாங்கே தலைவன்
   அலையினில் ஆடும் அலைந்து.   1264

   Attacking like waves there the spouse
   Would move here and there in the waves.

   उठती लहर सम आता प्रिय वहाँ,
   देख उसे मन मेरा लहराता सागर बराबर।।

5. ஆடு முலகினி லாட்டுவிக்கும் நோயென
   ஆடுகின்ற வுள்ளம் அனல்.   1265

   As a disease shaking in the moving world
   The wavering mind is fire.

   चक्कर काटती धरती में नचाते रोग बराबर,
   वियोग नचाता मेरा मन अनल सम।।

6. அனலாம் மனத்தினில் ஆலையின் ஓசை
   கனலுருக்கும் வண்ணத்தில் கண்.   1266

   As fire in the mind sound of factory
   The eyes are in the colour of casting metal.

   वियोग में करता शोर मेरा मन,
   जलती आग सम बन गयी आँखें मेरी।।

7. கண்கள் ஒளியிழக்கக் கட்டிலில் வாடியே
   புண்ணாய்ப் படுத்துப் புரள்.   1267

   As the eyes losing light with paled body on the cot
   Roll down as if the wounds all over the body.

   छूट गयी चमक नयन से,
   लगे घाव से मन होता दुखित लेट गयी मैं पलंग पर उदास।।

8. புரண்டுருண்டேன் நன்றாய்ப் பொழுது விடியப்
   பரபரப்பாய் வந்தவரைப் பார்த்து.   1268

   I went on rolling to the day to rise well
   Seeing the spouse who has come excited.

   वियोग में दुखित लेट गयी पलंग पर,
   प्रिय आये सबेरे बडे उदास से।।

9. பார்த்தவுடன் துள்ளிப் பரிவாய்ப் புலப்பேனோ
   கார்மழைவீழ் மண்ணில் கலந்து.   1269

   On seeing, may I hug with courtesy, jumping
   Like soil mixing with monsoon rain.

   मिट्टी में मिलती वर्षा बराबर,
   करूँगी मैं बड़े वेग से उनसे मिलन।।

10. கலந்தே யிருவர் களிப்போம் விருந்தை
    மலர்ந்தே படைப்பேன் மகிழ்ந்து.   1270

    Both together enjoy the dinner
    I would cook and serve with utmost happiness.

    मिलन से हम होंगे आनंदित,
    करूँगी उसका आतिथ्य बड़े स्नेह से।।

அதி. 128. குறிப்பறிவுறுத்தல்

(தலைவன் - தலைவி தம் குறிப்பினை ஒருவருக்கு ஒருவர் அறிவுறுத்துதல்)

Chapter 128. Exchanging mindset between two

(Both spouses insisting their attitude mutually)

अध्याय -128. अनुमान प्रतिपादन

(अपना मानसिक संकेत एक दूसरे को प्रकट करना)

1. மகிழ்வுடன் வந்தான் மனையாளின் கூந்தல்
   அகில்மணம் செப்பும் அகம்.   1271
   He came with jubilation hair braid of spouse
   The house would say the smell of Akill.
   आया प्रिय वह आनंद से,
   बाल सुगंध करते प्रकट प्रिया के स्नेह मन॥

2. அகத்தில் மறைந்திருந்த ஆசை மரைப்பூ
   முகமலர்ந்து காட்டியது முன்.   1272
   The desire hidden in mind the lotus
   Showed with blossom in front.
   छिपा रखा मन में प्रिय का प्रेम,
   प्रकट हुआ पूर्व वह प्रिया के कमल वदन पर॥

3. முன்பே குறிப்பால் முழுதும் இணைந்ததை
   மன்னுபுகழ் கொண்கன் மலர்ந்து.   1273
   Already united totally by gestures
   Constantly popular husband noticeably happy.
   प्रिय की सूरत हुई विकसित,
   संकेत यह हुआ प्रकट पूर्व मिलन का॥

4. மலர்ந்த உடலின்மேல் மல்லியித மூாடை
   அலர்பேசி யாடும் அவிழ்ந்து.   1274

   Over the expanded body petal like garment
   It would dance happily dress slipping.

   हुआ मिलन प्रिय से,
   हो गया मन प्रिया का चमेली सम विकसित।।

5. ஆடியதால் ஓசை அணியாம் இதழினுள்
   பாடின பற்கள் பணிந்து.   1275

   As danced the sound is beautiful in the lips
   The teeth sang obeyed.

   प्रिय मिलन में करती गहनें निनाद,
   होंठ पर दाँत गाते विनम्र।।

6. பணிவாய் மனைவி பரிவுடன் சேர்ந்தாள்
   அணிகளோ மெல்ல அழும்.   1276

   The wife obediently coupled courtly
   But the wears would weep silently.

   सहज स्नेह से हुआ मिलन प्रिया से,
   गहनें उसकी प्रकट करती अपना दुख।।

7. அழுகைக் குறிப்பை யழகாம் வளையல்
   மழுவாகக் காட்டும் மனம்.   1277

   The notes of weeping the attractive bangles
   The mind would show as foundry iron.

   सुन्दर चूड़ियाँ करती प्रकट रुदन संकेत,
   प्रकट करता मन कठोर शस्त्र सम उसे।।

8. மனத்தினுள் செப்பியதை மங்கை மொழிவாள்
   வனத்துள் திரிந்திடும் மான்.   1278

   What said within the mind the young lady would express,
   The deer wandering in the forest.

   वन में विचरती हिरनी बराबर,
   प्रिया वह प्रकट कर देती मन का संकेत।

9. மான்போலத் துள்ளி மலைமேலே ஆடலென
    வான்மழையைக் கண்ட மயில்.   1279

With leaps and bounds of deer as dancing on the mountain,
Like the peacock seeing the rain.

काले बादल देख नाचते मोर सम,
मिलन प्रिय से झूमता मन हर्षित।।

10. மயில்போல் விரித்தாடி வண்ணநிறை கட்டில்
    கயிறாய்ப் பிணைந்தோங் களிப்பு.   1280

Dancing like peacock decorated cot
Intertwined like rope with the joy.

पलंग और रस्सी सम,
आनंद में नाचते मोर बन हर्षित हुए हम संयोग में ।।

அதி. 129. புணர்ச்சி விதும்பல்

(இருவரும் கூடுதற்கு விரைதல்)

Chapter 129. Rushing for unification

(Both hurrying for joining together)

अध्याय -129. संयोग के लिए तडप

(मिलन करने की आतुरता)

1. களிப்புடன் கவ்வியதே கண்க எமுதை
   அளிக்க மகிழ்ந்திருவர் ஆழ்ந்து.   1281
   The eyes grasped the nectar with jubilation
   Both merged in joy.
   प्राप्त हुआ नयन से अमृतानंद,
   मिलन आनंद में रह गये वे दोनों।।

2. ஆழ்ந்த மனத்தினுள் ஆரா உவகையும்
   ஆழ்கடல்போல் பார்த்தே அமர்ந்து.   1282
   Much joy at bottom of the mind
   Sitting like the deep sea watching.
   अन्तर मन में उठता आनंद,
   अथाह सागर बराबर देखना उसे ध्यान से।।

3. அமர்ந்தாள் மனைவி யருகினில் சென்றேன்
   குமரி குவளை குவிந்து.   1283
   Wife sat near I went Charming young
   Lady bend down like the kuvalai flower.
   बैठी थी वहाँ गया था मैं उसके निकट,
   सुमन कुमुद ने बंद कर ली पंखुड़ियाँ अपनी।।

4. குவிந்தனள் காமங் குடைய வுணர்வும்
    அவிழ்ந்திட அன்பால் அணைத்து.   1284

    Bowed sex urging the feeling also
    Unfastened embraced by love.

    खिल उठी मन में स्नेह भावना,
    प्रिय से किया प्रेमी ने स्नेह आलिंगन।।

5. அணைத்தார் மறந்தேன் அடிமனத்தில் கொண்ட
    கணைவீச்சாம் ஊடல் கவிழ்ந்து.   1285

    Hugged me forgot had at the bottom of the heart
    Shot arrow love quarrel surrendered.

    प्रेमी ने कर लिया आलिंगन,
    भूल गयी मैं अपने मन की अप्रसन्नता।।

6. கவினாகும் ஊடல்கொள் கள்ளமனஞ் சேர்ந்தே
    கவினுட லொன்றாய்க் கலந்து.   1286

    Have interesting love quarrel stealthy mind joining
    Beautiful bodies twining into one.

    रूठ जाता चोर मन करता स्नेह प्रेमी से,
    बनते जब तन दोनों एक होता मधुर।।

7. கலந்திடு முள்ளம் களிக்க வுடலும்
    நிலத்தினில் செம்புல நீர்.   1287

    The heart mingling, body to enjoy
    On the soil reddish flood water.

    वर्षा जल मिलकर मिट्टी में रंग उसका पाता,
    दोनों के तन मिलन आनंद में बनते एक।।

8. நீரைப் பிளந்திட நீரு மிணைந்திடும்
    நீரைச்சேர் வண்ணம் நிலைத்து.   1288

    If divide the water it would unite
    But the colour mixed in the water will be permanent.

    बहते जल जब काटते हो जाते फिर एक,
    रंग उसका बना रहता सदा एक।।

9. நிலைத்தவின்ப மில்லில் நிலைக்காத ஊடல்
   கலையை உணர்ந்தால் கவின்.   1289

   Constant enjoyment in the house, temporary love-quarrel,
   If understand the art, it will be attracting.

   अप्रसन्नता मन में सदा नहीं रहती,
   कला यह समझना सदा रखने स्थाई आनंद।।

10. கவினாம் துணையயால் கனவதுவும் உண்மை
    அவிந்த மனத்தில் அலை.   1290

    Satisfaction by life partner the dream also true
    Waves in the controlled mind.

    लहरे बन उठते दुख के सपने मन में,
    प्रिय बनता जब सहायक होते सब साकार।

அதி. 130. நெஞ்சொடு புலத்தல்

(தலைவி, தன் நெஞ்சொடு மாறு கொள்ளல்)

Chapter 130. Contradiction with heart

(Spouse disagreeing with her own heart)

अध्याय -130. मन की व्यथा

(प्रेमी की मनोवेदना)

1. அலையும் மனத்துடன் அன்படிமை யானும்
   அலைந்து திரிந்தே னழிந்து.   1291

   With wavering mind I too slave of love
   Wander wagged became useless.

   बन गयी मैं प्रिय प्रेम में गुलाम,
   उदास बन लहराता मन भटकता रहा हर कहीं।।

2. அழியும் மனத்தி லமைதி தருவாய்
   பழியுமது நீங்கிடும் பார்.   1292

   Would give peaceful mind to the decaying mind
   See the censoriousness would also be erased.

   दुखित मन को देना प्रेम से सांत्वना,
   होगा जिससे दोष तुम्हारा दूर।।

3. பார்த்தவுடன் நெஞ்சில் பதித்தேன் பதற்றத்தில்
   கார்மழையில் செம்மண் கரைந்து.   1293

   As soon as I saw I engraved in my heart in the hurly-burly,
   Red soil, dissolved in the monsoon rain.

   देखते ही ले लिया मैं ने उसे अपने मन,
   हो गयी बेचैन बन गयी मिट्टी में मिले जल बराबर।।

4. கரைந்தே விழுந்திடுவேன் கட்டுடலோ இன்றும்
   அரைத்த விழுதா யழிந்து.   1294

   I will fall melting but strong body today also
   As ground of falling branch vanishing.

   मिलन प्रेमी से गल गयी मैं स्नेह में,
   पिस गया तन हो गया वह क्षीण।।

5. அழிந்தே வருந்துமென் ஆருயிர் வீழ்முன்
   பழியைத் தடுப்பாய் பரிந்து.   1295

   My dear soul would regret dieing out before sliding
   Would stop the blame with courtesy.

   प्रिय वियोग में दुखित है प्राण मेरे,
   त्यागने पूर्व करना रक्षा मेरी रोकना अपना दोष।।

6. பரிந்துவா அன்பினைப் பாவைக் களிக்க
   அரிக்குங் கடலானேன் ஆற்று.   1296

   Come with graciousness this lady to enjoy your affection,
   I have become corroding marine, save.

   घिसाता सागर सम बन गयी वह,
   आना आगे देना प्रेम इस प्रिया को।।

7. ஆறுதல் தந்திட அன்பால் உயிர்தங்கும்
   தேறுதல் பெற்றே தெளிந்து.   1297

   Giving consolation the soul would be retained by love,
    After getting encouragement would be stable.

   स्नेह सांत्वना से होंगे प्राण तन में,
   समझ सत्य यह देना मुझे वह।।

8. தெளிந்திட்ட நெஞ்சிலே திண்மை பிறக்கும்
   அளிப்பார் நிலைத்த அருள்.   1298

   In the explicit mind, confidence would born
   One would give the static blessing.

   समझता जब महत्व स्नेह का,
   प्राप्त होता तब मन में बड़ा बल।।

9. அருளே துணையாகும் அன்பர் பிரிவால்
   இருள்சூழ்ந்து வீழ்வேன் எளிது.   1299

   Grace would be the guardian by the separation of loved,
   Surrounded with darkness I would fall down easily.

   रहता प्रेमी बड़ा सहायक,
   होता वियोग उससे गिर जाती मैं बड़े अंधेर में।।

10. எளியாளின் உள்ள இருக்கையில் தங்கக்
    களிப்பால் மரங்குலுங்கக் காய்த்து.   1300

    To be seated in the heart of yours humbly
    By gladness the tree bears a lot to shake.

    रहता जब प्रेमी मेरे मन पाती बड़ा आनंद,
    बन जाती मैं फलदार पेड़ बराबर।।

அதி. 131. புலவி

(ஊடல்)

Chapter 131. Emotional Struggle

(Conflict – Love- quarrel)

अध्याय -131. रूठना

(अप्रसन्न होना)

1. காய்த்த மரத்தினில் கல்லடிக்க வீழுமே
   காய்தல் புலவிக் கனி. 1301
   The tree bearing more fruits will be subjected to stone throwing,
   Avoiding is fruit for physical pleasure.
   फलदार पेड़ पर करते जन पत्थर मार सम,
   रूठना है मधुर मिलन संयोग में।।

2. கனியினைக் கண்ணெனக் காக்க மிகையாம்
   இனிப்பாகு மில்லம் இனிது. 1302
   Protecting the fruit like eyes addition
   The house becoming joyous would be sweeter too.
   रूठना बनता मधुर फल बराबर,
   करना रक्षा उसे बढेगा घर में अति आनंद।।

3. இனிதாங் குடும்பமே யின்பத்தை நல்க
   அனிச்சமாம் ஊடல் அழகு. 1303
   The amicable family providing pleasure
   On the spot difference will be encouraging.
   मधुर परिवार में आनंद प्राप्त होने,
   मृदु सुमन सम रूठना बनाता सुन्दर।।

4. அழகிய பெண்ணின் அணிகளைத் தொட்டால்
   பழகி மகிழ்வாள் பழுத்து. **1304**
   If touch the accessories and wearings of a beautiful lady,
   Would be friendly and pleased giving flavor.
   छूकर देखते जब प्रेमी के सुन्दर गहने,
   रहेगी साथ और होगी आनंदित।।

5. பழுத்த பழமும் பழுக்காத காயும்
   அழுகியே மாயும் அழகு. **1305**
   Ripened fruit and unripened semi fruit
   Would become rotten and perish, the nature of beauty.
   अति परिपक्व फल और कच्चा फल,
   सडकर खो देते अपना सौंदर्य।।

6. அழகோ இயற்கை அலர்ந்த மலரும்
   பழகிய நட்புமே பார். **1306**
   The beauty is natural the flowered flower
   Friendliness developed shall be reviewed.
   विकसित सुमन बनी मित्रता है सुन्दर,
   बनते वह प्रकृति का सौम्य रूप।।

7. பார்க்கின்ற போதெலாம் பாரா தொதுங்கினாய்
   ஆர்க்கும் கடல்போல் அவா. **1307**
   Whenever we met and meet avoided without seeing
   But the aspiration is like turbulent sea.
   उठती मन में चाह असीमित सागर सम,
   पर देखकर भी अनदेखा कर हटती दूर।।

8. அவாவுடன் வந்தேனே ஆசையாய் ஊடல்
   அவாவால் அணைத்தேனே ஆழ்ந்து. **1308**
   I came with longing hanker for love-quarrel
   Embraced with appetite with involvement.
   आतुर आयी मैं रूठने की इच्छा से,
   बढ़ती चाह में कर लिया मैं ने उसका आलिंगन।।

9. ஆழ்கிணற்றில் உள்ள அறுசுவை நீராக
   ஆழ்மனத்தைத் தூண்டும் அமுது.   1309

   As multi tasty water in the deep well
   The nectar inducing the bottom of the mind.

   रहता गहरे मन में प्रिय पर प्रेम,
   होता वह गहरे कुएँ में मिलते मधुर नीर बराबर।।

10. அமுதுடன் தேனும் அளைந்துண்ண லன்ன
    அமுதாம் மனைவி அணைப்பு.   1310

    Like tasting nectar and honey mixed together
    The embrace of wife is much rejoicing.

    प्रिया का आलिंगन देता अति आनंद,
    होता वह मधु मिश्रित अमृत अन्न सम।।

அதி. 132. புலவி நுணுக்கம்

(ஊடலின் நுட்பம்)

Chapter 132. Minutiae of deception

(Accuracy of love – fight)

अध्याय -132. रूठने के लक्षण

(नकली क्रोध)

1. அணைப்பில் மகிழ்வுடன் அன்பருளாய்ச் சேராக்
   கணைவிழியாள் காரணஞ்சொல் கண்.   1311
   With pleasure in hugging not uniting with kindness
   Dear arrow eyed give reasons.
   प्रिय आलिंगन में वह नहीं होती आनंदित
   कारण यह कहना मुझे मेरे प्रिय नयना।।

2. கண்ணோ கணினியில் காணாதே பேசுகின்றாய்
   எண்ணம் பணியிலே ஏன்?   1312
   Both eyes are in the computer, speak without gazing,
    Why concentration in the work?
   अगोचर करती बात कम्प्यूटर से,
   सदा रखते क्यों अपने काम में ध्यान?

3. ஏனென்றே யென்மனத்தி னேக்கம் விளங்கவில்லை
   ஏனென் றுரைப்பாய் எதிர்.   1313
   Do not understand why nostalgia in the mind
   Would you please explain why not elucidate?
   मन मेरे उठता उदास आती नहीं समझ,
   प्रिय, कहना कारण उसका मुझे।।

4. எதிரியைப் போலவே எட்டியே நின்றாய்
   அதிரவைக்கும் போக்கா அழகு.   1314
   You stood away as if an enemy
   Is shocking attitude equitable?
   रहती मुझसे शत्रु सम हटकर दूर,
   कराती स्पंदित दिल मेरा देता क्या भला।।

5. அழகாம் உடலுக்குன் ஆடையோ இல்லாள்
   புழங்கும் விதமும் புதிது.   1315
   As beauty to the body she does not have your dress
   Socializing way also something novel.
   रूप का सौंदर्य बन गया परिधान तेरा,
   कार्य प्रिया का होता नवीन।।

6. புதிதாய் மொழிகின்றாய் புத்தணைப்பில் மென்மை
   அதிலும் வியக்கின்றேன் ஆங்கு.   1316
   You are telling something new softness in cuddling
   I astonish in that there.
   मृद आलिंगन में कहते तुम नयी बात,
   करती मैं उससे बडा आश्चर्य।।

7. ஆங்கே தனித்திருந்தே ஆழ்ந்து நினைத்திடுவேன்
   தாங்கா திரவில் தவித்து.   1317
   I will recollect in isolation here and there and then and there,
   Unable to resist during night the angst.
   तड़पती मैं अकेले वहाँ तेरी याद में,
   तेरे वियोग में होती मैं दुखित।।

8. தவிப்போ இரவினில் தானோ? பகலில்
   தவிக்கின்றே னுள்ளாந் தளர்ந்து.   1318
   Is despair only in the night? During day
   Desperation hopelessly the mind.
   दुखित मैं तेरे वियोग में रात में ही नहीं,
   उदास बन तड़पती मैं दिन में भी।।

9. தளர்ந்த உடலையே தாங்கி யணைக்கத்
    தளரா மனமுணரும் தாள். 1319

    To hold and embrace the inconsolable body
    Confident mind realizes the foot.

    दुर्बल तन को जब मिलता तेरा आलिंगन,
    समझ लेता स्थिर मन चरण की दृढ़ता।।

10. தாள்மட்டு மல்லாது தாக்குண் டணிகளொலாம்
    தாள்கள் பணியுந் தலை. 1320

    Apart from the foot concerned don
    The feet to which the head would bow.

    प्रिय परिरंभण में चरण मात्र नहीं,
    गहने प्रिया के भी करते नमन।।

அதி. 133. ஊடலுவகை

(தலைவனும் தலைவியும் ஊடி மகிழ்தல்)

Chapter 133. Joy of reunion

(Both spouses rejoicing reuniting)

अध्याय – 133. रूठने में आनंद

(प्रिय और प्रिया को रूठने में भी हर्ष का अनुभव)

1. தலைவர் தவறிழைக்கார் தண்மலர்போ லுள்ளஞ்
சிலைபோலப் பார்க்கின்றார் சீர்.   1321

   Husband will not commit any blunder, heart is like chilly flower,
   He watches curiously like sculpture.

   प्रिय का मन होता शीतल सुमन सम,
   देखते मूर्ति सम करेंगे नहीं कोई अपराध।।

2. சீர்மையாங் கூடல் சிறகிணைக்க வூடலதில்
தீர்வாய் விழைவினைத் தேர்ந்து.   1322

   Physical union is satisfying the wings link in the love quarrel,
   As a solution selecting the wishes.

   मिलन पंखों को मिलाने,
   रूठने की दुनिया में मिलता समाधान चुनना उसे पसंद।।

3. தேர்ந்து விரும்பியே திண்ணமா யெண்ணினேன்
கார்மழையில் நாமிணைந்தோங் கண்.   1323

   Selecting thought stubbornly wantonly myself
   We united during monsoon rain deliberately.

   चुना मैंने मन पसंद उसे रही दृढ़ उसपर,
   हुआ कड़ी वर्षा में मिलन हमारा।।

4.   கண்கள் கலந்ததால் கண்டோமே பேரின்பம்
எண்ணிட ஊடல் இனிது.   1324

Due to mingling of eyes of both we derived much pleasure,
When recollect it the love fight is very sweet.
नयनों के मिलन से होता बडा आनंद,
रूठने से मिलता मधुर आनंद।।

5.   இனியள் தொடாதே யெனிலோ தொடுவாய்
குனித்தவிதழ் சொல்லுங் குறிப்பு.   1325

If I say, do not touch my sweet heart, you would touch me,
The head bending would convey intention.
प्रिया मना करती छूने को पर छूते स्नेह से,
स्तब्ध होंठ से मिलता संकेत तुम्हारा।।

6.   குறிப்பறிந்து வாழ்ந்து குடும்பம் நடத்த
அறிவிப்பாம் ஊடல் அழகு.   1326

To run the family living together with mutual understanding,
 The very intimation is conveying intentional struggle in the mind.
संकेत समझकर परिवार चलाने,
रूठना भी देता सुन्दर संकेत ।।

7.   அழகான ஊடல் அளவுங் கடுகாம்
பழக உதவும் படை.   1327

Showing artificial indifference the quantum also very little
Helping kith and kin to be friendly.
रूठना है सुन्दर, सरसों सम रूप है वह,
पर सेना सम देता बड़ा बल।।

8.   படையென நாணமும் பன்மடங்கு வேண்டா
அடைந்தால் பிரியும் அகம்.   1328

As company the shyness also not needed at large scale
If obtained the mind would divert.
रूठना कभी न हो सीमा से पार,
यदि करें पार बिछुड जाता प्रिय दिल।।

9. அகத்தினில் வெட்கம் அளவா யிருக்க
   அகமு மிணைந்தே அணைத்து.   1329

   The shyness in the mind, to be least
   The mind also join together embracing.
   लज्जा रहे मन में सीमित,
   तब होते आलिंगन में एक हो जाते दिल।।

10. அணைப்பினில் காமம் அலைகட லின்பம்
    அணைப்பருள் உள்ளத்துள் அன்பு.   1330

    Sex in hugging boundless joy
    In the heart of magnificent spouse much benevolence.
    लहराते सागर बराबर सुख है काम भाव,
    आलिंगन में प्रकट होता दिल का स्नेह।।

அதிகாரத்திற்கு ஒரு குறட்பா
One Kural for each chapter as a gist
हर अध्याय पर एक दोहा

அறத்துப் பால்
Rectitude
धर्म खंड

அதி. 1. முதன்மை
முதற்பொரு ளான முழுமுத லென்றும்
முதன்மை யெனவே மொழி.

Chapter 1 - Prayer Song

As primary concepts totally it is basic
Propose it is main.

अधिकारम -1 . ईश्वर वन्दना
प्रधान है वह होती सभी में प्रमुख
कहना इसे संसार को।।

அதி.2. வான் சிறப்பு
மொழியா லுறவு முதலாம் மழைநீ
ரழியாதே நிற்கு மருள்.

Chapter 2 -Uniqueness of Sky

By language interrelation as paramount rain
Water would never disappear show mercy for ever.

अधिकारम - 2 – वर्षा की महत्ता
भाषा से होता संबन्ध अति निकट
वर्षा से रहता संसार सदा।।

அதி.3. நீத்தார் பெருமை
அருளைப் பொழிந்தே யருந்துறவி யிங்கே
யிருமை யுணர்த்து மினிது.

Chapter 3 - Greatness of ancestor

As continuing blessing spiritual saints here
Their presence would make all contented.

अधिकारम – 3 . संयम का महत्व
महान संत अपनी करुणा से बोध
कराता हमें भला-बुरा यहाँ।।

அதி.4. அறன் வலியுறுத்தல்
இனிதா மறமே யிருமைக்கும் வேண்டுங்
கனியாகும் வாழ்வு கனிந்து.

Chapter 4 - Insistence of morality
Ethics is inspiring needed for the present life
The life would be upstanding and honourable.

अधिकारम – 4 . नैतिक गुण पर बल
इह-पर जीवन को वांछित है धर्माचरण
करता वह जीवन को महान।।

அதி.5. இல்வாழ்க்கை
கனியாந் துணையோ கலங்கரையாம் வாழ்க்கை
யினிதாகச் செய்யு மிணை.

Chapter 5 - Family life
Amicable better half life would be a beautiful shore
The life partner would perform enlively.

अधिकारम – 5 . परिवार
होती पत्नी मधुर होता वह जीवन प्रकाश स्तंभ
दोनों से बनता जीवन का आनंद।।

அதி.6. வாழ்க்கைத் துணைநலம்
இணைந்தாள் கணவனை யில்லறமாம் வாழ்விற்
பிணைந்திட்ட சுற்றம் பிணித்து.

Chapter 6 - Distinctive character of wife
Joined with husband in the life of family
Twined as new kith and kin.

अधिकारम – 6 . परिवार की सहायिका
मिला दिया स्त्री ने जीवन परिवार में अपने को
ले लिया उसने रिश्तों को भी साथ।।

அதி.7. மக்கட்பேறு
பிணிப்பை யுருவாக்கும் பிள்ளையைப் பெற்றாற்
கணிக்கு மனைத்துங் களிப்பு.

Chapter 7 - Children a gift of wealth by nature
Would bring attachment into existence if bear a child
Total happiness would flourish.

अधिकारम – 7 . पुत्र प्राप्ति
होती प्रेम बढाता पुत्र की प्राप्ति होता तब
जीवन भर पूर्ण आनंद।।

அதி.8. அன்புடைமை
களிப்புட னன்புங் கருணையும் வாழ்வி
லளித்திடுவ ரன்பா மளிப்பு.
Chapter 8 - Fondness
With pleasure love graciousness in the life
 Would offer affection as a gift.
अधिकारम – 8 . प्रेम जीवन
जीवन अपने में जब आनंद से देते
दया भी होते सब सदा हर्षित।।

அதி.9. விருந்தோம்பல்
அளிக்கும் விருந்தினி லன்பைக் குழைத்துக்
களித்தே வரவேற்பாய் கண்டு.
Chapter 9 - Hospitality
In the feast arranged mixing love
See the welcome with greetings.
अधिकारम – 9 . अतिथि सत्कार
मिश्रित करना स्नेह अतिथि सत्कार में
होंगे सब जन आनंदित।।

அதி.10. இனியவை கூறல்
கண்டவரைப் பார்ப்பின் கருணை யாய்ப் பேசிடுக
கண்டா மரையாங் கவின்.
Chapter 10 - Offering gratifying words
Speak with politeness whenever meet new persons
Eyes are beautiful lotus.
अधिकारम – 10 . मधुर वचन
मिलते जिससे बोलना उनसे मधुर कथन
सुन्दर कमल सम हर्षित होंगी नयन।।

அதி.11. செய்ந்நன்றியறிதல்
கவினுலகிற் செய்ந்நன்றி காண்வான வில்லாம்
புவியிற் சிலரன்றோ போற்று.

Chapter 11 - Consciousness of gratitude

If you observe the thankfulness in the modern world like rainbow
Appreciate a few only civilized on the earth.

अधिकारम – 11 . अहसानमंदी
संसार में रखते मन में कृतज्ञता अति अल्प
होते कुछ वे इंद्रधनुष बराबर।।

अति.12. நடுவு நிலைமை
போற்றுவர் சான்றோர் புவியினில் வாய்ப்புவர
மாற்றுவழி சிந்தியார் மண்.

Chapter 12 - Neutrality

The civilized would felicitate when the opportunities arise
It is wiser not to think about when alternative comes.

अधिकारम – 12 . निष्पक्षता
उत्तम जन गाते कीर्ति उनकी जो रहते
सदा निष्पक्ष अपने पथ पर।।

அதி.13. அடக்கமுடைமை
மண்ணி லிளைஞர் மதிமறந்து வாழ்வதுவே
யெண்ணி லடங்கா வெமன்.

Chapter 13 - Humility

The youth on the earth living without any moral code of conduct
Infinite Yema.

अधिकारम – 13 . आत्म संयम
होता युवक संसार में जब बुद्धिहीन
बन जाता दुख देता यमराज सम।।

அதி.14. ஒழுக்கமுடைமை
எமனோ தவறா தெவருயிரும் வாங்கும்
நமதொழுக்கந் தாழ்ந்திடலோ நன்று.

Chapter 14 - Discipline

Yema would drag everybody's soul dutifully
It is nobility of enlightenment should not be deterred.

अधिकारम – 14 . सदाचार
यमराज भी करता अपना कर्तव्य जीवन
ष्टाचार रहित होता क्या भला।।

அதி.15. பிறனில் விழையாமை
தாழ்ந்திட லொப்பதாந் தன்னுயிரை மாய்த்திடப்
பாழ்ங்கிணறு தேடும் பழி.
Chapter 15 - Omitting lust towards other's better half
On par with degrading committing suicide
The blame would lead to search a dry well.
अधिकारम – 15 . अन्य की पत्नी पर आकर्षित न होना
आचरण से जब गिरता कोई होता वह
अंध कुएँ में खुद गिरने बराबर।।

அதி.16. பொறையுடைமை
பழியின்றி வாழ்ந்திடப் பாரிற் பொறுமை
விழியொன்றி யூன்றுவாய் வேர்.
Chapter 16 - Possession of patience
To live without curse in the world tolerance
You should seed to develop that culture deep sighted.
अधिकारम – 16 . सहनशीलता
सहनशीलता लाती निर्दोष जीवन ध्यान
अपना उसपर रखना सदा।।

அதி.17. அழுக்காறாமை
வேரொடு நீக்கிடுக வீழழுக்கு நற்காட்சிக்
காரொடு நீண்மழையைக் காண்.
Chapter 17 - No jealousy
Uproot it is good outcome to see erosion
Perceive the monsoon rain with cloud.
अधिकारम – 17 . ईर्ष्या न करना
वर्षा में होते सुन्दर दृश्य बराबर जड से
उखाड देना मन से ईर्ष्या।।

அதி.18. வெஃகாமை
காண்கின்ற வொன்றைக் கவர நினையாதே
மாண்புட னீடுபுகழ் வாழ்.

Chapter 18 - Not Yearning
Do not to attract all you come across
Live long with honour and fame.

अधिकारम – 18 . लोभ न करना
दिखते सब को हड़पने की इच्छा न करना
प्राप्त करना कीर्ति जीवन अपना।।

अति.19. புறங்கூறாமை
வாழ்வுக் கலைவதேன் மண்ணிற் புறங்கூறித்
தாழ்ந்திட லேனோ தனித்து.

Chapter 19 - No Vilification
Why life disperses on this soil commenting at the tack
Isolating themselves getting degraded.

अधिकारम – 19 . मानहानी करना
जीवन होता नाश धरती में मानहानी कर
बना लेता अपने को नीच।।

அதி.20. பயனில சொல்லாமை
தனித்தே யவையிற் றளரும்வீண் சொல்லோ
கனியிருப்பக் காயுண்ணற் காண்.

Chapter 20 - Not uttering using fruitless words
Individually delivering speech of demerit in the forum
It is nothing but eating unripe while ripe one is available.

अधिकारम – 20 . व्यर्थ बात न करना
भरी सभा में करते जब व्यर्थ बात होता वह
मधुर फल छोड़ कच्चा खाने सम।।

அதி.21. தீவினையச்சம்
காண்பார் பொருங்கக் கடுஞ்சொல் மொழிபவனைக்
காண்பதை நீக்கற் கடன்.

Chapter 21 - Being scared of sinful acts
People who watch to consume in fine one who delivers hatred Speer
It should a bounden duty to avoid meeting him.

अधिकारम – 21 . दुष्कृति पर डर
करता कोई कठोर शब्द अन्य को है
भला कभी न देखना उसे।।

அதி.22. ஒப்புரவறிதல்
கடனென வற்றக் கனிவுடன் றாங்கி
யிடரைக் களைவ தியல்பு.

Chapter 22 - Behaving after realizing worldly discipline
Performing as duty bearing with courtesy
It is quite natural to root out problem.

अधिकारम – 22 . सामाजिक कर्तव्य
बेमन काम न कर स्नेह से बचाना संकट से
होता वह सच्चा स्वभाव मानव का।।

அதி.23. ஈகை
இயல்பாகத் துன்புறித்தி யீர்க்கும் பசியாம்
மயக்கத்தைப் போக்குவதே மாண்பு.

Chapter -23, Philanthropy
Hunger would allure by irking casually
It is euphoria to get rid of fainting spells of giddiness.

अधिकारम – 23 . परोपकार
भूख देता बडा दुख जब करता उसे दूर
होता वह गुण में महान।।

அதி.24. புகழ்
மாண்பாஞ் செயலை மகிழ்வுடன் செய்திடின்
மாண்புடன் மண்மணக்க வாழ்வு.

Chapter 24 - Fame
If discharge noble activities voluntarily with pleasure
The life would be with dignity as the world applauding.

अधिकारम – 24 . कीर्ति
कर्तव्य अपना जब करते हर्षित मन से
होता प्राप्त कीर्ति भरा जीवन।।

அதி.25. அருளுடைமை
வாழ்பவ னெஞ்சில் வளர்த் தலருளாகும்
பாழ்படான் நன்னிலத்திற் பார்.

Chapter 25 - Humanitarianism

In the heart of growing one what blossoms is mercy
See on this soil one who is not spoilt.

अधिकारम – 25 . सहानुभूति
मन में करते जब दया का विकास
धरती में पाते उत्तम जीवन।।

அதி.26. புலால் மறுத்தல்
பார்த்தறிந்த நல்லோன் படர்புண் வெறுத்திட்டாற்
கூர்த்த விலங்குங்கை கூப்பு.

Chapter 26 - Not eating non-vegetarian

Well known who is good humane if dislikes flesh
Even wild animals would salute.

अधिकारम – 26 . मांस निग्रह
उत्तम सज्जन करें अनुभव दुख घाव का
होते जानवर भी उसे करें नमन।।

அதி.27. தவம்
கூப்பித் தொழுதிட்டாற் கூற்றந் தவசிமுன்
மூப்பிலு மஞ்சிநிற்கும் முன்.

Chapter 27 - Prayer after renouncing all attachments

If worship with bowing head even the Yema in front of saint
Would stand before with fear even at the old age.

अधिकारम – 27 . तपश्चर्या
नमन करें यदि तपस्वी के आगे यमराज भी
भयबीत रहेगा बुढापे के आगे।।

அதி.28. கூடாவொழுக்கம்
முன்னே தவவேடம் மூலையிற் பொய்யொழுக்க
மென்னே யுமிழ்ந்தவரை யேசு.

Chapter 28 - The behavior to be forbidden

In front esteemed appearance but truly misconduct
Curse one who spits like that.

अधिकारम – 28 . धूर्त कार्य
आगे करता ढोंगी साधु पीछे करता बुरा
दुत्कारना पाखंडी उसे जरूर।।

அதி.29. கள்ளாமை
ஏசியுயிர் வாழ்வதா வென்றுந் திருடாதே
மாசிலா வுள்ளமே மாண்பு.

Chapter 29 - Abandoning snatch
Is it necessary to live talking as such do not steal
The mind without guile is blessing.

अधिकारम -29 . अस्तेय
कभी न करना चोरी होगा जिससे बुरा
पावन मन से होता भला।।

அதி.30. வாய்மை
மாண்பா யிருக்க மனமகிழ்வு வாய்மையாற்
றூண்போன்று தாங்குந் துணிவு.

Chapter 30 - Candour
To be respectable the happiness is by truthfulness
The boldness would bear like beam and pillar.

अधिकारम – 30 , सत्यता
होती हिम्मत सत्यता में बनती वह स्तंभ सम
ढोती आनंद जीवन अपना।।

அதி.31. வெகுளாமை
துணிவாய்ச் சினத்தைத் துணையாய்க்கொள் ளாரேன்
மணியா யொளிருமே மண்.

Chapter 31 - Not getting infuriated
If one does not keep anger boldly as a way of conduct
The earth would be glittering in all direction.

अधिकारम – 31 . क्रोध का विरोध
लेता नहीं जो क्रोध को अपना सहारा
होता जीवन उसका उज्ज्वल।।

அதி.32. இன்னா செய்யாமை
மண்ணில் மிதிப்பார் மதிப்பாய் நடத்திடு
பண்ணி லிசையாகும் பார்.

Chapter 32 - Not to be hurtful

Treat with respect all who insults
See it would become music to the song.

अधिकारम – 32 .अहिंसा

करें कोई निरादर करना उसका आदर
होगा जीवन प्रतिष्ठित।।

அதி.33. கொல்லாமை
பார்மனிதா கொல்லாமை பண்பா மறத்தினை
யோர்ந்துபா ராட்டு முலகு.

Chapter 33 - Not slaughtering

Oh! Man see! as a culture not killing
The world would congratulate together.

अधिकारम – 33 . हत्या न करना

रहना जीव हत्या से दूर होता वह महान धर्म
करता जो उसे होता बडा कीर्तिवान।।

அதி.34, நிலையாமை
உலக நிலையாமை யுண்மை யுணர
நலங்கெடுங் கன்மம் நலிந்து.

Chapter 34 - Transience

To realise the impermanence of the world as a fact
The sinful activities would become weakened.

अधिकारम – 34 . क्षणभंगुरता

संसार है क्षणभंगुर समझता सत्य जब
दूर हो जाता तब कुविचार सब।।

அதி.35. துறவு
நலிந்திடும் பெண்ணாசை நானிலப் பெண்க
ளொளிப்பான் முகத்தி லொளி.

Chapter 35 - Relinquishment

Debilitating fondness towards woman all the women of universe
Would sing with brightening face.

अधिकारम – 35 . परित्याग
करता त्याग जब नारी पर मोह होता
तब जीवन उसका उज्ज्वल।।

அதி.36. மெய்யுணர்தல்
ஒளியை யுணர்ந்திட வோங்கிடு முள்ளக்
களிப்பி லதையுநீ காண்.
Chapter 36 - Realizing the fact
Realising the light escalating heartfelt
Happiness you see that too.
अधिकारम – 36 . सत्यानुभूति
ज्योति सत्य पाने कर लेना मन पावन
हर्षित दिल में करना उसका दर्शन।।

அதி.37. அவாவறுத்தல்
காண்பவை கட்டறுத்துக் காக்க வுலகினின்
மாண்பாம் மழையெனவே வாழ்.
Chapter 37 - Relinquishment of craving
All seen to defend by removing all knots of the world
Lead life like rain the gift of the nature.
अधिकारम – 37 . इच्छा दमन
मन अपने से काट लेना लालच कर लेना
जीवन अपना दुनिया में वर्षा बराबर।।

அதி.38. ஊழ்
வாழ்வெலாம் நீர்க்குமிழி வல்லூழை வீழ்த்திட
வாழ்கவென நீணிலத்தோர் வாழ்த்து.
Chapter 38 - Destiny
Throughout the bubbles to defeat the strong fate
People of the vast world greet to live long.
अधिकारम – 38 . नियति
बुदबुदा बराबर होता जीवन मानव का सबके
आशीष से करना नियति का अंत।।

பொருட்பால்
Prosperity
अर्थ-कांड

அதி.**39.** இறைமாட்சி
வாழ்வினி லூழலிலா மாண்பா மமைச்சனை
வீழ்த்துங் களைபிடுங்கு வேர்.

Chapter 39 - Distinction of Ruling
Corruption free dignified ruler
Weed out the forces trying to overpower.

अधिकारम – 39 . प्रशासन की भव्यता
खर पत्वार से होती जड भी नाश भ्रष्टता से
होता उत्तम मंत्री भी चरित्रहीन।।

அதி.**40.** கல்வி
வேரென்று கல்வியை வேண்டிப் படித்திடக்
காரென்றே காத்திடுங் கண்.

Chapter 40 - Education
Learning education as a root
It would escort like monsoon rain.

अधिकारम – 40 . विद्या
सीखते जब हम विद्या को जड बराबर
करती रक्षा वह शीतल बादल सम।।

அதி.**41.** கல்லாமை
கண்ணுக்குப் புண்ணாகுங் கல்லாமை கற்றவரை
மண்ணிற் புகழ்வர் மகிழ்ந்து.

Chapter 41 - Illeteracy
Illiteracy will be a wound to the eye for an educated
People would express admiration out of jubilation on the earth.

अधिकारम – 41 . अविद्या
होती अविद्या नयन में होता घाव सम
गाते सब कीर्ति विद्वान की।।

அதி.42. கேள்வி
மகிழ்ச்சியைத் தந்திடும் மாண்பாம் மொழிகேள்
துகினழுவக் கைபோற் றுணை.
Chapter 42 - Listening
Listen to an informative talk giving valuable happy guidance
It will be your companion like hand adjusting when dress slips.
अधिकारम – 42 . श्रवण
खिसकते वस्त्र की रक्षा करता हाथ बराबर
करना श्रवण सदा उत्तम विचार।।

அதி.43. அறிவுடைமை
துணையா மறிவைத் துணிந்துலகு போற்றக்
கணையா யுதவுமே காண்.
Chapter 43 - Enlightenment
As world to reverse the knowledge boldly as an intimate friend
You can experience that it would help like sharp arrow.
अधिकारम – 43 . ज्ञान संपत्ति
बाण बराबर करता रक्षा बुद्धि विवेक
करता संसार उसका यशोगान।।

அதி.44. குற்றங்கடிதல்
காணும் பிழையினைக் கண்டவுட நீக்கிடுக
தூணுந் துரும்பாய்த் துணி.
Chapter 44 - Eradicating crimes
Try to remove the blunders as soon as you experience
Even if it is like a pillar consider it as minute.
अधिकारम – 44 . दोष से दूर
पाते दोष को करना तुरंत दूर हो वह
मजबूत उखाड देना उसे जरूर।।

அதி.45. பெரியாரைத் துணைக்கோடல்
துரும்பென வெண்ணாத் துணைகொள் பெரியார்
கரும்புவிளை தோட்டங் கவின்.
Chapter 45 - Having company of seniors
Be wiser to have a comrade knot to think as minuscule that personally
Will be a pride like sugarcane growing farm.

अधिकारम – 45 . सत्पुरुष का सहारा
तुच्छ न समझना उत्तम सज्जन को लेना
सहारा होगा जीवन अपना उपवन।।

அதி.46. சிற்றினஞ் சேராமை
கவின்பொலிவுந் தீய்க்கக் களராகுஞ் சீர்மை
புவியிற் படர்களையாய்ப் புல்.
Chapter 46 - Not associating with mean minded
If turn the admiring charming also would become
On the earth the grass spreading as weed.
अधिकारम – 46 . धूर्त से दूर
अनल जलन से होता सौंदर्य भी नाश
खर पतवार से होता खेत बंजर।।

அதி.47. தெரிந்து செயல்வகை
புல்லும் புலியாம் பொலிவாய்த் தெரிந்தாற்றக்
கல்லும தாகுங் கயம்.
Chapter 47 - Doing after careful study
Even the grass would be tiger if perform with intelligence
The stone itself would become pride.
अधिकारम – 47 . स्थिर विचार
कार्य स्थिर विचार से होता घास भी बाघ सम
भारी पत्थर भी बन जाता जलाशय।।

அதி.48. வலியறிதல்
கயத்தினிற் கொண்டை கவினாடும் மாற்றான்
புயவலியைக் கண்டுசெய் போர்.
Chapter 48 - Assessing the strength of courage
The carp fish would swim in the water enemies
Fight in the war seeing the strength of arm.
अधिकारम – 48 . ताकत का ज्ञान
मछली अनेक होती जलाशय में ताकत शत्रु का
समझना स्पष्ट करना हिम्मत से युद्ध।।

அதி.49. காலமறிதல்
போர்செய்யு மாற்றற் புகழ்வந்தே தங்கிடுஞ்
சீர்காலஞ் சேர்ந்தாற் செழிப்பு.
Chapter 49 - Knowing the appropriate timing
The fame would come and stay for the ability to fight in the war
If appropriate timing combined victory.
अधिकारम – 49 .वक्त की पहचान
उचित वक्त समझ करना युद्ध शत्रु से
मिलता बल होती कीर्ति उसकी।।

அதி.50. இடனறிதல்
செழிக்கும் படையுடன் சேரிடத்தைத் தேர்ந்த
விழிப்பே துணையாம் விழி.
Chapter 50 - Studying the place
With the strong army selecting the appropriate place
The watchfulness is the support as eye.
अधिकारम – 50 . स्थान पहचानना
हो सेना का बल बडा रहना सचेत
स्थान जहाँ पहुँचते सुरक्षित।।

அதி.51. தெரிந்து தெளிதல்
விழியினிற் காண்பதா வேருடனாயப்
பழிவிலகும் வெற்றிநடை பார்.
Chapter 51 - Getting clarified by learning
Whatever seen investigate everything right from its basic root
You can witness victory walk as the blame would withdraw.
अधिकारम – 51 . स्पष्ट समझना
देखते जिसे करना शोध सचेत होगा
जिससे दोष दूर प्राप्त होगी जीत।।

அதி.52. தெரிந்து வினையாடல்
பார்த்தே யேவரையும் பார்க்கு மெதனையுந்
தேர்ந்தே தெளிவதாந் தேர்வு.
Chapter 52 - Making the selected to perform
By seeing all and observing all
It is an examination selecting to get clarified.

अधिकारम – 52 . समझकर करवाना
होता उत्तम चयन वही देखते जिसे
सुनते जिसे लेते निर्णय सचेत।।

அதி. 53. சுற்றந்தழால்
தேர்ந்திட்ட சுற்றத்தைத் தீர்வாங் குழுவாக
மார்பினி நெஞ்சாக வாழ்.
Chapter 53 - Protecting kith and kin
Selected kith and kin as a last resort
Try to live like the heart inside the chest.
अधिकारम – 53 . स्वजन सुख
चुने रिश्तों साथ रहना स्नेह से एक
रखना उनको अपने मन।।

அதி.54. பொச்சாவாமை
வாழ்வின் மறதி வளர்ச்சி யழித்திடும்
பாழ்ங்கிணற்றிற் கல்லாய்ப் படும்.
Chapter 54 - No absent mindedness
Absent-mindedness would end the development
It will be like stones in the abandoned well.
अधिकारम – 54 . अविस्मृति
विस्मृति रोक देती उत्तम विकास होता वह
अंध कुएँ में गिरा पत्थर बराबर।।

அதி.55. செங்கோன்மை
படுத்துங் களைகளைப் பார்த்துப் பிடுங்கு
வடுவன் றமைச்சன் வழி.
Chapter 55 - Unbiased reign
Carefully remove the weeds hindering the crops
It is the style of administration of the perfect ruler.
अधिकारम – 55 . न्यायी सरकार
उत्तम मंत्री करता सदा कार्य वह काटता
खर पत्वार सम होते जहाँ देश शत्रु।।

அதி. 56. கொடுங்கோன்மை
வழியறியா வேழையை வாட்டி வதைத்தற்
பழியாங் கொடுங்கோன்மை பார்.
Chapter 56 - Despotism
Torturing the poor not knowing the way to proceed
See the result of cruelty.
अधिकारम – 56 . निरंकुश शासन
निर्मम शासन है वही शासक जो करता
निर्दोष गरीब पर भारी अत्याचार।।

अधि.57. வெருவந்த செய்யாமை
பார்ப்பவ ரஞ்சாதே பண்பாய்த், தலைமையும்
நேர்மாயை யாளுத நீள்.
Chapter 57 - Not carrying out frightening more
Not afraid of on seeing and the civilized leadership
Let continue the ruling with honesty.
अधिकारम – 57 . आतंकित कार्य न करना
रहना निडर रखना उत्तम गुण सदा होना
सत्य निष्ठ करना शासन अपना।।

அதி.58. கண்ணோட்டம்
நீண்டகடை வாயி னிலைத்துலகக் கண்ணோட்டம்
மாண்பா யியங்கும் மகிழ்வு.
Chapter 58 - Perception
At the extreme exit constant view of the world
The satisfaction would function with credit.
अधिकारम – 58 . दयालुता
रखना सदा दयालुता अपने मन गति
संसार की होगी आनंदमय।।

அதி.59. ஒற்றாடல்
மகிழ்ச்சி நிலைக்கவே மாண்புக ழொற்றன்
முகிலாய் மறைந்தபடி மூடு.
Chapter 59 - Spying
To sustain happiness efficient secret agent
Conceal disguising as cloud.

अधिकारम – 59 . जासूसी

देश का आनंद सदा रखने बादल बराबर
जासूस को छिपे रखना है कीर्ति अपनी।।

அதி.60. ஊக்கமுடைமை

மூடுகின்ற மேகத்தை முட்டி மழைபொழியும்
நீடுபுகழ் வாழ்வை நினை.

Chapter 60 - Possessing enthusiasm

It would rain by bursting the cloud covering
Think about life with stretching fame.

अधिकारम – 60 . उत्साह

रखना ध्यान कीर्तिपूर्ण जीवन पर टकराते
बादल से होती शीतल वर्षा।।

அதி.61. மடியின்மை

நினைத்தது வெல்லவே நீட்சோம்ப நீக்கு
மனைமாண் பினையறுக்கும் வாள்.

Chapter 61 - Without laziness

To achieve what thought eradicate laziness
It is a saw cutting the reputation of the family.

अधिकारम -61 . आलस रहित

घर की कीर्ति काटती तलवार है आलस
जीत पाने जीवन में करना उसे दूर।।

அதி.62. ஆள்வினையுடைமை

வாட்போற் கடிகாரம் மண்ணி லுழைப்பினை
நாட்கணக்கிற் காட்டுமே நன்று.

Chapter 62 - Possession of Personal deed

Like swords the clock with top hands exerting labour in the soil
It is fine that it would show daywise.

अधिकारम – 62 . कर्मठता

घडी दिखाती धरती पर हमारा कठोर श्रम
दिखाती वह हर दिन का काम।।

அதி.63. இடுக்கணழியாமை

நன்றென்ற போதும் நலங்கெடுங் காலத்துந்
தொன்மை நிலைமாறாத் தூண்.

Chapter 63 - Perseverance during misery
Though it is good during depression also
Reputed tradition a pillar not oscillating.

अधिकारम – 63 . विपत्ति में उम्मीद
प्राप्त हो भलाई बड़ी जीवन गरीबी में
रहना सदा दृढ धर्मनिष्ठा में।।

अति.64. अमैच्चु

தூண்போல் வலிமை துவளாத நல்லறிவு
மாண்பாம் மலையின் வளம்.

Chapter 64 - About cabinet
Strength like sturdy pillar intelligence not exhausting
Natural resources of mountain the unparalleled.

अधिकारम – 64 . मंत्रिमंडल
स्तंभ सम महा बल कमजोर रहित विवेक
होते उत्तम शासन के सहायक।।

அதி.65. செல்வன்மை

வளனிறை சொற்கள் வளர்பெருமை நாட்டிக்
களங்காணின் வெற்றியதன் கண்.

Chapter 65 - Power of Oration
Vocabulary with perspicuous words establishing growing distinction
If you go for a debate success in its aim.

अधिकारम – 65 . शब्द शक्ति
अर्थपूर्ण शब्द से होता महान विकास
प्राप्त कराता वह जीत हमें।।

அதி.66. வினைத் தூய்மை

கண்ணென வெண்ணிக் கருத்தாய்ச் செயலாற்ற
மண்ணின்வாழ் மக்கண் மகிழ்வு.

Chapter 66 - Untaintedness in endeavour
Considering it like eyes executing with utmost genuine sincerity
It is the pride of the people living on the earth.

अधिकारम – 66 . निर्मल कार्य
करना ध्यान से कर्तव्य अपना पायेंगे
धरती भर जन आनंद जीवन।।

அதி.67. வினைத்திட்பம்
மகிழ்ச்சிக் கனியாகும் மாண்பாம் முடிவாம்
நெகிழா மனத்தி னிலை.
Chapter 67 - Determination in ventures
All objective decisions would be fruits giving joy and thrill
It is the state of the static mind.
अधिकारम – 67 . दृढशीलता
दृढ मन से मिलता उत्तम निश्चय होता
प्राप्त जीवन में मधुर फल।।

அதி.68. வினை செயல்வகை
நிலைக்கள மாய்ந்திட நேர்வருஞ் சிக்கற்
கலையயழகாய் மாறுவதைக் காண்.
Chapter 68 - The manner of performing
If risks and problems to be faced are studied with ground reality
See they change amicably giving satisfaction.
अधिकारम – 68 . कार्य पद्धति
स्थिति जाँचकर करना कार्य अपना संकट
सब परिवर्तित हो जाते अति सुन्दर।।

அதி.69. தூது
காண்பகையைக் கண்டுங் கடுகளவு மஞ்சாதான்
மாண்பான தென்றல் வளி.
Chapter 69 - Diplomacy
One who is least bothered even on seeing the deadly enmity
It is wind of breeze giving fragrance.
अधिकारम – 69 . दूती
बडे शत्रु को भी सम्मुख देख डरता नहीं वह
उत्तम दूती से होता सफल।।

அதி. 70. மன்னரைச் சேர்ந்தொழுகல்
வளியாய் வருடி வளந்தருந் தேனா
யளிக்குந் தலைவனை யண்டு.

Chapter 70 - Conducting along with the King
Caress like gentle breeze health giving honey
Seek asylum with the leader providing those.

अधिकारम – 70 . शासक के साथ व्यवहार
होता शासक पवन सम होती दया मधु बराबर
रहना सदा नायक उसके साथ।।

अதி. 71. குறிப்பறிதல்
அண்மையி லுள்ளோ ரமைச்சின் குறிப்பினைக்
கண்ணா லுணர்ந்திடுவர் கண்டு.

Chapter 71 - Understanding the Intention
The people around the hints of the minister
Would understand by eyes by observation.

अधिकारम – 71 . मन भाँपना
मंत्री है बडा विवेक होता वह शासक निकट
समझता उसका नयन संकेत।।

அதி. 72 அவையறிதல்
கண்டாய் மொழிந்து களிப்பாய் மகிழ்தற்போற்
றண்டின்றி வெல்வான் றனித்து.

Chapter 72 - Being aware of the chamber
You noticed would enjoy lecturing like enjoyment
Unlike yesterday would win solo.

अधिकारम – 72 . सभा की सभ्यता
सत्य कथन और मधुर वचन से मिलती
जीत तलवार रहित उसे।।

அதி.73. அவை அஞ்சாமை
தனிப்பெரும் பேரவையிற் றண்மலைச் சாரற்
கனிமொழியைப் பாராட்டற் காண்.

Chapter 73 - Not shuddering towards court
In the special assembly drizzle of cold mountain
See appreciating sweet speech.

अधिकारम – 73 . सभा में निडर
भरी सभा में बोलते मधुर वचन सुन
करते जन सारे कीर्ति गान।।

அதி.74. நாடு
காணும் பகைவர் கருத்தி லழிவுவரின்
நாணுவர் வெற்றிபெற நாடு.

Chapter 74 - The Country
If any ruin would come from the concepts of enemies seen
Try to wish to gain victory making people nervous.

अधिकारम – 74 . देश
शत्रु अपने मन जब उठता डर सकुचाते
देश अन्य को युद्ध में पाने जीत।।

அதி.75. அரண்
நாடிவருந் தீப்பகையை நல்லகழிப் பாம்புக
ளாடியழி காத்த லறம்.

Chapter 75 - Fort
By strong fortification approaching deadly enemies
Destroying them is to protect is the justification.

अधिकारम – 75 . किला
खाई पर होते साँप मरवाते सम बढ आती
शत्रुता का नाश करना होता महान धर्म।।

அதி. 76. பொருள்செயல்வகை
அறவழியிற் சேர்த்லவை யாக்கந் தருமே
யறமேநல் வீடருளு மாம்.

Chapter 76 - Method of procuring resources
Anything accumulated by right and fair way would give advancement
Charities would bring bright future.

अधिकारम – 76 . धनोपार्जन
धर्म पथ पर प्राप्त धन से होती उन्नति
मिलती उससे मुक्ति हमारी।।

அதி.77. படைமாட்சி
அருளழி நெஞ்ச நடுபோர்ப் பகையைக்
கருவழித்துக் கொன்றிடுவர் கண்டு.
Chapter 77 - Majesty of Armed for
Enmity of the warring with an intention to destroy virtues
See they will be massacred destroying the cell nucleus.
अधिकारम – 77 . सेना की महत्ता
होता निर्दयी वीर वह करता युद्ध कठोर
मार देता शत्रु अपने को।।

अति.78. படைச்செருக்கு
கண்மு னணுவீகங் காண்பகையி னுட்புகுந்து
தண்டை முறிக்குந் தனி.
Chapter 78 - Proudness of military
Intruding into the rival seen hurling atom in front of eyes
Breaking the backbone individually.
अधिकारम – 78 . सेना की प्रतिष्ठा
समक्ष करता शत्रु युद्ध कठोर निर्भीक
सैनिक करता उसका अंत।।

அதி.79. நட்பு
தனியாலின் பல்விழுது தாங்குதற்போற் றோழ
னினியிவனை யார்வெல்வா ரிங்கு.
Chapter 79 - Friendship
Like the many hangings of banyan tree protecting comrade
Who can win him hereafter here.
अधिकारम – 79 . मित्रता
बरगद को देता डाल सहारा अपने बल
सच्चा मित्र सदा बनता सहायक।।

அதி.80. நட்பாராய்தல்
இங்கிருக்குந் தோழ னிவனுக்குத் தீங்கிழைத்தா
லங்கேயே தூளா மணு.
Chapter 80 - Examining Friendship
If anyone harms the friend here
Will pulverize there itself.

अधिकारम – 80 . मित्रता की शोध
मित्र होता यहाँ करता जब कोई बुरा
वह हो जाता वहीं पूर्ण नाश।।

अति.81. பழைமை
அணுவளவுந் தீமை யடுத்தேசெய் நண்பன்
கணுவிற்குட் சொத்தைக்குக் காட்டு.
Chapter 81 - Conservation
The friend who harasses to the least level
Show to the decay inside the shoots.
अधिकारम – 81 . प्राचीनता
करता प्रिय मित्र जह संकट हमें होता वह
तब मधुर गन्ने में सडा भाग सम।।

अति.82. தீ நட்பு
காட்டுவா னின்பங் கனிவிலா துள்ளத்தில்
வேட்டை யிடியாய் வெடித்து.
Chapter 82 - Vile friendship
In the heart without sympathy would show cheers
Bursting as a hunting thunder.
अधिकारम – 82 . कुमित्रता
करेगा मित्र झूठा स्नेह होता मन बुरा
करेगा समय पर बडा नाश।।

अति.83. கூடா நட்பு
வெடிக்குஞ் செயற்கையாம் வீழ்குன்றைப் போன்றே
நடிக்குங் குமிழ்கூடா நட்பு.
Chapter 83 - Hostile friendship
The action of explosion like the falling rock
Acting like bubble the friendship to be disassociated.
अधिकारम – 83 . बुरी मित्रता
भूचाल से गिरते पर्वत बराबर होती
बुरी मित्रता बुदबुदा सम।।

அதி.84. பேதைமை

நட்பை மதியா நலமிற் பணவிரும்பு
மொட்டார்பின் செல்ல லொழி.

Chapter 84 - Ignorance

The conduct of not respecting friendship liking money
Ban the habit of going behind them.

अधिकारम – 84 . विवेकहीनता

देता नहीं मित्र का आदर करता धन पर
लालच छोड देना उसका पीछा।।

அதி.85. புல்லறிவாண்மை

ஒழிவான் றொழிற்கல்லா னொண்புக ழெண்ணும்
விழிப்பினான் வாழ்வெலாம் வீழ்.

Chapter 85 - Oblivion

Would wane not learning any trade as expanding popularity
The life of the person without awareness would diminish.

अधिकारम – 85 . स्थूल मति

सीखता नहीं कोई विद्या सोचता नहीं कीर्ति
अपनी कर लेता जीवन अपना नाश।।

அதி.86. இகல்

வீழ்ந்தா லெழுமுடியா வேதனையும் வீறுமே
சூழ்ந்த விகலினாற் சோர்வு.

Chapter 86 - Provocation

The worry weakening one not regain the balance lost would also improve
The discouragement surrounded by the rivalry.

अधिकारम – 86 . घृणा

घृणा से होता मन उदास पतन अपने से
हो जाता वह अति कमजोर।।

அதி.87. பகைமாட்சி

சோர்வடையா நல்லமைச்சன் சூழ்ந்தே வணங்கிடப்
பார்புகழுந் தானை பணி.

Chapter 87 - Bigheadedness of enemy

As efficient minister not discouraged to glorifying encircling

Obey the army the world applauding.

अधिकारम – 87 . शत्रुता का बल

होता उत्तम मंत्री बडा उत्साही करती सेना

उसका पालन पाता वह कीर्ति बडी।।

அதி.88. பகைத்திறந் தெரிதல்

பணிந்தால் விலக்கிப் பகைத்திறங் கொண்டார்

கணித்தவரைச் சேர்தற் களிப்பு.

Chapter 88 - Evaluating the proficiency of opponet

If surrender omitting had ability of hostility

It is wiser to associate with him after judging.

अधिकारम – 88 . शत्रु का मूल्यांकन

बल हमारा देख शत्रु जब बन जाता नम्र

बना लेना साथ होगा बडा आनंद।।

அதி.89. உட்பகை

களிப்போ முகத்தினிற் கள்ளச் சிரிப்பிற்

கிளிக்கொஞ்சற் செய்வதோ கேடு.

Chapter 89 - Internal hostility

A feeling of happy satisfaction on the face in the bogus smile

Fondling like parrot but what doing is unethical.

अधिकारम – 89 . गुप दुश्मनी

होंठ पर मुस्कान दिखता हर्षित बोलता

मधुर वचन करता बडी बुराई।।

அதி.90. பெரியாரைப் பிழையாமை

கேடு மிழைத்திட்டாற் கேளாது கூற்றுவந்

தாடுதற்போற் கேடுதரு மாங்கு.

Chapter 90 - Not finding fault with irreproachable people

Enacted immoral not asking like the Yema comes

And dances would offer wickedness there.

अधिकारम – 90 . सज्जन को दुख न देना

पाप कार्य से होती बुराई बराबर देते जब

सज्जन को दुख होता बडा संकट।।

அதி.91. பெண்வழிச்சேறல்
தருமின்பம் நாடித் தளிர்க்கொம்பாய்த் தன்னைத்
தருமடிமை மண்ணிற் றவிர்.
Chapter 91 - Accommodating an associative woman
Expecting the pleasure offered giving herself as budding stem
Avoid that slave giving on this earth.
अधिकारम – 91 . पत्नी के साथ व्यवहार
पत्नी वह देती सुख हमें होती वह बेल बराबर
करती भलाई सदा परिवार की।।

அதி. 92. வரைவின் மகளிர்
தவிர்த்திடுக பொய்ம்மை தகைச்செருக்காம் மங்கை
புவியிற் பிணந்தழுவற் புன்.
Chapter 92 - Harlotry
Omit the woman with false boast
On the earth embracing dead body a distress.
अधिकारम – 92 . कामुक नारियाँ
आलिंगन कामुक नारियों का होता लाश बराबर
बचे रहना उनके मिथ्या स्नेह से ।।

அதி.93. கள்ளுண்ணாமை
புன்மையையத் தந்தே புகழை யழித்திடுந்
துன்பமோ கேட்டுத் தொடும்.
Chapter 93 - Not drinking toddy
By giving wretchedness would tarnish the fame
That suffering would touch asking.
अधिकारम – 93 . मदिरा बंदी
नशा देता बडा दुख करता वह कीर्ति नाश
संकट देकर कर देता नाश।।

அதி.94. சூது
தொடுகின்ற போதே துவட்டிடுமின் நாற்றற்
கடுந்துன்பந் தாக்குங் கடல்.
Chapter 94 - Gambling
Just by the mere touch would shock the electricity
It is sea attacking with much grief and torment.

अधिकारम – 94 . द्यूत
छूते जब द्यूत को होता वह घात बिजली सम
दिला देता दुख वह सागर बराबर।।

அதி.95. மருந்து
கடற்போன் மருத்துவன் கண்மணலாய் நோய்கட்
டடமறியா வுள்ளத் தவிப்பு.
Chapter 95 - Drug
The doctor is like the sea as sand with small stones to the disease
Struggling heart not knowing the reason.
अधिकारम – 95 . औषध
होते वैद्य अनेक सागर बराबर रेत सम होते
रोग अनेक पथ रहित मन पाता दुख।।

அதி.96. குடிமை
தவிப்பினை நீக்கியே தாங்கிடுந் தூணாய்க்
கவினுடைக் கார்போலக் கா.
Chapter 96 - Member of a distinguished family
Like the pillar and beam bearing excluding the desperation
Like the beautiful rain protects.
अधिकारम – 96 . कुलीनता
दुख हरना दूर करना रक्षा अटल देना दया
वर्षा बराबर होता गुण कुलीन का।।

அதி.97. மானம்
கார்மேக வானங் கவின்பூமி தந்தாலும்
நேர்மை தவறாதே நின்று.
Chapter 97 - Probity
Even if given the sky filled with rain and beautiful world
Be stable do not be dishonest.
अधिकारम – 97 . प्रतिष्ठा
वर्षा बादल सम विशाल धरती सम मिले दान
कभी न करना किसी का अन्याय।।

அதி.98. பெருமை

நின்று நிலைத்திட நீக்குச் செருக்கினை
யென்றுமே பண்பா மெழில்.

Chapter 98 - Pride

Eradicate proudness to remain established and deep-rooted
It is always the culture as tradition.

अधिकारम – 98 . गौरव

घमंड अपना सदा करना दूर होता वह गुण उत्तम
देता संसार में वह स्थायी कीर्ति।।

अति. 99. சான்றாண்மை

எழினிறை யொப்புர வேற்றமா மன்பாற்
பழிநீக்கி வாழ்வதவர் பண்பு.

Chapter 99 - Gentility

With charm and beauty by love and affection helping others
It is their character leading life erasing blame.

अधिकारम – 99 . बडप्पन

उन्नति पूर्ण मिलती तभी जब धरती पर
रहते दोष रहित जीवन अपना।।

அதி.100. பண்புடைமை

பண்புடையார் நீணிலத்திற் பாங்கா யிருப்பதனான்
மண்ணின் மணக்கும் மலர்.

Chapter 100 - Culturality

As the civilized people remain disciplined on the wide earth
Sweet smelling flower of the soil.

अधिकारम – 100 . शिष्टता

होता विकसित सुगंधित सुमन हर कहीं
वास्ते उत्तम सज्जन के संसार में।।

அதி.101. நன்றியிற் செல்வம்

மலரின் மணம்வேண்டும் மாமலையாஞ் செல்வ
முலகினி லீவா யுணர்ந்து.

Chapter 101 - Asset without gratitude

Desiring sweet smell of flower like big mountain like mammoth wealth
Realising that offer in the world.

अधिकारम – 101 . व्यर्थ धन

सुगंध को करता पसंद सुमन सम समझ यह

देना दान पर्वत सम अपना धन।।

அதி.102. நாணுடைமை

உலகம் பழிப்பதை யுள்ளந் தவிர்க்க

நிலங்கட லாய்நிற்கும் நீடு.

Chapter 102 - Bashfulness

Avoid by heart all which the world anathematizes

Land would stand like ocean for a long time.

अधिकारम – 102 . लज्जा शीलता

करता संसार झूठा अपराध अपने पर

रहना दृढ सागर धरती बराबर।।

அதி.103. குடிசெயல்வகை

நிற்கும் மலையாய் நிலைக்கக் குலமுயரக்

கற்க பலதொழிற் கண்டு.

Chapter 103 - The way of managing and administering the family

Withstand as standing mountain to develop the community

Learn a job choosing among many.

अधिकारम – 103 . परिवार का उत्थान

सीखना विद्या अनेक होगा जिससे होगी उन्नति

पर्वत सम होगा परिवार का विकास।।

அதி.104 . உழவு

கண்ணா முழவு கருத்தா யுழைத்திட

மண்ணுமது பொன்னாகும் மாண்பு.

Chapter 104 - Plough

Agriculture is like the eye works with more involvement

 It will be a noble service soil would become gold.

अधिकारम – 104 . कृषि

करते जब कार्य कृषि में अपना ध्यान

मिट्टी से प्राप्त होगा प्रचुर स्वर्ण।।

அதி.105. நல்குரவு

மாண்பாம் பெருமையை மாய்த்தே யழிவறுமை
கேண்மை பிரிக்குமாங் கேடு.

Chapter 105 - Impoverishment

Poverty would destroy the pride of reputation
Evils would segregate the honour.

अधिकारम – 105 . गरीबी

गरीबी है बडा निर्मम करती वह कीर्ति नाश
बिगाड देती वह उत्तम मित्रता भी।।

अதி.106. இரவு

கேடுறற்கு நேராகுங் கேட்டுப் பெறுவதாம்
வாடு மிரவே வளம்.

Chapter 106 - Imploring

Asking one and getting in equal to humiliation
The night spent with sorrow itself is an encouragement.

अधिकारम – 106 . भीख

भीख माँगना देता जीवन में बडा संकट
रह जाना भीख में होता वह उत्तम।।

அதி.107. இரவச்சம்

வளமிருந்து மீயாது வாய்மொழியாற் றுன்பம்
பளபளக்குந் தீவிடமே பார்.

Chapter 107 - First insolitation

Though wealthy not endowing agony by words
Look at the shining poison.

अधिकारम – 107 . भीख माँगने हिचकना

रखता धन बडा अपने पास देता नहीं किसी को दान
होती चमक ऐश्वर्य वह गरल बराबर।।

அதி.108. கயமை

பாரிற் கயவனோ பாழ்செய் நரியாவான்
காரிருளி லாந்தையின் கண்.

Chapter 108 - Immorality

A culprit in the world would be a ruining fox
Large eyes of the owl in the dark night.

अधिकारम – 108 . नीचता
कपटी होती संसार में चालाक गीदड़ सम अंधेर में
होता वह उल्लू की आँख बराबर।।
काम खंड

காமத்துப்பால்
Essence of Love
काम-कांड

அதி. 109. தகையணங்குறுத்தல்
கண்கள் மலரக் கருவண்டா யுண்ணுழைந்தே
மண்ணிற் கவிழ்ந்தேன் மருண்டு.
Chapter 109 - Anxiety of hero by the attraction of young lady
As eyes flower entering in like black beetle
Out of fear fell on the ground.
अधिकारम – 109 . छवि की तीव्र गति
नयन बनी उसकी काली भ्रमर सम घुस गयी
वह मेरे मन हो गयी मैं विचलित।।

அதி.110. குறிப்பறிதல்
மருண்டவட் பார்வை மயக்குற்றேன் மீண்டுங்
கருவிழியா னற்குறிப்புக் கண்டு.
Chapter 110 - Understanding the internal reactions
Her attracting look I became a sluggard again
Gazing her intention from retina.
अधिकारम – 110 . संकेत समझना
नजर उसकी देख हो गया मैं भावविभोर
संकेत उसका समझ हो गया आनंदित।।

அதி.111. புணர்ச்சி மகிழ்தல்
கண்டேன் புணர்ந்திணைந்தேன் கற்கண்டும் பாலுந்தேன்
கண்களுக்குள் விண்ணுலகைக் கண்டு.

Chapter 111 - Sharing joy from bodily contact and activity
Saw embraced and had intercourse sweet stone milk and honey
Seen heaven in the eyes.

अधिकारम – 111 . मिलन का आनंद
किया उससे मिलन मधुर मिश्री और दूध सम
उसकी नयन में पाया आनंद गगन को।।

அதி.112. நலம் புனைந்துரைத்தல்
கண்ட கருங்குவளை கண்மூட வல்லிவாய்
மண்ணி லனைத்தும் மயக்கு.

Chapter 112 - Describing the admiration of the beauty of heroine
As the seen fragrant water lily eyes close the mouth of ascending plant
Arousing all on the earth.

अधिकारम – 112 . सौंदर्यता की प्रशंसा
नील कमल ने कर ली अपने आँखें बंद विकसित
कुमुद ने कर लिया मन आकर्षित।।

அதி.113. காதற் சிறப்புரைத்தல்
மயக்கத்தின் முத்தம் மலராட் புணர்ச்சிக்
கயத்தினுண் மீனாய்க் களிப்பு.

Chapter 113 - Describing the uniqueness of love
Kisses of excitement not rejoicing sexuality
Pleasure like the fishes eating in the sea.

अधिकारम – 113 . प्रेम का महत्व बताना
भावविभोर में चुम्बन सुमन से होता मिलन
मिलता आनंद जल में होते मछली सम।।

அதி.114. நாணுந்துறவுரைத்தல்
களிப்படைய வெண்ணியே காணு மிணையம்
விளிப்பேன் மடலே வெளி.

Chapter 114- Explaining the relinquishment of nervousness
To get pleasure joining together
Reveal the message I call by letter.

अधिकारम – 114 . लज्जा रहित होना
आनंद प्राप्त करने देखता मैं इंटरनेट
लिखता मैं अपना पत्र उसमें।।

அதி.115. அலரறிவுறுத்தல்
வெளிப்பட்ட செய்தி விரைந்தே பரவுந்
தளிர்போ லலராந் றழைத்து.
Chapter 115 -   Insistence of happiness
The matter exposed would spread quickly
Calling happily like sprout.
अधिकारम – 115 . जन श्रुति
प्रकट खबर फैल जाता हर ओर अति वेग से
जन श्रुति भी अंकुरित होती अति तेज।।

அதி.116. பிரிவாற்றாமை
தழைத்த வுயிரோ தளர்ந்ததா லன்பா
லழைத்தலறுங் கைப்பேசி யாங்கு.
Chapter 116 -   Worrying for disunity
As the blooming soul become down hearted by mild
Way of calling cell phone now screams there.
अधिकारम – 116 . असह्य वियोग
बडे स्नेह से बुलाया दूरभाष ने उदास मन
मेरा हो गया उसे सुन आनंदित।।

அதி.117. படர் மெலிந்திரங்கல்
அலறிக் குழன்றிடு மன்றிலு மேங்க
விலகாதோ துன்பம் விரைந்து.
Chapter 117 - Deploring for separation becoming lean due to regrets
An yell would puzzle nostalgia for a letter atleast
Would not this pain vanish speedily.
अधिकारम – 117 . वियोग से कमजोर
वियोग दुख से चीखती चिडिया संकट
उसका दूर नहीं होगा अति शीघ्र।।

அதி.118. கண் விதுப்பழிதல்
விரைந்தவரைக் கண்டவுடன் வேகமாய்ப் பற்றிக்
கரையும் மனத்துரைக்குங் கண்.
Chapter 118 -   Emotional strain of eyes disappearing
As soon as seen him quickly holding fast
Would dissolve the eyes would tell the mind saying.

अधिकारम – 118 . मिलन की आतुरता
वियोग दुख में हुआ मिलन उनसे नयन मेरी
कहती सारी कहानी उनके मन।।

அதி.119. பசப்புறு பருவரல்
கண்கள் பசப்பேறக் காண்பார் வினவினர்
கண்ணவ னுள்ளிலே காண்.

Chapter 119 - Change of skin complexion due to repressed feeling
Sexuality cover the eyes the people witnessed asked
See the dear in the heart.

अधिकारम – 119 . वेदनुपूर्ण पीलापन
भर गया पीलापन मेरी नयन भर पूछे जन
होता प्रिय वह मेरे नयन भीतर।।

அதி.120. தனிப்படர் மிகுதி
காண்பேன் கணினியிற் கைப்பேசி நோக்கிடுவேன்
சேண்மலையில் புட்போற் றிரிந்து.

Chapter 120 -   Severe mental pain due to solitude
Would see in the computer look at cell phone
Wandering like birds of the vast mountain.

अधिकारम – 120 . अकेलापन की वेदना
दूर पर्वत पर होती चिडिया सम रहती मैं करता
दर्शन उसका कम्प्यूटर में लेता दूरभाष।।

அதி.121. நினைந்தவர் புலம்பல்
திரியு முளத்திற் றிடமா யமர்ந்தே
யெரியு மெழுகானே னே.

Chapter 121 -   Bewailing for the ecstasy shared
 In the roaming mind sitting confidently
I have become burning wax.

अधिकारम – 121 . याद में दुखित
भटकता मन प्रिय पर सदा दृढ दिल भी
जलता मोम सा बन गया।।

அதி.122. கனவு நிலையுரைத்தல்
ஏனோ வெனை மறந்தீ ரெங்கேதான் சென்றீரோ
நானோ விழுந்தேன் நரகு.

Chapter 122 - Unfolding the images and feelings occurred in mind during sleep

Do not know why you have forgotten me where did you go
But, I fell in the hell.

अधिकारम – 122 . स्वप्न की दशा
गया कहाँ प्रिया मेरा हो गया मुझे विस्मृत
दुखित मैं गिर गया अब नरक में।।

அதி.123. பொழுதுகண்டிரங்கல்
நரகத்தில் வீழ்வதென நன்மாலை நீங்க
விரங்கியே நெஞ்ச மிணைந்து.

Chapter -123 - Upset with sunset

Pleasing evening sets like falling in the hell
Hearts join giving way to demand.

अधिकारम – 123 . शाम के समय पर उदास
 होता शाम यह नरक बराबर स्नेह दिल से
मिलन कर बचाना मुझे बडी दया से।।

அதி.124. உறுப்புநலனழிதல்
இணைப்பி னெகிழ்ச்சி யிரண்டான வுள்ளம்
பிணைப்புறாத் தோளும் பிரிந்து.

Chapter 124 -   Physical attraction decaying

Flexibility in conjoining the heart divided into two
The shoulder not combining also isolated.

अधिकारम – 124 . शिथिल अवयव
मिलन वियोग से हो गयी अकेली
बन गयी मैं बिन प्रेम कमजोर।।

அதி.125. நெஞ்சொடு கிளத்தல்
பிரியாதே யன்றிற் பிணைந்திருந்தோங் காட்டின்
கரியாய்க் கவின்வீழ் கலை.

Chapter -125 -   Sharing the impression with her own heart
We are united like the bird plegadis falcinellu (Andrilbird) forest's
Lost the charm like charcoal.

अधिकारम – 125 . स्वभाषण
रहे हम स्नेह भरी चिडियाँ सम दुख वियोग जलकर
कोयला बने पेड सम हो गया सौंदर्य मेरा।।

அதி.126. நிறையழிதல்
கலையாம் நிறையழிவு காண்போரி நெஞ்ச
வலையிற் கவலை வரும்.

Chapter -126 -   Indecency
Like the art of drawing impolite spoils the heart of the people witnessing
In the net worry would come.

अधिकारम – 126 . संयम खो देना
दिल मेरा फंस गया प्रेमी के मन जाल
हो गयी मैं वियोग में अति दुखित।।

அதி.127. அவர்வயின் விதும்பல்
வரிந்து மிருவரும் வாழ்கடலிற் சேர்ந்து
விரிந்துண்ணக் காண விரைந்து.

Chapter 127 -   Indecency
Worrying both uniting in the sea of life
Rushing to see taking feast.

अधिकारम – 127 . एक दूसरे पर अनुकम्पा
वियोग दुख में दुखित हैं हम दोनों जीवन
सागर में मिलन करने आवें अति शीघ्र।।

அதி.128. குறிப்பறிவுறுத்தல்
விரைகின்ற வுள்ளமோ வேகமாய் நோக்கக்
கரைந்தழிந்த கண்ணிற் களிப்பு.

Chapter 128 -   Exchanging mindset between two
The rushing heart gazing hurriedly
Joy in the eyes strained by weeping.

अधिकारम – 128 . अनुपम प्रतिपादन
मन अपने वियोग में दौडता तेज अश्रु भरी
नयन में होता बडा आनंद।।

அதி.129. புணர்ச்சி விதும்பல்
களிப்புணர்வைக் காட்டக் கடல்போன்ற காம
மளித்திடு முள்ள மழைத்து.
Chapter 129 - Rushing for unification
To show elation sea like sex
Sharing heart inviting.
अधिकारम – 129 . संयोग के लिए तड़प
मन करता प्रकट उन्माद होता काम भाव
सागर सम करना उसका अंत।।

அதி.130. நெஞ்சொடு புலத்தல்
அழைத்தே நுழைந்தா யருவியாய்ச் சேர்ந்தே
குழைந்திட்ட நெஞ்சொடு கூடு.
Chapter - 130 - Contradiction with heart
Penetrated by attracting joining as waterfalls
Amalgamate with the heart pained.
अधिकारम – 130 . मन की व्यथा
बुलाया मैं ने स्नेह से आया तुम झरना सम
मिलकर लेना आनंद भरे मन से।।

அதி.131. புலவி
கூடாது தள்ளிக் குலாவிப் புலந்திட்டார்
நீடா திருவர் நெளிந்து.
Chapter - 131 - Love quarrel
Not hugging each kept themselves isolated due to quarrel
With a wish to join together detached.
अधिकारम – 131 . रूठना
प्रेमी रूठकर हट गया दूर स्नेह अपने से
हो गये हम दोनों मन से एक।।

அதி.132. புலவி நுணுக்கம்
நெளிந்த வுடலுயிர் நில்லா திணையுங
களிப்போ கடலளவாங் கண்டு.
Chapter - 132 - Minutiae of deception
Curled body and soul would fasten not stopping
But the exultation is tremendous on seeing.

अधिकारम – 132 . रूठने के लक्षण
सागर सम आनंदोन्माद देख तन मेरा
निरंतर मिल जाता प्रेमी साथ।।

अधि.133. ஊடலுவகை
கண்டா ரிணைந்தே கனிவா முவகையின்
முண்டகத்துள் வண்டா முதல்.

Chapter - 133 -   Joy of reunion

Hero and heroine embracing in the pleasurable elation
Beetle in the lotus first.

अधिकारम – 133 . रूठने में आनंद
होता मिलन आनंद बडा मधुर हमने
पाया उसे मिलकर मन अपने में।।

அகரவரிசை - குறள்வரிசை

அரசுக் குதவும்	390
அரசும் பயிர்த்தொழிலை	1038
அரசும் மதிக்கா	401
அரணாய்ப் பெருங்கேண்மை	819
அரவென முற்றுகைசெய்	743
அரிதாம் கருத்தை	649
அரிதாம் பணியை	980
அரிதாம் பொருள்கள்	782
அரிதான ஐம்புலனை	27
அரியினது நேர்பார்வை	789
அருங்குணமாம் பேராண்மை	953
அருட்கணவர் கண்டவுடன்	1220
அருந்துகின்ற நீரையும்	964
அரும்பாய் முளைவிடும்	263
அரும்பில் மலர்ந்த	30
அரும்பு மலர்ந்தால்	421
அரும்பு மலர	195
அருள்கல்வி சேர	394
அருள்நிறை கண்ணுடையா	1116
அருள்நிறை சான்றோரும்	254
அருள்நிறைந்த வுள்ளமுள்ள	1172
அருள்நிறைந் தாய்ந்தே	651
அருள்நிறை நெஞ்சம்	296
அருள்நிறையாத் தீத்துறவி	269
அருள்நீங்கி யன்பே	301
அருள்பொழிந்த வுள்ளமோ	1230
அருள்பொழியுங் கண்கள்	1125
அருள்பொழியும் வாழையா	217
அருள்பொழிவில் தாயாம்	542
அருள்மிகுந்த நல்லமைச்சன்	115
அருள்வழியில் சென்றிட	13
அருளாங் கனவில்	1216
அருளாம் நினைவோ	536
அருளாய் விருந்தோம்பி	224
அருளாளர் அற்றார்க்கே	210
அருளாள ரென்றே	574
அருளாளன் போலவே	181
அருளின்வேர்ச் சொல்லின்பம்	97
அருளுடையான் கூர்மை	601
அருளுணரின் தீயவை	127
அருளு மெளிமையும்	280
அருளுள்ளங் கொண்டவன்	431
அருளேதம் வாழ்க்கை	242
அருளே துணையாக	246
அருளே துணையாகும்	1299
அருளே வடிவாகி	1191
அருளே வடிவுடையான்	220
அருளை உணர்ந்திட	358
அருளைப் பொழிந்திடும்	313
அருளொடு பார்த்தாள்	1094

அழிக்கும் உயர்பதவி	304
அழிக்கும் நினைப்பால்	815
அழிக்கும் படைவீரர்க்	377
அழிக்கும் மனத்தாள்	913
அழிக்கும் வறுமை	1063
அழிக்குமே நீரிழி	944
அழிசெயல் செய்தான்	561
அழித்தனர் கோள்களாய்	779
அழித்திடத் தீமடியும்	610
அழித்திடு கையூட்டை	434
அழித்திடு கோபத்தை	490
அழித்திடுங் கையூட்டும்	1013
அழித்திடும் ஆணையால்	568
அழித்திடும் தீப்பழக்கம்	418
அழித்திடும் பெண்ணாசை	367
அழித்திடுமே நற்பெயரை	375
அழிந்தாலும் மீண்டுவந்தே	939
அழிந்திட வெண்ணும்	608
அழிந்தே வருந்துமென்	1295
அழிப்பதே நோக்கம்	675
அழிப்பா யிகலினை	860
அழிப்பான் புகழையும்	922
அழிபகைவன் சூழ்ச்சி	694
அழிபணம் பெற்றே	1075
அழிபாதை செல்லு	698
அழிய நினைப்பான்	322
அழியாத செல்வம்	391
அழியாத சொற்சிற்பம்	194
அழியும் நிலையில்	213
அழியும் பொருளை அணை	1163
அழியும் பொருளை யமை	288
அழியும் மனத்தி	1292
அழிவாள் மனைவி	936
அழிவினையை நீக்க	1002
அழிவைத் தருகின்ற	354
அழிவை யழைத்தே	928
அழுக்காம் மனத்தில்	349
அழுக்காம் வயிற்றி	942
அழுக்கில் மிதந்தே	831
அழுக்குள்ளங் கொண்டார்	544
அழுகைக் குறிப்பை	1277
அழுத்தமாய்ச் செப்பிடுவர்	140
அழுத்தமாய் மாற்றார்	665
அழுத்தமா யாய்ந்தே	1046
அழுத்துகின்ற கோபம்	307
அழுத்துகின்ற சோதனை	948
அழுத்துகின்ற வுள்ளத்தான்	279
அழுத்தும் மறதி	532
அழுத்தும் வரியால்	556
அழுதே புலம்பிடுவாள்	925
அழுமே குடும்பம்	934
அழுவதைக் கண்டெவரும்	1012
அழைக்காமல் வந்தே	1223
அழைத்தால் வருவார்	1233

கணிப்பினில் தோல்வி	460	கவின்முதன்மை யெண்ணாத	1025
கயிறது தேய்ந்ததுபோல்	1033	கவினாகும் ஊடல்கொள்	1286
கரியை வயிரமென்பான்	842	கவினாம் துணையால்	1290
கரும்பா முடம்பினில்	1112	கவினார் மழைத்துளி	9
கரும்பா யினிக்காக்	1055	கழிக்கும் பொருளானான்	917
கரும்பா யினித்திடுமுன்	98	கழிக்கும் பொருளைக்	19
கரும்பான இல்லறம்	55	கழிந்தால் இறப்புவரும்	357
கரும்பினை உண்டார்	426	கழிபெருந் துண்டோ	899
கரும்பகைச் சுவைக்கக்	404	கழுகாய்ப் பறந்து	1074
கருவிகளில் புத்தாக்கங்	880	களத்தில் கலங்கினை	775
கரைந்தே விழுந்திடுவேன்	1294	களத்தில் குறிப்பறிந்து	710
கரையா மனத்தார்	1048	களத்தில் பிடிப்புடன்	683
கல்லில் செதுக்கியதாய்	722	களத்தி லமைச்சனின்	458
கலக்கம் புகுந்து	555	களத்திற்கே சென்றங்கு	984
கலங்கிடு முள்ளத்தான்	455	களத்தினில் துன்ப	767
கலங்கியே வீழ்வார்	454	களத்தினில் தூய்மை	834
கலந்ததை யெண்ணி	1205	களத்தினில் வெற்றியை	554
கலந்திடு முள்ளம்	1287	களவி லிருவர்	1108
கலைந்தே யிருவர்	1270	களிக்கும் நிலையிலுங்	893
கலப்பிலா நல்லூரில்	428	களிக்கும் வகையில்	689
கலைத்தெய்வம் அன்னை	77	களித்திட நாளுங்	1072
கவிழ்த்திடுங் காழ்ப்புக்	870	களித்திட வாழ்தலுங்	969
கவிழ்ந்தான் பகைவன்	744	களிப்பா லடங்காக்	1018
கவிழ்ந்தே பணிவுடன்	437	களிப்பினிலுஞ் சான்றோர்	979
கவிழ்ந்தே யிரந்திடுவார்	1032	களிப்பினை உண்மன	361
கவின்தரும் பண்பின்	998	களிப்பினைச் செப்ப	61
கவின்நிறை சொற்களை	712	களிப்புடன் ஆடியே	1073

அதிகாரம் அகரவரிசை எண்கள்

Alphabhetical Order - Poem Number

A confident minded (0456)	Acclimatize people (0392)
A defeat in the judgment (0460)	Accompanying mercy (0246)
A dignified person (0186)	Accompanying to travel (1168)
A gentleman with good will (0209)	Acquaintance to be rooted deeply (0343)
A handsome brave fighter (0686)	Acquired immoral conduct (0918)
A hunter gets what he wants. (0488)	Acquired sound knowledge (0865)
A King with a graceful soul (0431)	Across the ocean (0399)
A man whose heart is gold (0010)	Add drinkable water (1049)
A novice will not sing, (0720)	Adding wealth with desire (0654)
A person great goodness (0254)	Admiration for the sensitivity (1014)
A person with confused mind (0455)	Advising as seeing (0849)
A pleasing gentility (1000)	After careful study (0828)
A samaritan in the world (0320)	After evaluating the constructive ways (0423)
A severe patient (0941)	After joining the innocent (0796)
A strong soldier (0671)	After performing duty (0516)
A teacher is like the tree (0836)	After thorough study (1046)
A useful project (0439)	Against the deadly enemy (0412)
Abandoning the worldly luxuries (0359)	Aggravating would do many (0847)
Abolish the worst enmity (0617)	Alarming insulting word (0193)
Accepting the request (0932)	All beings not meeting (0256)

All came floating in the river (0331)
All the invention (0732)
All the narrations (0416)
All the rivals (0475)
All the videos seen (1077)
All who come (0413)
All who heard (0774)
All wind leaving (1245)
All without sense (0852)
Already united (1273)
Among the persons present (0512)
Amputated but sincere (0612)
An active person (0627)
An expert poet (0873)
An young girl (1025)
Anti people order (0568)
Anybody will salute them (0117)
Apart from the foot (1320)
Appearing as of waves (0919)
Appease the graceful kith (0521)
Applauded scholars (0757)
Applauding the benefits (0648)
Appointing based on recommendations (0507)
Appreciable beauty (0339)
Approaching by cleverness (0691)

Apt qualification (0513)
Army of soldiers (0618)
Around the eyes (1185)
Arrogant ghosts (0546)
As a disease (1265)
As a duty of protecting (0982)
As a fruit of refinement (0998)
As a guard army (0549)
As a sweet medicine (1242))
As a token of recognition (0236)
As a watchful protection (0819)
As an intelligent minister (1035)
As an unwanted saint (0584)
As beauty to the body (1315)
As character the heart will not (0302)
As company shyness (1328)
As crops grow (1034)
As danced (1275)
As dancing fish (1231)
As drum sounding (1079)
As eyelid of the eyes (0790)
As eyes losing light (1267)
As falling out of (1238)
As fire in the mind (1266)
As flood of river (1027)

As flute blowing (1099)

As greeting lovely (0973)

As intelligence perish (1252)

As kite falling (1069)

As ministers sieze (0288)

As multi tasty (1309)

As protective cover (0738)

As safeguarding border (0742)

As shown the computed (0745)

As slept thinking (1090)

As soon as I saw (1293)

As soon as see (1220)

As the body and soul (0059)

As the companion (0561)

As the dried leaf (1195)

As the eyelid of the country (0682)

As the flying eagle (0817)

As the resources reducing (0989)

As the world lauding (1151)

As they have the capability (0122)

As thinking he is there (1180)

As to be humble (0305)

Ascending poverty (1293)

At perishing state offering blood (0213)

At the bottom of the mind (1282)

At the centre of the esteemed public (0409)

At the time of death (0887)

Attacking like waves (1264)

Attacking loneliness (1253)

Attacking temperament (0890)

Attractive physique is a garment (0348)

Attractive speech (0715)

Auspicious fate (0371)

All seen by eyes (0352)

All spotted would come under (0265)

All witnessed (0332)

Bad habits would ruin (0418)

Bad idleness will fall (0610)

Be happy with the help of the people (0105)

Beautiful house (0449)

Beautiful love, getting closer (1109)

Beautiful sheet (0523)

Beautiful to the eyes (0985)

Beautiful wife (0901)

Beauty does not lie in outlook (0152)

Beauty is natural (1306)

Became a product to be neglected (0917)
Becoming lean (0221)
Bee would be happy (0411)
Before harvest remove seeds (0462)
Before selecting (0503)
Behaving with joy (1108)
Being happy thinking (1091)
Bestow the best of virtuous (0040)
Better by learn by witnessing (0206)
Better move away (0233)
Bile would kill (0944)
Blessed with grave sharp knowledge (0601)
Blessing eyes (1125)
Blessing of memory (0526)
Boat will not go fast (0907)
Boating in the river (0812)
Boiling much anger (0869)
Both eyes (1312)
Both together enjoy (1270)
Bowed sex urging (1284)
Broad mountain like (0693)
Brought up in the forest (0140)
Budding confidence (1240)
Burning in the mouth (1042)

By action of commendation (0978)
By actions of bad (0518)
By astonishment (1103)
By attracting in the life (0287)
By attractive look (0911)
By back breaking taxes (0556)
By bitter relationship (0454)
By charity fame could be gained (0966)
By common practice (0243)
By crying (1251)
By doing developmental activities (0334)
By flourishing sweet smell (0187)
By fondness criticism would follow (0338)
By healthy relationship (0856)
By look cannot understand (0816)
By nature abandoned the anger (0309)
By selection of choice (0372)
By the able and noble ministry (0619)
By the contact of integrity (0915)
By the covetousness (0171)
By the fountain of love (0313)
By the grace of super power (0646)

By the honey like (1133)	Changing world (0716)
By the indication shown (0676)	Chief preferring to be (1023)
By the job involved (1040)	Citizens living there with goodwill (0298)
By the tongue praising (0874)	Clarity, general knowledge (0800)
By unlimited sense (0419)	Clean staying closely (0700)
By virtue character would give (0164)	Cold residue (1070)
By virtue of good action (1224)	Come with graciousness (1296)
By whim arrogance (0335)	Comes up in life by just (0293)
Called love with their soul (0109)	Coming though not invited (1223)
Came to console (1249)	Completing the vare work (0980)
Can anyone see the brightness (0102)	Compressing minded (0279)
Can gold solve the thirsty? (0011)	Condemn laziness (0609)
Care the great people when suffer (0136)	Confidence in the mind (0768)
Care your parents (0403)	Confirming love with (1097)
Carefully studying the union (0798)	Conquering courage (864)
Catching the babbling infants (0315),	Considering honey (0478)
Change in the mind (0859)	Console by appearing (0537)
Change the fate (0039)	Consoled her soul (1258)
Change the heart (0203)	Consoling the heart of crying (1056)
Changes only would never change (0235)	Constant enjoyment (0289)
Changes through eyes (0858)	Constructive kind hearted (0247)
Changing the minister (0698)	Contact the nectar (0784)
	Control and channelize (0024)
	Control anger in the mind (0577)
	Controls his mind (0326)

Could be clarified (0642)
Country the fruitful tree (0524)
Covered with dirt like crow (0848)
Creditable people greeting (0958)
Cripple dances (0597)
Crop not river watered (0835)
Crow would call (0528)
Crushing absent mindedness (0532)
Culture, courtesy (0699)
Culture, guts modernized (0866)
Cutting like sword (0558)
Dancing artisan (0520)
Dancing like peacock (1280)
Darkened mind (0166)
Deadly hearted (0853)
Deadly poisonous (0552)
Deep knowledge (0502)
Deep sleep due to (0927)
Defaming at the back (0814)
Defeating love (0173)
Defeating the enemies (0669)
Deleting her chastity (1257)
Deliver sugarcane like words (0098)
Depends upon the people (0095)
Deserving army (0470)

Desolation due to distress (0207)
Destroying by smashing (0818)
Destroying poverty (1063)
Destroying sporadic disease (0844)
Destruction making to cry (0807)
Devastated as satellite (0779)
Developing knowledge (0692)
Dies just like the fishes (0148)
Discipline brings health (0131)
Disciplined world (1057)
Discover in this earth (0740)
Disengage to hanker (0347)
Disguising like a foreigner (0581)
Distinguished personalities (0916)
Diving into the deep well (1064)
Do all activities (1088)
Do good during our time (0228)
Do help with honour (0104)
Do not believe (0508)
Do not betray (0562)
Do not expose your willingness (0440)
Do not hate the persons unwanted (0345)
Do not say 'yes' (0550)
Do not think even (1190)
Do not understand (1313)

Do remember the help (0106)
Do virtuous with pleasure (0035)
Doing noble service (0970)
Doing one thing quickly (0482)
Doing whatever thought (0333)
Door kept opened round the calendar (1006)
Dried well, dead tree (1068)
Drops fell from the sky (0728)
Due to mingling (1324)
During lifetime if live with tender heart (0360)
During the life time (0177)
Duties performed (0708)
Duty, humbleness (0733)
Education a peerless one (0400)
Education is indestructible nectar (0391)
Education is strength (0533)
Education will give happiness (0398)
Efficient reign (0530)
Embarrassment filled (0555)
Embrace, to me (1241)
Encircling the country (0432)
Eradicate poverty (0525)
Eradicating even the least (0876)
Erase agony (1232)
Establishing a path (0961)

Even after my eyes lost (1165)
Even if his eyes safeguarding (0996)
Even if it is kalkandu (0341)
Even if King Ravana fall (0145)
Even if respectable people (0924)
Even if roam (0938)
Even if see distress (0940)
Even if the palace near the river fall (0628)
Even if they become (1019)
Even river shore (0755)
Even started after (0465)
Even the government (0401)
Even the ministers (0608)
Even the teachers (0613)
Even the vulture (0435)
Even though has eyes too (1008)
Even though those wicked people (0158)
Even towards an aimless person (0986)
Even when is gratified mood (0979)
Evils would devastate (0385)
Excellent thinking (0294)
Execute all appreciable deeds (0438)

Expanding world (0576)
Expanding worthiness to other (0317)
Expertise in science (1082)
Expressing one thing (0711)
Extending hospitality (0955)
Extending warm reception (0224)
Extreme enmity (0826)
Eye like soldiers (0748)
Face the people who think to destroy (0156)
Facilitate a graceful person (0574)
Fair government formed (0538)
Family in a constructive and beautiful way (0906)
Farmers treat their land (0058)
Favorite with graceful eyes (1116)
Favours the road (0588)
Feeding with mllk humbly (0973)
Feeling as measurement (0419)
Fell into a deep well (0205)
Fight the war (0606)
Filled in the mind (1171)
Finding their field (0916)
First it is virtue (0433)
Floating bubbles (0822)

Floating in the dirt (0831)
Floating in the river (0331)
Flood overflowing (0883)
Flourishing like sprouts (1149)
For a fast sailing boat (0424)
For all jubilation (0299)
For the destroying soldiers (0377)
For the minister braveness (0632)
For the people give up (0975)
For the persons to be happy (1226)
Foretelling facebook (0704)
Forgetfulness not bringing (0531)
Fortune like the scent of flower (0380)
Foundation of joy (1102)
Fountain of love (0313)
Friends and guests have a practice (0086)
Friendship when prosperous (0797)
Fruit like heart (0867)
Fruitful activities (1036)
Fruitful activities are adornment (1030)
Full moon offering (1227)
Gave happiness (1197)

Gave money with love (1085)	Growing like crop (0111)
Genuine world surrounded by deep see (0491)	Guard this soil like your eyes (0018)
Getting money to ruin (1075)	Guarding soldiers (0770)
Give me pleasure (1145)	Had seen in science (0841)
Give up all wants (0362)	Had widespread mind (1083)
Giving consolation (1297)	Harming the decoits (1076)
Giving destruction (0354)	Have a heart of courtesy (0324)
Glory as poet (0178)	Have interesting love (1286)
God of art that is the mother (0077)	Have much eagerness (0414)
	Have proud to say (0081)
Going to the respective area (0984)	Having desire in the mind (0697)
Good thinking makes the country better (0110)	Having groups in some order (0116)
	Having heart not to ruin (0382)
Government protecting farming (1038)	Having the nobility (0199)
	Having the tendency (0201)
Grace and education join together (0394)	He came with jubilation (1271)
Grace would be guardian (1299)	He did see him (0889)
Graceful and simplicity (0280)	He gave me (1243)
Gracing noble (0990)	He is within me and I live in him (1128)
Greet us (1260)	
Greeting day time (1228)	He laid down (0778)
Grip the strength of the companion (0493)	He never accepts bribe (0244)
	He one who forgets (1041)
Grooming sophisticated knowledge (0119)	He saw an educated (1084)
	He seated in the heart (1129)
Growing education would earn respect (0410)	He showered love (1191)

He thought in the mind acquired (0760)

He used to enjoy (1236)

He who does not follow (0147)

He who goes behind the woman (0146)

He who holds responsible (0142)

He who suffers (0141)

He will root out enmity (0656)

He will take care (0935)

He would have seen (0376)

He would pretend to be warm (0181)

Healthy man with wisdom (0227)

Heart filled with charity (1172)

Heart joined motionless (1095)

Heart which was gracious (1230)

Hereafter the success (1144)

Hidden in the mind (1272)

Hidden worry (1234)

Highly seasoned (0314)

His wife would end her life (0936)

Hold people (0541)

Honey like heart (0218)

How best they may be (0088).

Hugged me (1285)

Humanity departing (0301)

Humanity in the eyes (0951)

Humbleness would multiply (0900)

Humbleness, politeness (0489)

Humbly multiplying (0673)

I came with longing (1308)

I like by affection (1122)

I went on rolling (1268)

I went there to make (1167)

I will claim that (1143)

I will fall melting (1294)

I will offer (1217)

I will recollect (1317)

I would say there is (1177)

I would wait for (1219)

If a calf and cow mingle (0830)

If a lot of income is acquired (1010)

If a ruler does (0655)

If add money (1044)

If all leave away (0357)

If all the souls (0267)

If annihilate (0610)

If any disturbance comes (0763)

If any rich lives (1004)

If any severe problem comes (0461)

If approach with graceful views (0651)

If as you wish (1159)

If be honest people (0636)
If become bedridden (0949)
If born as a woman (1136)
If change takes place (0602)
If choose the right course (0857)
If come across any atrocity (0957)
If come to know (0878)
If contrived jealously (0870)
If deliver with sweetness (0396)
If disconnect, it would make joy (0346)
If divide the water (1288)
If eat as you please (0945)
If eat one thing dead (0258)
If eat unlimited (0942)
If extinguish the fire (0310)
If fame degraded (0933)
If felt useless (0505)
If get any prize (1053)
If give destruction (0807)
If go near the hell (0932)
If go voluntarily (0415)
If gracefulness on all occasions (0386)
If had blossoms (0421)
If help for studies (0994)
If I highly elevated (0626)
If I live means (1126)
If I say (1325)
If invite he would (1233)
If it is a punishing high post (0304)
If it is not suitable (1131)
If learn the arts (0344)
If live erasing criticism (0974)
If live with tender heart (0360)
If meet distinctive celebrity (0895)
If mines like strengths (0473)
If offer a place (0825)
If one comes up in life (0293)
If one has the ability (0519)
If organise gladness (0312)
If parents become be weak (1021)
If patience penetrates (0121)
If pearl, rotana flower (1114)
If people clear in life (1170)
If people witness (1198)
If possible (1229)
If protect the belongings (0374)
If protect the poets (0977)
If protect with care (0950)
If resourceful people (0580)
If respect the sleep (0607)

If salute (0620)
If says concepts (1046)
If see the educated (0437)
If see the people showing pity (1050)
If see the waves (1212)
If see there are (1179)
If selected thinking (0514)
If sit calmly (0563)
If steal professionally (0282)
If support genuinely (0633)
If taste the education (0404)
If the bottom of the belly (0976)
If the dawn star rises (0445)
If the elation found in the family (0406)
If the gratification on the earth (0257)
If the knowledge of the dependent's (0464)
If the people follow the patience (0130)
If the ruler shatters (0163)
If the world you aspire (0259)
If think interior (0896)
If think to devastate (0674)
If think to grip (0611)
If think to remove (0480)
If think to win (0486)

If think we can see (0260)
If to be courageous (0761)
If touch the accessories (1304)
If unstrained enragement (0564)
If want to rule (0492)
If wish the enemy (0585)
If wish to come up (1169)
If wish, destabilize (0820)
Immortal sculpture of words (0194)
In a candid mind (0281)
In a cultural family (0472)
In a reputed high school (0593)
In addition to soldiers (0172)
In addition to water (1208)
In all determined activities (0661)
In all object (1157)
In an eternal friendship (0788)
In enjoying situation (0893)
In front of eyes what know (0582)
In front of slapping (0474)
In front of the chamber (0727)
In front others (0589)
In life only for those who renounce (0023)
In search of consolation (1263)
In searching of livelihood (0731)
In the activities (0663)

In the battle field (0683)	In the magnificent heart (0291)
In the bearing (0570)	In the mind the thoughts (0202)
In the bogus laughing (0821)	In the mountain of decipline (1139)
In the chamber of erudition (0717)	In the moving world (1265)
In the country of scholarly people (0450)	In the patronizing period (0526)
In the country the minister (0660)	In the penniless condition (0285)
In the country with fear (0559)	In the place not suitable (0771)
In the court (0640)	In the pleasant family (1204)
In the court seen (0714)	In the presence of others (0813)
In the daring war (0749)	In the spoiling thought (1200)
In the dream of grace (1216)	In the sugarcane like body (1112)
In the explicit mind (1298)	In the swelling beat (0545)
In the eye like (0777)	In the temporary body (0253)
In the eyes only the eye ball (0407)	In the unadulterated calm village (0428)
In the field tiredness (0767)	In the unstable life (0241)
In the form (0713)	In the way's eyes showing (0321)
In the forum of scholars (0832)	In the world not finding (0988)
In the globe not grasping (0179)	In the world not hating (0176)
In the god world (0875)	In this country (0113)
In the healthy broad chest (1105)	In this earth (0368)
In the house residing (0183)	Indestructible nectar (0391)
In the house sharing edibles (0904)	Infront of the law (0112)
In the impermanent world (0840)	Infront of the presence (0182)
In the laid out fertile soil (0718)	Insidious friend (806)
In the life of a person (0295)	Instead of dying with (1160)

Instead of segregating (0506)
Integrity of the minister (0762)
Intelligence is the structure (0706)
Intimidating anger (0367)
Inviting ruin (0928)
Is despair only (1318)
Is it fine to destroy? (0019)
Is there any ambitious life? (0089)
It is always charming (1052)
It is better to die (1211)
It is difficult to explain (0075)
It is difficult to find the gratitude (0101)
It is exceptional to be happy (0629)
It is good material (0677)
It is important to maintain (0515)
It is lacking in hospitality (0085)
It is much satisfactory (0340)
It is only a few people who could find the real light (0103)
It is our best quality (0071)
It is scarce (0649)
It is the temperament (1189)
It is the temperament of the intellectuals (0430)
It is the way for blame (1062)

It is true that there are very few people (0107)
It is your duty (1248)
It keeps honest people (0636)
It wants to rule (0492)
It will be a cause (1218)
It will call 'it' (0573)
It will protect (1121)
Joining the honest (0468)
Joining with seasoned people (0452)
Just for pleasure (0652)
Justice in the mind (0547)
Justice stays where the good ministry protect (0115)
Keep the wicked people (0827)
Keeping love and benevolence (0388)
Know by looking (0707)
Knowing the heart (0801)
Knowledge is one which eradicates (0422)
Knowledged people would praise (1115)
Land tax of dignified people (0759)
Lengthening pain (1214)
Let both ladies and gentleman respect (0051)

Let the depredations deteriote (0328)
Let the people follow the patience (0126)
Let us exterminate the bud (0336)
Let us gain good name (0074)
Let us invite the relatives (1146)
Let us leave the anger (0054)
Let us meet the foe (0622)
Life is all about binding (0041)
Life is only once (0268)
Life partner is nectar (1124)
Like animals (0557)
Like brakes (0743)
Like dark rainy cloud (0222)
Like drawings losing charm (0303)
Like fragrance of (1250)
Like frying mustard (0793)
Like snake siege (0743)
Like strict decipline (1054)
Like tasting nectar (1033)
Like tasting nectar (1310)
Like the banyan tree (0811)
Like the beetles (0879)
Like the bird's (0897)
Like the dear (1134)
Like the drunken beetles (0192)
Like the fast running horse (0756)
Like the garden on the river basin (0972)
Like the rain of the sky (0175)
Like the waves (0193)
Like unique lotus (1256)
Like Vedas (0664)
Listening with the eyes (0327)
Live happily with affection (0062)
Living to enjoy (0969)
Living together (1182)
Living with snake (0882)
Longed to see (1254)
Longing in the mind (1113)
Look at the people who are so great (0100)
Look at the people who have grown (0072)
Looked at me sitting (1150)
Love as the soul (0323)
Love is primary (1162)
Main motive to defeat (0675)
Make them happy (0159)
Making a building (0712)
Many cursing (0139)
Many famous professors (0274)
Measure the friendship (0583)
Meet persons offering (1061)

Memory would give (0540)
Merciful one giving like a mother (0210)
Micro knowledge (0504)
Micro knowledge giving prosperity (0639)
Mind without craving (0952)
Minister of a country (0509)
Minister ruling the kingdom (0459)
Ministry helping the kingdom (0390)
Misdeeds making other to cry (0993)
More confidence is required (0283)
Mother is showing grace (0542)
Much joy at bottom (1282)
Multiplying for prosperity (0923)
Multiplying wealth (0631)
Munificent hearted (0174)
My beloved went to earn (1181)
My darling with eyes (1093)
My dear soul (1295)
No one can take it (0395)
No one will come (0169)
No one would console (1012)
No place for evils (0057)

No substitute for the mother (0073)
Nobody lives in the world permanently (0090)
Not achieving by publicity (0237)
Not analyzing deeply (0635)
Not attaching with the personalities (0838)
Not believing eyesight (0862)
Not concealing the distress (0921)
Not disclosing the conspiracy (0694)
Not exposing openly (1130)
Not getting rid of (1005)
Not neat in appearance (0834)
Not studied the books (0846)
Not sweeten like sugarcane (1055)
Not walked on the path (0850)
Numerous agony (0319)
Observe penance with observance (0261)
Obtain longstanding fame (0252)
Obviate ridicule mountainous talents (0086)
Ocean level confidence (0630)
Ocean like wealth (0987)
Of the seashore (1202)

Offered gift for many (0381)
Offering luxurious dinner (0956)
Offering regrets (1222)
Often changing their tongue (0191)
Oh! my mind (1246)
Oh! people went to (1161)
Oh! separation disturbing (1247)
Omit sex and anger (0356)
On realising the grace (0358)
On seeing (1269)
On seeing itself (0746)
On seeing the poor (1051)
On the earth staircase (1135)
On this mighty world (0571)
One not beautiful (0647)
One who bounced (0780)
One who came knowing (0483)
One who captured (0773)
One who gains knowledge (0393)
One who has enthusiasm (0500)
One who is acquainted (0995)
One who is appointed (0517)
One who is driven out of home (1045)
One who is straight forward (0292)

One who is well-being hearted (0318)
One who labours (0476)
One who lives in this world with chastity (0198)
One who offers money (0208)
One who perceived life (0854)
One who possesses (0833)
One who quarrels (0204)
One who saw (0808)
One who thinks to perish (0322)
One who would look at ethical way (0387)
Open the oscillating mind (0330)
Oration of an educated (0722)
Our life would prosper (0271)
Out of executing professions (1031)
Over the expanded body (1274)
Patronizing activities (0981)
Peaceful family (1087)
Peak of the charm (0539)
People catching needs (0168)
People dwelling there (1138)
People holding enormous wealth (0992)
People may not know (0219)
People of the world (0572)

People possessing rough and tough (1018)
People realizing in their life (0160)
People ruling the country (0679)
People see laughing (1239)
People seeing novel creativity (0880)
People soliciting calmness (1058)
People strongly say (0140)
People there, my dear (1132)
People who help (1017)
People who work for betterment (0156)
People will have seen (0721)
People with unkind (0544)
People would have upliftment (0300)
People would say (1015)
Perform virtuous (0031)
Person not having soul (1067)
Person who tasted sugarcane (0426)
Person who thinks to destroy (0891)
Personality the very rare temperament (0953)
Persons having broad mind (1020)

Physical union (1322)
Pleasant smell (0662)
Pleasure that could be obtained from (1101)
Pointing out many people (0799)
Pollution in the mind (0349)
Poor people's heartfelt happy (0014)
Possess deep knowledge (0534)
Possessing clarity (0510)
Possessing his own shape (0220)
Possessing love with grace (0810)
Possessing reasonable knowledge (0197)
Pouring blessings like banana (0217)
Practical experience (0548)
Practices in the way (0769)
Praise the beauty of woman (1145)
Predicted them (0863)
Pressurizing tests (0948)
Preventing the jealously (0162)
Prospering education (0894)
Protect the pride (0971)
Protecting husband (0592)
Protecting like a dam (0688)

Protecting mother like (1123)
Protecting the fruit (1302)
Providing rehabilitation (0211)
Punishing high post (0304)
Purity even in dreams (0658)
Purity in the heart (0511)
Purpose of her birth (0920)
Rare things are available (0782)
Realising the joy (0361)
Remove conceitedness (0325)
Removing those dump (0020)
Reputed people adore (1026)
Resource the concepts (0729)
Respectable people knowing (1118)
Respectable people neglecting (0286)
Restricting the expenditure (0477)
Ripened fruit (1305)
Safeguarding the dignity (0373)
Satisfaction by life (1290)
Saturated in born happiness (0308)
Save your own relations (0050)
Saving the life by nature (0215)
Saw each other (1106)
Saw the court (0726)
Saying 'yes' will get strike (0379)

Scenic song by blind (0408)
Scented blending (1104)
Scented flower heart (1003)
Scholarly people (0429)
Scientists never know (0012)
Seasoned people would listen (0425)
Segregating the resource (0905)
Selecting thought (1323)
Serve the people (0025)
Serving hearts asking (1066)
Serving like wind (0696)
Severe poverty makes (1043)
Sex in hugging (1330)
She forgot herself (1141)
She saw with blessings (1094)
She will sing and dance (0912)
She would be happy (0983)
She would cry (0925)
Shoulder while the kindness (0080)
Show dignity (0616)
Show love and grace (0028)
Showing artificial indifference (1327)
Showing pity (0242)
Showing respect through eyes (0255)
Showing softness (1080)

Shyness in the mind (1329)	Subdue anger (0490)
Sight of cruel bad people (0553)	Successful soldier (0543)
Simplicity, politeness (0565)	Successive suffering (0670)
Since some virtuous people live here and there (0134)	Sweetened relationship (1107)
Sincerity and straight forwardness (0501)	Take care of your own family (0042)
Smiling on the face (0634)	Teachers cared like cow (0026)
Soft by nature (1086)	Teasing us by laughing (0803)
Softness generated in the mind (0457)	Telling politely (0689)
Some leaders and some preachers (0129)	Temperamentally linking (0365)
Some people do not lookafter their own family (0044)	That could be felt everywhere (0078)
Some people droop their family (0045)	The action with rigidity (0665)
Somebody coming would greet (0383)	The advantage of studying (1028)
Song sung would feed (0417)	The amicable family (1303)
Spoiling bribe (1013)	The army with acclamation (0496)
Spreading high pressure (0306)	The art of hospitality (0082)
Spreading like roots (0442)	The asset of hearing would shake (0420)
Standing like thermal (0794)	The beautiful sun (0008)
Standing needlessly (0184)	The beauty is natural (1306)
Starting from the heart (1201)	The beauty lies (0006)
Storing in the dam (0872)	The beauty lies in life (0149)
Straight look of the lion (0789)	The beauty of the face (0702)
Studying that money (0434)	The big piece of sugarcane (0899)

The eyes itself called (1174)	The heart of the sage (0030)
The eyes reached (1176)	The holy saint to live (0350)
The eyes rolled with (1100)	The holy transgender (0405)
The family would cry (0934)	The home to guide (0250)
The farmer with clear plan (1037)	The hostility obtaining (0262)
The fire tool (0048)	The ill fate would ask (0378)
The fish would enjoy (1207)	The intellectuals acting (0495)
The flower like mind (0939)	The jewels slipping (1186)
The flower would attract beetles (0730)	The joy acquired (0783)
The foes thinking (0884)	The joy of match (0751)
The garment wore (0690)	The joy of the team (0623)
The globe rooted deeply (0190)	The joy with which (1148)
The god would cherish (0137)	The lettuce cut after (0908)
The good work done (0157)	The life is great (0065)
The government governing (0239)	The life to flourish (0355)
The government would fall (0568)	The longing in the mind (1113)
The great birth with great attitude (0132)	The love knowing the worth (1120)
The great people behave simply (0123)	The love with fondness (1142)
The hanging roots (0212)	The luxurious woman (0914)
The heart having the tendency (0290)	The mental agony (1158)
The heart mingling (1287)	The mind forgetting is the bud (0226)
The heart of host filled with curiosity (0397)	The mind is like honey (0034)
	The mind is to destroy (0886)
	The mind of magnanimous people (0962)
	The mind to make prosperous (0249)

The mind with nobility (0297)
The minister praising the valuable advices (0448)
The minister ruling is like higher tree (0441)
The minister shall be at the front (1029)
The minister who saw (0775)
The ministers protecting (0458)
The money given (0230)
The most pleasant life (0083)
The mother who works hand (0076)
The nature of the mind (0029)
The nature would offer (0214)
The nectar would embrace (1039)
The notes of weeping (1277)
The noteworthy people (0891)
The pain of poverty (0444)
The papilla a small projection (0263)
The peak of ignorance (0843)
The people go behind money (0118)
The people living on the earth (1164)
The people of the world (0754)
The people who do not have (0909)
The people who saw would laugh (0910)
The people who see wish and praise (0124)
The people will transform (0120)
The people would laugh (0144)
The person hoarding (1009)
The person never allowing (0189)
The pillar holding with (1127)
The pleasure comes in the mind (0094),
The pleasure due to getting (0494)
The poisonous preist (0278)
The pride of the people (1188)
The priest of flattery (0272)
The property of civilized (1007)
The protectors of the country (0276)
The proudness of the family (0960)
The public with wishes (0240)
The rain and the rainbow (0009)
The rain from the grown clouds (0004)
The raising moon (1193)
The reason for the furious elephant (0151)

The recognized gentleman (1016)	The useless arrogance (0436)
The ruler he makes all living (0079)	The very life on the earth (0968)
The ruler shatters the rivalry (0463)	The very view (0991)
The sages show the good path (0049)	The victory after conquering (0750)
The scholars respected (0684)	The victory shown in the field (0710)
The sea fish never live (0060)	The villagers coming across (1187)
The ship not shaking (0668)	The villagers passing through (1098)
The shyness of the virgin (1011)	The water destroyed by tempest (0216)
The soldier having the mettle (0672)	The water for drinking (0964)
The soldier here (0776)	The way eye showing (0931)
The soldiers coming hereafter (0772)	The wealth acquired (0653)
The soul buds (0353)	The wealth would bring (0566)
The specialty stands with quality (0087)	The wife as a fruit (0902)
The speech with angry (0567)	The wife obediently coupled (1276)
The strength of soldiers (0471)	The wood apple fruit (0823)
The supporting people (0466)	The world consist of (1048)
The sweetest heart (0099)	The world is shining (0084)
The things acquired (0753)	The world makes noise (0036)
The thread swinging (0705)	The world not to get (0997)
The tree bearing (1301)	The world would (0802)
The true friend (0785)	The world would never know (0590)
The twenty four carat heart (0369)	Their tutor even they come (0108)

There are very few sages (0022)	Those who want a peaceful life (0155)
There we extracted (1101)	Though acting like a soft cow (0829)
These who not prefer (0066)	Though admire the fruitful activities (0238)
They will catch (0747)	Though adopting (0824)
Think deeply (0061)	Though dependent in the personality (0903)
Thinking all assets (0657)	Though get treatment (0947)
Thinking inferior (0479)	Though got sword (0481)
Thinking pleasant matters (0311)	Though guarded (0695)
Thinking worldly (0666)	Though honoured with (0723)
This soil maintains (0003)	Though knowing (0786)
Thorough discussion (0587)	Though occupy a higher position (0792)
Those hearts do not think (0033)	Though possessing vast ocean level (0837)
Those who are impartial about (0005)	Though the heart is hurt (0787)
Those who are kind (0091)	Throughout life (0248)
Those who control their five senses (0027)	To acquaint with respect (1110)
Those who harass (0138)	To ban the loneliness (1255)
Those who have the patience (0153)	To ban the menacing rebirth (0363)
Those who have wavering mind (0154)	To be cautious (0614)
Those who kind heart (0001)	To be happy committing (1072)
Those who leave their parents (0096)	To be reputed (1262)
Those who look the country (0069)	To be seated in the heart (1300)
Those who look the welfare (0032)	To be successful (0499)

To bring a change (0485)	To the baby to make to realize (0234)
To cascade pouring (0364)	To the man who removed (0366)
To come up well (0678)	To the person wipes out the tears (0231)
To defeat the envious (0764)	To the surprise of all (1024)
To dismiss the actions of my life (1002)	To the surprise of listeners (0643)
To embrace destructible (1163)	To win, discard defeating idleness (0604)
To eradicate the pollution (0170)	Today also wake up (1192)
To extent my life (1210)	Traditional boiled edible items (0946)
To gain well being (0251)	Troubling bile (0943)
To get elevated like a chariot (0965)	Try to attract the country (0739)
To get success remove (0605)	Try to win the rivalry (0481)
To grasp deeply the impermanence (0337)	Twined by love (1235)
To hold and embrace (1319)	Unable to sing (0586)
To lead life going behind (0963)	Unlimited crowd (0451)
To live forever (0229)	Untainted like honey (0659)
To make the mind (0578)	Until winning try (0487)
To meet come quickly (1237)	Very soft hearted (1060)
To oppose the conspiring rivalry (0724)	Virtue and bravery (0600)
To perish the attachment (0351)	Virtuous people work for the virtues (0133)
To persons who have unwavering mind (0021)	Virus would agonize (0384)
To register digging the stone (0625)	Walked thinking for (1089)
To run the family living together (1326)	Warm performance (0427)
	Watching others' grief (0316)

Waterfalls rolling (0591)	When approach my rightful person (1154)
We amalgamating (1261)	When darkness fall (0595)
We are fine (1215)	When he has occupied (1156)
We are rising (0342)	When improving knowledge (0402)
We both not to have (1152)	When meet renowned personality (0892)
We can see many (0128)	When one misbehaves (0143)
We dived into the river (1194)	When proceeding with care (0805)
We enjoyed in the water (1206)	When the bud flowers beauty (0195)
We lived with joy (1205)	When the family is unsteady (1022)
We see the philanthropist (0167)	When the ruling of the minister (0680)
We were happy (1199)	When the women are seen (0150)
We were lovable (1196)	When there are habitual (1059)
Wealth not offering (1225)	When things see the robber (0284)
Wealth of the civilized (0624)	When think about (1213)
What is beauty? (0007)	Whenever we meet (1307)
What is the use of being together (0056)	Where is attractive figure (1166)
What said within (1278)	Where shall I inform? (1137)
What seeing (0603)	Where the decipline lies (0135)
What seen is (1244)	Where the patience perishes (0127)
What spoken about (0898)	
What the great scholars (0599)	
Whatever all seen (0352)	
Whatever all seen (1173)	
Whatever filth catches (0161)	
Whatever he sees (0265)	
Whatever he sees (0332)	

Where the people who control (0125)
Where the world get dipped (0038)
Where we lead the life with compassion (0013)
Whether win or lose (0621)
Which grows wealth and prosperity (0068)
Who leads the life (0232)
Whose kids are being protected (0063)
Wicked people would poison (0453)
Wide insane greediness (0839)
Wild tiger would roar (0529)
Will be clement to the lives (0264)
Will fall and raise (0185)
Will get pleasure (0861)
Will it show (1078)
Will live with fame (0579)
Will neither do nor have (0551)
Will not adhere to advice (0851)
Will not do any exaggeration (0667)
Will not hail (0809)
Will not stop fragrance (0188)
Will not understand on seeing (0845)

Will not use reckless words (1081)
Will not witness (0554)
Winning the strangers (0469)
Wish your son (0046)
With an intention (0815)
With apt words (0641)
With beauty, wisdom (1096)
With clarity knowing the utility (0645)
With curiosity speak (0644)
With developing trait (0791)
With duty consciousness (0389)
With ever love and grace (0467)
With gladness (0535)
With great house (0067)
With greatness sing (1147)
With heart to offer (0954)
With high ethics (0114)
With huge evolution (0855)
With humbleness (0522)
With leaps and bounds (1279)
With pleasure in hugging (1311)
With the company of (0446)
With the dignity (0752)
With the kind and polite words (0638)
With wavering mind (1291)

Within minutes (0598)
Without sound sleep (1209)
World of fire do change (0270)
Worship the form (1001)
Would aspire fair means (0245)
Would beg bowing (1032)
Would dance with joy (1073)
Would destroy wilfully (1071)
Would do sawing (0888)
Would fly like eagle (1074)
Would give many things (0701)
Would help the people (0223)
Would meet even (1259)
Would not bother about (1065)
Would not reveal (0225)

Would please playing like cheerful deer (0165)
Would protect and offer aids (0569)
Would rule stretching (0497)
Would snatch and drink (0926)
Would spoil fame (0922)
Would tell charcoal (0842)
You are telling something (1316)
You stood away (1314)
You went for earning (1153)
You will come unforced (1178)
You will win (0687)
Your image dwells (1092)

वर्णानुक्रमानुसार पद्य - पद्य क्रम संख्या

पद्य	क्रम संख्या	पद्य	क्रम संख्या
अँध कुआँ सूखा पेड़	1068	अनुमान ज्ञान होता	0116
अँध कुएँ सम दुराचार	0205	अनुरोध अन्य से देते	0507
अँधा सम जो चलता	0910	अनुस्मरण देता फल	0540
अँधेर में आँखों को दिखती	0101	अनुस्मरण है रूप	0536
अंकुर गन्ने का पसंद	0404	अनैतिक धन पर जब	0369
अंकुरित होती इच्छा	0263	अन्तर मन में	1282
अंडा सेंकती मुर्गी	0562	अन्य का दुख देख	0316
अंतिम काल में खूब	0213	अन्य को दुख दे	0653
अंधेर में निकलते	0776	अन्य पर अनुकंपा	0220
अकथनीय वेदना है	0075	अपकीर्ति से नियति	0375
अक्षय धन उत्तम गुण	0960	अपनाना उसी को	0516
अगोचर करती बात	1312	अपनी नयन से	0801
अचेतन शिला मूर्ति	1150	अपने अनजान में	0805
अणु सम हो सूक्ष्म विवेक	0504	अपने मन आते जलन	0162
अणुबम हो या भाला	0484	अपने विपुल धन	1003
अति आनंद में भी	0979	अपयश पर न करता	1075
अति परिपक्व फल	1305	अपरिचित मित्र	0877
अतिथि सत्कार देता	0081	अप्रकट रहती हवा	0696
अथाह सागर में	0782	अप्रसन्नता मन में	1289
अधम वह होता	1066	अभिभावक ने दिया	0093
अनल में जलते सूखे	0447	अभ्यास कराना	0945
अनल सम करता	0531	अमिट धन विध्या है	0391

अमित भोजन	0942	आते सेवक के उत्तम	0501
अमृत करता हमारे	1039	आत्मसंयम है महा सगार	0124
अरि जब सोचता मन में	0674	आदर बड़ों से होती	0074
अर्थ सहित उत्तम	0641	आदर्श कवि वही	0712
असीमित कर से	0556	आदर्श गुण उन्नत परिवार	0791
असीमित दुख मेरा	1235	आदर्श वीर पाते	0469
असीमित विचार हैं	0710	आनंद दिलाता सुख	0623
अहिंसा है धर्म	0330	आनंद पाने लेते	0652
आ बीतती गरीबी	0937	आनंद प्रकट करने	0061
आँख की पुतली सं दिखता	0102	आना मेरे निकट	1178
आँख में होती पुतली	0052	आना यहाँ बड़ी	1237
आँख में होती पुतली से	0407	आया प्रिय मुझे	1249
आँख सम अपना	0015	आया प्रिय वह	1271
आँख सम करत जो सब	0374	आलिंगन में पाया	1203
आँख सम करना	0003	आवे जीवन में	1055
आँख समक्ष होती इच्छा	0341	आशीर्वचन से पलता	0047
आँखें दिखाते पथ	0931	इच्छा को करना परित्याग	0347
आँखों के सामने गिरती	1024	इच्छा रहित मन	0021
आँखों को घेर लेता	1185	इच्छा से दूर अलिस	0023
आंतरिक शत्रुता है	0889	इच्छा से बढता	0335
आकर दुख देता दुर्भाग्य	0378	इने गिने का मन ही	0107
आकांक्षा आन्य पत्नी पर	0145	इने गिने के अतिथि सत्कार	0090
आगमन प्रिय से	1240	उगते किरण सूर्य	0329
आगे बढ़ आती	0883	उचित समथान बना लेना	0499
आतंकित आज्ञा से	0568	उज्ज्वल सहन भाव	0121
आतुर आयी मैं	1308	उठती मन में	1307
आते परिवर्तन को लेना	0605	उठती मैं आज	1192
आते साँप को	0917	उठती लहर सम	1264

उत्तम उदारता स्नेह	0953	उत्तम मिट्टी में	0718
उत्तम उन्नति होता	0539	उत्तम मित्र न गाते	0809
उत्तम कथन को जब	0650	उत्तम मित्र रखते	0803
उत्तम कार्य पर	0238	उत्तम मित्रता और	0784
उत्तम कार्य से	0978	उत्तम मित्रता प्रकट न करते	0785
उत्तम कार्य से	1224	उत्तम वचन से	0715
उत्तम गठबंधन में	0468	उत्तम विचार से होता	0372
उत्तम गाँव में होते	0428	उत्तम विद्या दिलाती	0400
उत्तम गुण अपने से	0164	उत्तम विद्यालय है	0593
उत्तम गुण का भी हो	0196	उत्तम विवेक से	0423
उत्तम गुण के मन	0033	उत्तम सज्जन करते	0719
उत्तम गुण महान	0866	उत्तम सज्जन का कथन	0420
उत्तम गुण स्नेह	0699	उत्तम सज्जन मानते	0916
उत्तम गुणवान धर्म पर	0174	उत्तम सज्जन से	0998
उत्तम ग्रंथ का	0856	उत्तम सेना विवेकी मंत्री	0470
उत्तम चरित्र के	1014	उत्तम सोच से होती	0110
उत्तम जन का	1050	उत्तम है युद्ध कला	0494
उत्तम जन की चिंता	0997	उत्तम जन्म से होता	0132
उत्तम जन देते दान	1071	उत्सव विवाह है उत्तम	0086
उत्तम जल करते नहीं	1019	उद्दंड क्रोध से	0305
उत्तम देश है वही	0731	उन्नत करने का मन	0249
उत्तम धन उचित समय	0677	उसकी याद में	1089
उत्तम पथ देख करना	0104	उसकी याद में	1091
उत्तम पथ से होती	0070	ऊँचा इमारत भी	0626
उत्तम बुद्धि विवेक	0740	ऐश्वर्य मिट भी जावे	0629
उत्तम बुद्धि विवेक	1119	कक्षा करती सेना को	0770
उत्तम मंतर् से होता	0115	कच्चे साधु हैं ऐसे	0273
उत्तम मन में होता	0291	कटी पतंग सम	1069

कटु वचन न करता	0199	करता मन सदा	1155
कठोर जहर है	0552	करता वह छाती	1105
कथन मधुर से कहता	0649	करता शासक शत्रु	0463
कथन सज्जन से	0642	करता शासन स्नेह से	0194
कपट रहित मन बनता	0195	करता सोच सदा	0322
कमजोर करता बलिष्ठ	0475	करती आकर्षित नयन	0911
कमजोर थकान जब	0646	करती गाय रक्षा	0026
कमाई बुराई से	0286	करती तपस्या वह	1167
कमाना योग्य धन	0751	करती नहीं क्रोध	1081
करता अधिकार जब	0265	करती मैं तेरी	1248
करता अनिच्छा से	0870	करती रक्षा और	0695
करता ईश निवास	0005	करती वह सारा काम	1088
करता उत्तम कार्य	0025	करते कठोर क्रोध शासन	0564
करता कृषक कार्य	1037	करते खुद इच्छा में	0342
करता जब पक्षपात	0555	करते जब अथक परिश्रम	0068
करता जो अन्य को	0847	करते जब कार्य	0312
करता जो इच्छा दमन	0368	करते जब जीव सभी पर	0241
करता जो कथन बेकार	0191	करते जब धर्मनिष्ठ	0579
करता जो द्वेष से	0138	करते जब मन में	0896
करता जो जीव सब	0320	करते जब मन में पालन	0130
करता जो सद्कर्म पर	0157	करते जब योग साधना	0262
करता दूत काम	0685	करते जब लगन से	0482
करता नशा वह बुलाता	0928	करते जब समाज में	0065
करता नहीं कभी	0667	करते जीव की हत्या	0321
करता नहीं जो अप	0477	करते जो अमृत सम	0970
करता नहीं दान	1008	करते जो कार्य अपने	0977
करता नहीं विश्वास	0862	करते जो जीव पर	0264
करता बाघ अपना	0529	करते दान व रक्षा	0215

करते मधुर कार्य	0990		करना समय पर	0289
करते माहानि से मिट	0185		करना स्थापित	1183
करते यदि अन्य को	0317		करना स्थापित शासन	0537
करते यदि छल से	0282		करना स्नेह व दया	0388
करते रक्षा जब	0526		करना हमला घात	0492
करते रक्षा निर्मल	0737		करना हमाला	0743
करते वचन से मिलता	0898		करवाया भर्ती जिसने	0096
करना अतिथि सत्कार	1052		कर्तव्य और दृढता	0389
करना उत्तम कार्य	0438		कर्तव्य संयम	0733
करना उत्तम तपस	0261		कला की है देवी माता	0077
करना उत्साह हीनता	0601		कलुषित मन से	0455
करना उपयोग बुद्धिमान	0464		कल्याण कार्य पर	0159
करना कटुवचन दूर	0097		कविता के शब्द में	0713
करना कर्तव्य अपना	1030		कविता रचते	0873
करना घृणा दूर	0606		कहता दूत मधुर वचन	0689
करना जीवन भर	0228		कहती आँख कथा दुख	0221
करना दूर दंभ	0325		कहती मैं होती जन	1143
करना नाश माया	0336		कहते उत्तम जन सदा	0443
करना प्रात उत्तम सहारा	0493		कहते कठोर वचन दिखाते	0793
करना बुद्धि विवेक से	0804		कहते जन वहाँ	1138
करना मधुर वचन	0985		कहते जब कटु वचन	1042
करना मन में अनल सम	0370		कहते मधुर वचन से	0397
करना मन में आनद	0361		कहते विद्वान एक कंठ	0140
करना रक्षा नयन सम	0043		कहते सम्मुख मधुर	0799
करना श्रवण उत्तम जन	0419		कहते स्पष्ट सम्पन्न	0729
करना षड्यंत्र शत्रु को	0764		कहना जोर से	1234
करना संयम क्रोध पर	0577		कहना मधुर वचन	0396
करना सदा धर्म	0207		कहाँ सुनाऊँ संकट	1137

काटता क्रूर वह	0558	कुमित्र करता हमारा	0818
काटते शेर से हट	0277	कुमित्र से रहता कुशल	0495
काम अपने में	0834	कुमुद का दर्शन	1193
काम अपने से	1070	कुमुद की सूरत	1114
काम कृषक का	1040	कृतज्ञता सदा देती	0106
कार्य अपना करें	0519	कृपण बढ़ाता अपना	1001
कार्य अपना धर्मवान	0735	क्रोध भरी आँखें	0303
कार्य अपने में	0678	क्रोध में कठोर वचन	0567
कार्य उत्तम से जीव	0271	क्रोध रहित व इच्छा	0302
कार्य धर्म से मन	0334	क्षमता यह करना	0344
कार्य में स्नेह सपने में	0658	खडाना है वह	1005
कार्य है यह उत्तम	0762	खाते जन गन्ना चाव	0426
काले बादल देख	1279	खाते हम मृत को	0258
काले बादल बराबर	0222	खिल उठी मन में	1284
काले मन के आगमन	0166	खिलती कली से होता	0421
काले मन से न	0279	खिले मन से करना	0035
किया मिलन प्रिय से	1176	खिसक गयी चूड़ियाँ	1186
किये कार्य पर	0708	खुशी से देता नहीं	1067
कीर्ति अपने देश की	0239	खेत धान का बढ़कर	0105
कीर्ति गाता कवि	0874	खेल द्युत् देता बड़ा	0940
कीर्ति देते धन	1262	खोज निकाला	0841
कीर्ति प्राप्त मित्र से	0802	खोता जो अपना	0853
कीर्ति प्राप्त लंबी सेना	0496	गंदगी नदी की दूर	0020
कीर्ति प्राप्त विद्वान	0274	गतिहीनता से	0609
कुछ एक से मिली	0084	गन्ना पाता निचोड़कर	0899
कुछ ही जन पुथली अपनी से	0103	गया कहाँ मेरे	1166
कुबुद्धि है जिसकी	0169	गया प्रेमी वह	1161
कुमित्र करता	0813	गया विदेश लालच	1153

गरल मन करना अपने	0324	गुप्त शत्रु का	0886
गरल सम होता	0927	घना वन ऊँचा	0742
गरीब की चाह जब	0180	घमंड से होता	0010
गरीब को जिस घर	1045	घमंड है बड़ा शैतान	0546
गरीब को देते अन्न	0028	घर में जब दिखाते	0250
गरीब को मानना	1028	घातक क्रोध से	0307
गहरे गड्डे में जब	0595	घिस जाती रस्सी	1033
गहरे घाव से होता	0844	घिसाता सागर सम	1296
गहरे नदी में	0812	घेर जाती शत्रु सेना	0772
गहरे सागर सम	0661	चक्कर काटती धरती	1265
गाँठ ईख करती	0769	चमकता मोती अमूल्य	0087
गात गणिका नाचती	0912	चल फिरते आहार की	0089
गाते अनेक शासक	0381	चलता जो जुआ	0933
गाना गीत दिलाना सबमें	0417	चलता वह द्युत खेलने	0934
गाना नैतिक गीत सदा	0416	चाहते मूर्खजन	1136
गिरता जो बुरे	0918	चींटी न जानती	0596
गिरता झरना पर्वत	0591	चुन लिया उसने	1090
गिरती बूँद से होती	0728	चुनने पूर्व पूछना	0503
गिरने से बचा	1121	चुना मैंने मन पसंद	1323
गिरा है फल कूड़े	1043	चैन मन से मिलती शांति	0154
गिराते शत्रु को	0724	चैन से सोचकर	0563
गिरि शहद से भी	0659	छलांग करता हिरन	0165
गुण है वह उत्तम	0915	छिनते चील से	0435
गुण होता उत्तम	0266	छिपा रखना कार्य	0665
गुणवान मंत्री से होता	0619	छिपा रखा मन में	1272
गुप्त दुश्मनी मिटाने	0888	छिपाता कार्य	0663
गुप्त प्रेम में नहीं	1107	छीनकर लेता जब	1044
गुप्त प्रेम में मिलते दोनों	1108	छूकर देखते जब	1304

छूट गयी चमक	1267	जीव सब पर बिन	0254
छोटी चींटी आँख	0527	जीव सबका जीवन	0071
जग उठता जब	0876	जीवन अपने में	0948
जड उन्नति को देता	0971	जीवन आनंद दिलाने	0076
जड़ न गिराती	0441	जीवन की उन्नति सोच	0066
जन करता कीर्ति गान	0754	जीवन भर जो देता	0177
जन न जानते गिरती	0219	जीवन में दुख देते	0160
जन सब समझने करता	0648	जीवन होता संघर्षमय	0190
जन्म मरण है चक्र	0353	जेल में भी मिले	0117
जन्मे उत्तम परिवार	0795	जोड़ता धन लालाच	0654
जल क्रीड़ा में	1208	जोर जोर की रुलाई	1251
जल भरा पोखर मिटाता	1049	ज्ञानवान होता वर्षा	0175
जल में आकर खलती	1207	झरना निकट चुना	1140
जल में होते तेल	0890	झाड़ी बीच उठते अनल	0446
जान लेता शत्रु	0863	झुलस गयी मैं मधु	1133
जानते जब वह होता	0505	झेलता आज स्नेही दुख	0080
जानवर मार करना	0327	ठंडी छाया से जब हमें	0095
जाल में फंसी मछली	1231	ठहरने देते स्थान	0825
जासूसी में करना	0586	डंक मारकर संकट	1078
जिन्दगी बनत खेत	1034	डरता नहीं अपयश	1065
जिसमें न होती विद्या	0401	डरता मौत से	0887
जीत पाने तक रहना	0487	डरते जन कार्य	0913
जीत पाने न करना	0486	डरते जन रहते	0559
जीव पर करना सदा	0252	तड़पती मैं अकेले	1317
जीव पर दया करते	0255	तन मन परिवर्नत से	0120
जीव में छूट	0989	तन में होते प्राण	0781
जीव सब कब करता	0223	ताल में गिरते	0968
जीव सब की करना	0981	तेज क्रोध से चढ़ता	0306

तेज हवा से न	0763	दिखता वह मासूम	0816
तोते की बोली	1217	दिखती सुन्दर सूरत	0634
त्यागना इच्छा उत्तम	0362	दिखते चीज सब	1157
दक्षता अपनी से	0687	दिखते पर्वत पर	1179
दया नयन जब हटती	1125	दिखा देना आँखों के आगे	0415
दया पथ पर बढ़ना	0013	दिखाता नीच अपनी	1080
दया में कदली पेड़	0217	दिखाना नहीं तड़क-भड़क	0440
दया व स्नेह रहित	0301	दिन भी देता आशीष	1228
दया सहित जब	0651	दिया पूर्वज ने	0017
दया से पूर्ण खिला	0030	दिया प्रिय को मन	1201
दया से भरपूर	0313	दिलाता अनुस्मरण	0534
दया स्नेह होते	1168	दिलाता मोक्ष कहते	0272
दया है गुण उत्तम	0541	दीन हीन को देते जीवन	0360
दयावान देता सहारा	0210	दीनहीन पर करना	0338
दयावान शासक देश	0431	दुख गरीब का विकास	0049
दरिद्र को देता जीवन	0211	दुख देता कटु वचन	0193
दरिद्रता देती	1041	दुख देता पित बढ़	0943
दर्शन करूँगी प्रिय	1259	दुख भरे जीवन	1160
दर्शाता दूरदर्शन	0037	दुख मेरा दूर	1263
दाग सम होती	0833	दुखित मन को देना	1292
दाता प्रकृति	0002	दुखित मैं तेरे	1318
दान अपना कभी	0225	दुखित होता मन	1218
दान देकर पाता	0861	दुर्बल तन को	1319
दानशीलता से संसार	0576	दुर्भाग्य है चोर	0377
दानी का मन	0290	दुष्कृति को न देना	0202
दानी का मन देख	0014	दुष्ट और विवेकहीन	0518
दानी पाता सच्चा जीवन	0232	दुष्ट करता पत्नी से	0544
दावानल है भूख	0048	दुष्विचार से मोड़ना	0203

दूध पीकर भी	0973	देखा प्रेमी ने नयनों से	1084
दूर करना संकट बड़े	0466	देखें हम हर जगह	0078
दूर करो सागर सम	0054	देता कोई गरल	0930
दूर घमंड करो परिवार	0053	देता गौरव शिक्षा	0533
दूसरे को हराने	0871	देता जब सज्जन	0894
दृढ़ व आत्मविश्वास	0630	देता जो गरीब को	0976
दृढ़ शाखा रक्षा करती	0570	देता नहीं सज्जन	0891
देकर मर जाती महान	0214	देता प्रेम रोग	1257
देख यह देता दान	0230	देता विद्वान भाषण	0722
देखकर भी जाता है अनदेखा	0108	देता शासक जब अन्य	0655
देखता अँधा निपुण	0613	देता शिक्षित उत्तम	0849
देखता जन सब	1239	देती गरीबी जीवन में	0444
देखता जो आँख सम	1216	देती शोभा महान	0543
देखता जो आँख सम देश	0069	देते दान से बढ़ती	0041
देखता नहीं नहीं मनाता	0044	देते बच्चे को जब	0234
देखती चीज सब	0284	देना आशीष यह हमें	1260
देखते दृश्य अनेक	1077	देवगण भी गाते कीर्ति	0137
देखते सब करते	1198	देवी धर्म के शासन से	-134
देखते हम सत्य यह	0167	देश और संसार	0259
देखते ही गरीब	1051	देश की उन्नति पूर्व	0042
देखते ही ले लिया	1293	देश जहाँ होती	1047
देखना चाहते सौंदर्य	0260	देश भर बढ़ते कीचड़	0038
देखना दीप उसे	0424	देश वहाँ रहते जन	0298
देखना बहती तेज	0602	देश वहाँ होते बुरे	0275
देखा उसने स्नेह से	1094	देश समृद्धि प्रजा पर	0631
देखा उसे समुद्र	1083	देश हमारा होता	0739
देखा जिसे आँखें अपनी	0582	दोष रहित जीवन	0974
देखा जिसे सोचकर	0611	दौड़ आया सौम्य	1093

नर हो या हो नारी	0051	नीच छिपाता आनंद	1072
नवीन खोज सब	0732	नीच रचता नाटक	1076
नशावान करता	0929	नीच होता चील बराबर	1074
नश्वर चीज का जब	0288	नेता तब बनता बड़ा	1023
नश्वर तन में अनित्य	0253	नेह व दया से भरे	0091
नश्वर तन है कपड़ा	0348	पंचेन्द्रियों पर करते	0027
नहीं जानती वह	0920	पंडित करता सभा में	0725
नाच करता वह पाँव	0597	पतन होता वासना काम	0146
नारी जिसमें होता	1115	पति के आगमन पर	1219
नारी जिसमें होती बड़ी	1116	पति जब पाता भारी	0592
नारी पर बुरा विचार	0367	पतिव्रता पर करता	0141
नारी होती जब	1087	पत्नी रहे अति सुन्दर	0901
नाश करता चील देखा	0671	पत्नी होती सुन्दर	1124
नाश करते भूख	1063	पथ पर हो शिला बड़ा	0625
नाश करने उठ आती	0668	परमानंद देता परमेश्वर	0073
निकृष्ट से रहना दूर	0460	परिकल्पना क्या करा	0603
निम्न करता दुख	0158	परिचित में पाते	0995
नियति की रक्षा	0373	परित्याग जब पकड़ता	0343
नियति है होता सदा	0371	परिवर्तनशील है यह	0716
निर्दयता से रहता जो	0176	परिवार का आनंद	0406
निर्बल जीव भी	0267	परिश्रम अपने से चढ़	0478
निर्भय स्थिरता कौशल	0632	परिश्रमी का स्थान देख	0016
निर्मल मन से	0958	परोक्ष जानते	0878
निर्मल स्नेह है दया	0364	पर्वत घाटी सम	0771
निर्लज्ज नहीं करता	0551	पर्वत से प्राप्त	0783
निष्कपट मन के	0294	पर्वत से बहता	1122
निष्कलंक अतिथि सत्कार	0082	पलंग और रस्सी सम	1280
नीच करता आनंद	1073	पलक आँख सम करते	0950

पलक बराबर प्रकाश	0682	प्रास विजय में होती	0750
पवन में मिले जहर	0453	प्रास हुआ नयन से	1281
पवन सम प्रिय तुम	1258	प्रिय आलिंगन में वह	1311
पवित्र मन से प्रास	0187	प्रिय का मन भरा	1172
पाते शिक्षा अत्युत्तम	0594	प्रिय का मन होता	1321
पाते सत्य यह	0148	प्रिय की सूरत	1273
पात्र में घुले गरल	0454	प्रिय के वियोग में	1221
पापी है वह बड़ा	0815	प्रिय को वियोग करता	1223
पाया दर्शन मिला	1106	प्रिय ने दिया बड़ा	1197
पालदार जहाज सम	0569	प्रिय परिरंभण में	1320
पालदार नाव	0828	प्रिय मिलन पर	1210
पावस में रहना	1182	प्रिय मिलन में	1275
पीठ पीछे करता	0814	प्रिय मिलन से मिलता	1227
पीठ पीछे करता निंदा	0182	प्रिय वियोग में	1200
पीने योग्य जल	0964	प्रिय वियोग में	1209
पुकारता कौआ अपने	0528	प्रिय वियोग में दुखित	1295
पुतली आँखों की देती	0575	प्रिय वियोग में बढ़ता	1253
पुत्र सम करता नहीं	0517	प्रिय वियोग से	1252
पूर्ण चाँदनी में	1214	प्रिय साथ किया	1194
पूर्व कर्म का करना नाश	0357	प्रिय साथ मनाया	1199
पेड़ पर होते फल	0457	प्रिय होता जब	1180
प्रकट करने मिलते	1177	प्रिया का आलिंगन देता	1310
प्रकट है धरती की	0009	प्रिया मना करती	1325
प्रकट होती नही	1131	प्रिया से मिलने	1254
प्रकाश से होती	0340	प्रेम वियोग में	1256
प्रजा के आशीष से	0497	प्रेम है होता	1162
प्रसन्न मन करना दान	0229	प्रेमिका है अति सुन्दर	1109
प्रास कर लिया	0727	प्रेमी ने कर लिया	1285

पद्य	क्रम संख्या
प्रेमी मन है सागर	1113
प्रेरित करते क्रोध पर	0309
फलदार पेड़ पर	1301
फलदार पेड़ सम है	0350
फसल को पकने पूर्व	0462
फूट जाता बुदबुदा	0822
फेंकना बेकार चीज	0019
फैलता वहाँ स्नेह	1142
बंद न होती पलकें	0055
बचता चक्र जन्म-मरण से	0351
बच्चे का मन है	0233
बछड़े निकट होती	0621
बच्छा देख प्रसन्न	0830
बजती मधुर बाँसुरी	1099
बड़े आनंद में भी	0893
बड़े ध्यान से	0982
बड़े स्नेह से देता	1013
बढ़ता क्रोध नेह	0869
बढ़ता जब सत्यता का	0352
बढ़ता स्नेह ज्योति से करना	0369
बढ़ती जब पौढ़ता	0062
बढ़ाता देश का धन	0245
बढ़े मन में जीव पर	0257
बदल देना नियम यह	0039
बन गयी मैं प्रिय	1291
बनता जब कोई सहायक	0467
बनता जीवन मेरा	1126
बनता दूत जब सुन्दर	0686
बनते कार्य पर आता	0490
बनते जब दयावान	0574
बनते जब विद्या	0994
बनते जब सारे जन	0134
बना दिया भगवान ने	1006
बना देती है वह	0983
बना देना पथ	0761
बना लेना जीवन को	0578
बना लेना स्वभाव	0243
बनाते जब उपाय अरि	0480
बर्तन करता रक्षा	0681
बर्फ सम पिघल जाता	1060
बलिष्ट सेना बल देख	0474
बहती शीतल समीर	1027
बहती समीर	0006
बहते जल जब	1288
बहते जल जलती आग से	0216
बाँटकर खाते भोजन	0904
बाँटकर खाने का	0961
बाँटकर खाने के अपने	1020
बाँटना प्राप्त फल	0905
बाँध से नित क्रम	0872
बाधा से बना	1255
बिजली की तरज चमक	0114
बिताना आनंद जीवन	0969
बिन निमंत्रण लेते	0963
बिन सोच चलता	0143
बुझता जब क्रोध	0310

बुद्धि विवेकहीन	0817	भव्य घर की समृद्धि	0067
बुद्धिमान देश है जहाँ	0450	भार उठा रखते	1127
बुरा न सोचता मन	0244	भाव यह होता उदय	0094
बुरा मन होता	0337	भूख बना देती	1062
बुरी आदत करती विनाश	0418	भूख मिटाना जानते	0012
बुरे का गिराना नहीं	0139	भूखा भी रहे	1032
बुरे मन का दर्शन	1064	भोर का तारा देता	0445
बुरे मांस का करना दूर	0251	भ्रमर आकर सुमन से	0411
बुरे लालच से चलता	0171	मंत्री के बल में होता	0153
बुरे साधु का कार्य	0278	मंत्री के बुद्धि विवेक	0538
बुलाती आँखें रिय	1174	मंत्री को मिलती	1035
बुलाया मैंने उसे	1175	मंत्री चलता जब	0698
बुलावे पर आते	1233	मंत्री जहाँ करता पालन	0448
बुलावे पर चलता	0932	मंत्री जो मन में	0697
बेकार जनश्रुति	1173	मंत्री जो होते ज्ञेय	0734
बेकार बात है बीज	0414	मंत्री बनता प्रजा रक्षक	0390
बेकार मिथ्यावाद	0184	मंत्री रहे पर्वत	0693
बेथक करो रक्षा	0046	मंत्री से कहने	0694
बेमेल मित्र करता	0829	मंत्री होता बड़ा	0706
बेल व छिलके बीच	0823	मछली न जीती पल भर	0060
बैठी थी वहाँ गया	1283	मणि माला में	0705
भटकता चिंतन संयम	0024	मदिरा वह करता	0922
भटकता जुआरी	0938	मदुर परिवार में	1303
भटकती आत्मा पाती	1002	मधुमेह करता तन	0944
भर जाता घर में जब	0058	मधुर औषध सम	1242
भरी सभा देख	0726	मधुर कार्य से मिल	0427
भरी सभा में	0714	मधुर निष्पक्षता से	0111
भला न करता धन	1225	मधुर फल देते	0836

मधुर मन राग देती	0099	महान ऐश्वर्य संतोष	0535
मधुर मिलन है यह	1086	महान नेता उत्तम ज्ञानी	0129
मधुर वचन कभी न	0188	माँग में प्राप्त	1053
मन अपना रखता	0326	माता बराबर देना	0700
मन का दंभ है गंदा	0349	मान अपने पर रखता	0198
मन की गंदगी है	0161	मानता नहीं जो	0515
मन की गंदगी है	0843	मानती प्रिया वह	1130
मन की पहचान करते	0122	मानते जन प्रधान	1183
मन की मलिनता	0941	मानते जो स्नेह	0323
मन की सत्यता से	0295	मानते नींद को	0607
मन के मते पर चलते	0142	मानना उत्तम जन	0520
मन जिसका होता	0281	मानना सुझाव सज्जन	0637
मन जिसमें शासित है	0246	मानहानी करता असत्य	0128
मन बनता जब	0566	माय करती नाश	0355
मन में आप उठती	0365	मारता सब को	0557
मन में उठता जब	0554	मारने आती शत्रु	0741
मन में उठता विचार	0366	मिख्. मन से रचता	0181
मन में उठती आनंद	0308	मिट जाने को	0608
मन में जब करते जीवन भर	0242	मिटता जब जानवर पर	0328
मन में धर्म घर में	0547	मिटा देना घृणा	0860
मन में नहीं होती दया	0315	मिटाकर धरती की	0045
मन में भरा है	1171	मिटाता जो दुख	0231
मन में हो दृढ़ता रचना	0627	मिटाता जो भूख	0513
मन में होता जब	0900	मिटाने आती शत्रुता	0617
मन मेरे उठता	1313	मिटाने से बुझजाती	0610
मरुस्थनल में दुखित	1134	मिट्टी में मिलती	1269
मर्यादा पालन करना	0616	मिट्टी से मिल वर्षा	0452
महा ममृत मेरे	1241	मित्र जिसमें हो स्नेह	0810

मित्र में होता नहीं	0806	मिश्री समझ जुआरी	0939
मित्र रहे विवेकहीन	0786	मुझे देख प्रिय	1236
मिथ व्यय है उत्तम	1169	मूर्ख के हाथ हो	0837
मिल गये दोनों	1095	मूर्ख तैरते गंदगी	0831
मिलकर हम दोनों	1152	मूर्ख लेता धन	0838
मिलता जीवन उसे	0955	मूर्ख हाथ होते	0757
मिलता पाप धन	0434	मृद आलिंगन	1316
मिलता योग्य धन	0753	मृद कथन में	0311
मिलती जीत एक	0935	मोह नारी का	0269
मिलते उत्तम जन रहते	0123	युद्ध मैदान में	0775
मिलते जन सारे	0118	युद्ध मैदान में होगा	0767
मिलते संकेत को	0676	युद्ध मैदान में होते	0683
मिलन पंखों को	1322	युवक सब करते	0736
मिलन प्रिय से मन	1230	योग्य दूत पहने	0690
मिलन प्रेमी से	1294	योग्य मान जब	0514
मिलन से हम होंगे	1270	योग्य सज्जन बड़े	0966
मिलन हमारा करें	1147	रक्षा करती नयन	0996
मिलन हमारा सोच	1205	रखता जो आंतरिक	0885
मिलन होते ही	0056	रखता मन पवित्र	0511
मिला आरोप यह	0561	रखता है जिसपर	0001
मिला उस दिन	1191	रखता है जो मन	0189
मिलाकर देना	1204	रखते जो अपने में	0500
मिली उसे अनेक	0723	रखते जो सज्जन अपने	0636
मिले जब जीवन में	0792	रखते सज्जन मन	0962
मिले जीवन में बड़ा	1010	रखना अपना मन	0345
मिले दरिद्र जीवन	0287	रखना अपनी माँग	1061
मिले यदि स्वप्र	1215	रस भरे फल सम	0867
मिश्री सम जीवन अपना	0083	रह जाते दोनों	1101

रहता गहरे मन में	1309	रिश्ते हमारे सदा	0530
रहता जब दया में	0542	रिश्तों को देंगे	1146
रहता जब प्रेमी मेरे मन	1300	रूठ जाता चोर	1286
रहता जो शांत जीवन	0155	रूठती जब प्रिया	1213
रहता प्रेमी बड़ा सहायक	1299	रूठना और प्राण सम	0059
रहता भाग्य सुगंध	0380	रूठना कभी न	1328
रहता वह बेकार	0986	रूठना बनता मधुर	1302
रहती नारी वह	1117	रूठना है सुन्दर	1327
रहती पत्नी पति से	0903	रूप अपना गरीब	0581
रहती मुझसे शत्रु	1314	रूप उसका रहता	1092
रहते घर अपने में करता	9183	रूप का सौंदर्य	1315
रहते घेरे स्वजन	0881	रो बिलकती	0925
रहते पुरुष वहाँ	0512	रोकती बाधा आवें	0669
रहते प्रिय मेरे	1232	रोगाणु देती बड़ा	0384
रहते वे मुझमें	1128	रोता जब कोई	1056
रहते सदा लंबे	1159	रोते को नहीं देता	1012
रहना नियशील	0673	लंगडाते तो है	0612
रहना फलदार कटहल	0524	लगन से करना	1057
रहना सदा शांत	0906	लगान रहित अश्व	0756
रहना सदा स्थायी	0332	लज्जा रहे मन में	1329
रहा जो अपने	0456	लत शराब कर	0923
रहे परोक्ष भी करते	0256	लवण मिले जमीन	0583
रहे विभाग अन्य के	0640	लहर सागर बराबर	0919
रहे हम दोनों	1196	लहराते सागर बराबर	1330
राग का परिचय	0720	लहरें बन उठते दुख	1290
राज्य शासन करते मंत्री	0459	लहलहाते खेत में	1195
रहत में भी करना	0432	लाच से आती मछली	0148
रिश्ते से स्थापित है संसार	0088	लाते जब शत्रु में	0880

लाना परिवर्तन दूर	0604	विज्ञान ज्ञान गहरी	1082
लालच से दूर जीव	0179	विद्या अनुभव शिष्टता	0548
लालच है कुशक्ति	0172	विद्या देती उज्ज्वल	0392
लालची ईर्ष्यालू	0839	विद्या विवेक से	0855
लालची पर प्रेम	0173	विद्या से न मिटती धरती	0394
लावारिस के जमीन	0759	विद्या से मिलता बड़ा	0410
ले जाता पंचेन्द्रिय	0354	विद्या से होती कीर्ति	0399
लेटा है वीर शत्रु	0778	विद्या है अमृत	0395
लोमड़ी बराबर	1079	विद्याहीन होता	0403
लौट आते जब मेरे	1220	विद्वा को मिलती	0402
लौट आये प्रिय	1187	विद्वान समक्ष आकर	0178
वचन अमृत से पाया	1129	विनम्रता व शांति	0489
वटवृक्ष की रक्षा करते	0212	विनम्रता से करते	0437
वटवृक्ष बराबर बनी	0811	विनाश करते	0864
वन में रहेत पक्षी	1261	विनीत मन से होता	0237
वन में वास करते	0163	विपत्ति में भी रखते	0622
वन में विचरती हिरनी	1278	विपुल ऐश्वर्य महान वीर	0472
वर्षा की बूँदाबांदी	0892	विभिन्न विधा में	9643
वर्षा जल मिलकर	1287	वियोग में दुखित लेट	1268
वर्षा में भी बचाकर	0387	वियोग दुख मेरा	1164
वर्षा सम दानी का	1007	वियोग प्रेमी का	1102
वर्षा से विकसित होते	1110	वियोग प्रेमी से	1158
वश में लाये देश	0773	वियोग में करता	1266
वस्त्र और स्थान दे	0224	विवाह देता शीतल	1104
वहाँ बैठा है बलवान हाथी	0151	विवाह योग्य वही	1025
वही है सुसौंदर्य	0007	विवेक और नेक होते	0502
विकसित अंकुर सम	1149	विवेक बढ़ाता ग्रंथ	0692
विकसित सुमन बनी	1306	विवेक मिटाता मन	0422

विवेक रहित वह	0909
विवेक से धर्म पर	0029
विवेकहीन के	0859
विश्वास दया स्नेह	0766
विस्मरण देता आनंद	0226
विस्मृति लेता जब	0532
वेद के गूढ़ार्थ सम	0664
व्यर्थ दंभ अनाचार	0436
व्यर्थ बात अपने में	0192
शत्रु करता समक्ष	0746
शत्रु का निमंत्रण समझना	0585
शत्रु ने किया नाश	0779
शत्रुता पर जीत पाने	0672
शरण आये सब की	0780
शरों के बौछार से	0777
शव सम दुष्ट को	0545
शहद सम उदारता गुण	0571
शहद सम मन में	0218
शाम के समय	1222
शासक देश का	0679
शासक न करता देश	0276
शासक बनता जब	0386
शासन वह जब	1038
शिकारी करता घात	0488
शिक्षा लाती परिवर्तन	0398
शिक्षित पाते सच्चा	0408
शिला सीढ़ी सम	1135
शिलालेख सम कहता	0721
शिष्ट जन में होता	1000
शिष्ट विद्यावान प्राप्त	0430
शिष्टता स्नेह विनम्रता	0752
शेर की दृष्टि कुत्ते	0789
शोर करते लहर सम	0376
शोर करते सागर	0924
श्याम घटा छूता	0004
श्रम का पथ मिलता	0588
श्रवण से होती समृद्धि	0412
संकट अनेक से	1184
संकट अपना नहीं	0921
संकट आने पूर्व	0383
संकट आवें अनेक कभी	0670
संकट देता बड़ा	0807
संकट में पड़	0936
संकेत समझकर	1326
संतान अपने की जब	0063
संबन्ध मित्र का	0798
संयम में रखता बुद्धिमान	0197
संयोग में देता	1154
संसार न जानती	0590
संसार भर की भलाई	0072
संसार भर कीर्ति पाने	0666
संसार में सज्जन का	0136
संसार में हो	0988
संसार से होता अतिथि सत्कार	0085
सच्चे मंत्री की सहायता	0458
सज्जन करता कार्य	0156

सज्जन करते उचित	1026		समक्ष किसीके करना	0589
सज्जन की सभा में	0717		समक्ष दिखाते	0745
सज्जन की सभा में	0832		समक्ष देखकर	0845
सज्जन के मधुर वचन	0638		समझ यह महान	0748
सज्जन को देख कर जोड़	0200		समझ लेता वह	0865
सज्जन जाते स्थान	0984		समझ सत्य यह	0280
सज्जन देते दान	1059		समझ सत्य यह	0965
सज्जन मानते	1015		समझ सत्य यह वासा	0356
सज्जन सब करते	1017		समझ स्पष्ट रहो	0283
सज्जन जो होते	0599		समझकर उत्तम विचार	0644
सत्कर्म पालन में	0126		समझकर करता जो	0476
सत्य मन से गाँव जन	0119		समझकर करता शत्रुता	0656
सत्यता से भरपूर	0296		समझकर गरीबी करना	0525
सत्यता से होता	0314		समझकर बोते बीज	0645
सत्यता से होते जन	0300		समझकर लेना निर्णय	0587
सत्यपुरुष बनता जब	0465		समझता जब महत्व	1298
सत्यवादिता का मन	0297		समझता जब मित्र	0796
सदा करना सम्मान	0980		समझता जो जीवन	0854
सदा दूर रहता जब	0057		समझता सत्य बनता	0032
सदा विकसित घास	1148		समझता सत्य मन	0701
सदा समझकर रोह आभार	0109		समझता स्थायी सत्य	0339
सदाचार देता सद् विकास	0131		समझते जब दया का मूल्य	0127
सपने में भी नहीं	1190		समझते जब वह नहीं	0506
सफल सूक्षम ज्ञान उत्तम	0639		समझते जब सत्य	0268
सब न पाते विकास	0413		समझते जब स्नेह	0358
सभा के लिए वही	0711		समझदार नहीं रहता	1170
सभा में हो या	0691		समझदार संतान चैन	0429
सभ्यता में सज्जन सम	0100		समझना मन देता	0707

समझो सत्य यह	0011	सुख देते औलाद को	0168
समय पर समझना	0481	सुख में रहते निकट	0797
समृद्धि धरती की बढ़ती	0240	सुगंध बिखेरते सुमन	1250
सम्मान गुणवान का	0624	सुगंधित सुमन	0730
सम्मान प्राप्त विद्यावान	0684	सुगंधित सुमन सम	0615
सम्मान से बढ़ता	0236	सुदृढ़ सेना विनय	0549
सरलता सहनशीलता	0565	सुनता नहीं उत्तम	0851
सहज स्नेह से हुआ	1276	सुनयन से होता	0858
सहनशीलता से होती	0808	सुना जब युद्ध का	0774
सहायक मंत्री का	0509	सुनारी के योग्य विवेक से	0449
सहारा शासन से	0079	सुन्दर गणिका चील	0914
साँप को पिलाने	0824	सुन्दर चरण को	0523
साँप रखता मन	0882	सुन्दर चूड़ियाँ करती	1277
सागर घेरा संसार का	0491	सुन्दर नारी से करता	0150
सागर घेरे संसार में	0875	सुन्दर सत्य से सब	0299
सागर तट पर	1202	सुन्दर सद् व्यवहार	0135
सागर लहर देख	1212	सुन्दर सागर सम	1011
सागर सम जीवन में	0064	सुन्दर सूरत में	0702
सागर सम जब नयन	1022	सुन्दर है वह देता	0992
सागर सम धन	0987	सुभाग्य है ऐसा बहती	0379
सागर सम बलपूर्ण	0471	सुमन के स्नेह से	0879
साथ रहे किसान सदा	0633	सुमन देता मधु	0034
साधन बुद्धि विवेक से	1036	सुमन सम कार्य	0186
साधु बराबर कायर	0584	सुमन सम मन	0959
साधु होते यहाँ	0022	सुमित्र से होती	0819
सीख यह विद्या प्राप्त	0393	सुयुक्ति से बनाते जब	0439
सीखना जिंदगी भर	0248	सूख जाता फसल	0835
सीखना यह सदा	0206	सूखे पोखर में	0897

सूचित करना अनल	0794	स्नेह से सब की	1123
सूझबूझ रहित करता	0635	स्नेहपूर्ण रिश्तों को	0521
सेना करती जब	0618	स्पष्ट मन कभी न	0292
सेना वायुयान से	0703	स्पष्टता सांसारिक	0800
सोच सत्य यह	0304	हम लेट जाते जब	0949
सोच समझकर करते	0749	हर बात पर हो कहना	0550
सोचकर देते जो	1046	हर्षित मन से	0956
सोचता जो अन्य	0318	हवा में उड़ते सुमन	0473
सोचता मन मेरा	1211	हवा रहित धरती	1245
सोचता शत्रु जब	0884	हवा सम्मुख उड़ जाते	0332
सोचता शासक देश	0382	हवा से भरी धरती	1031
सोचते जब अन्य को	0479	हाथ पर होते गन्ने	0098
सोचते जब हम अन्य की	0620	हार खाकर जब	0765
सोचते जब होने बैर	0144	हार गया शत्रु	0744
सोचते जो मित्र की	0820	हुआ मिलन प्रिय से	1274
सोचा मन में प्रास	0760	हुआ हमारा प्रेम	1144
सौंदर्य दिलाता	1206	हे उत्तम मानव होते	0227
सौंदर्य वह होता हरा	1111	हे मन करते तुम	1246
सौंदर्य विवेक	1096	हे मानव बल बढ़ाओ	0040
सौन्दर्य है नहीं बाहर	0152	हे वियोक देते तुम	1247
स्थापित करना नाता	0050	है जन स्वभाव	1189
स्थापित होता जब	0680	है मनोहारिता वह	0008
स्थायी धर्म करता	0333	हो गयी वह	1103
स्थायी है बदलाव	0235	हो गये बेहोश सुख	1238
स्नेह कार्य से सागर	0319	हो घना वन या	0738
स्नेह दिखाता दया	0363	हो घर वह पुराना	0947
स्नेह रहित प्रेमिका करें	0247	हो मैं उम्र में छोटी	1139
स्नेह सांत्वना से	1297	हो वह असुन्दर कहता	0647

हो शत्रु काल बराबर	0747	होती उन्नति विद्या	0758
हो सके हे चाँद	1229	होती उसमें बड़ी	1085
होंगे हम शहर में	1145	होती जड़मति मकड़ी	0848
होगा जानवर मानव से	0573	होती जिसमें सहृदयता	0572
होता आनंद तभी	0688	होती नजर अति क्रूर	0553
होता ऐश्वर्य सब	0657	होती नहीं नयन	0840
होता जन्म स्पर्श से	0598	होती पत्नी प्यारी	0902
होता जब बड़ा संकट	0461	होती प्रतिष्ठि जीवन	0209
होता जब माया मोह	0270	होती मन में कीर्ति पर	0821
होता जब संख्या	0451	होती मन में दृढ़ता	0768
होता जिस में स्पष्ट विवेक	0510	होती रही जन	1141
होता जिसमें कुविचार	0827	होती शत्रुता कुमित्र	0826
होता जो अति कुशल	0662	होते अभिभावक अति	1021
होता तन गन्ना सम	1112	होते उत्तम गुण के	1016
होता दुष्कर्म बड़ा	0204	होते गुण कुलीन	0952
होता धर्मवान सदा	0293	होते ग्रंथ अनेक	0846
होता नहीं उसे	0842	होते जन वहाँ	1132
होता नायक घर में	1029	होते जिस में गुण	0442
होता मन कठोर	1018	होते जिसमें उत्तम मन	0954
होता मलिन विचार	0285	होते जिसमें सद्गुण	0201
होता मूर्ख मिट्टी बराबर	0409	होते प्रिय मरे मन	1156
होता शत्रु कमजोर	0485	होते संकट से मिटती	0385
होता शत्रु जब कमजोर	0483	होते संसार में कुछ	1048
होता शत्रु बलवान	0675	होते सज्जन अति	0993
होता शत्रु विवेकहीन	0868	होते सज्जन चैन	1058
होता शासन सापेक्ष	0560	होते सज्जन में	0957
होता सुपरिवार संसार	1161		
होता हाथी बड़ा	0498		

9 7 9 8 8 9 6 9 9 0 6 2 8